ലേഖനം

# മനസ്സിന്റെ ഭക്ഷണം

ഉഷ എസ്. നായർ

ഗ്രീൻ ബുക്സ്

green books private limited
gb building, civil lane road, ayyanthole,
thrissur- 680 003, kerala, ph: +91 487-2381066, 2381039
website: www.greenbooksindia.com
e-mail: info@greenbooksindia.com

*malayalam*
**manassinte bhakshanam**
essays
*by*
usha s. nair

first published may 2016


cover design : rajesh chalode

branches:
thrissur 0487-2422515
thiruvananthapuram 0471-2335301
calicut 0495 4854662
ernakulam 8589095302

isbn : 978-81-8423-508-1

---



GBPL/763/2016

## മുഖക്കുറി

വിരുദ്ധതാളങ്ങൾ സമന്വയിക്കുന്ന അനിവാര്യതയുടെ ഒരു സമാഹാരം ഈ ലോകം. ചിന്തകളും സംഘർഷങ്ങളും നിറഞ്ഞ ഈ ലോകത്ത് ജീവിച്ചുകൊണ്ട്, ഒരു പ്രസന്നനിലാവിലെന്ന പോലെ തന്റെ ബോധ്യങ്ങൾ ലേഖിക ഇവിടെ പറഞ്ഞുവെക്കുന്നു. സംഘർഷങ്ങളുടേയും വിദ്വേഷങ്ങളുടെയും ഭാരമില്ലാതെ അനുഭവിച്ചറിയുന്ന തന്റെ വിശ്വാസങ്ങളേയും ബോധ്യങ്ങളേയും രേഖപ്പെടുത്തുന്നു. അത് പറയാനവർക്ക് വേറെയാരുടേയും പിന്തുണ ആവശ്യമില്ല. അറിവില്ലായ്മയെ അറിയലാണ് യഥാർത്ഥ അറിവെന്നറിയുന്നു. ജാഗ്രതയില്ലാത്ത മനസ്സിന് ഒരിക്കലും അവബോധത്തിലേക്ക് വളരാൻ കഴിയില്ലെന്നറിയുന്നു. ശരീരവും മനസ്സും ആത്മാവും ചേർന്നു ചൈതന്യമുള്ള ഒരു വ്യക്തിയായി മനുഷ്യനെ കാണുമ്പോൾ, ശരീരത്തിന് ഭക്ഷണം പോലെ മനസ്സിനും ഭക്ഷണം ആവശ്യമാണെന്നറിയുന്നു. സ്കൂൾ ഓഫ് ഭഗവത്ഗീതയുടെ 'പിറവി' മാസികയിൽ പിറവിയെടുത്ത ഉഷ. എസ്. നായരുടെ രചനകൾ സമർപ്പിക്കുന്നു.

**കൃഷ്ണദാസ്**
*മാനേജിങ് എഡിറ്റർ*

## മനസ്സിന്റെ ഭക്ഷണത്തെക്കുറിച്ച്

മനസ്സ് ചന്ദ്രനാണെന്ന് ഋഷീശ്വരന്മാർ കല്പിച്ചിട്ടുണ്ട്. സൂര്യന്റെ കഠിനരശ്മികളെ പ്രസന്ന നിലാവായി പകർന്നുനൽകുന്ന ഗ്രഹം. അതിനു താപമില്ല, സുഖമുള്ള തണുപ്പാണ്. തീക്ഷ്ണങ്ങളായ ജീവിത പ്രശ്നങ്ങളെ സൗമ്യമായും എന്നാൽ കൃത്യതയോടെയും അവലോകനം ചെയ്യാനാണ് ഞാൻ ഈ കുറിപ്പുകളിൽ ശ്രമിച്ചിട്ടുള്ളത്. അതുകൊണ്ടാണ് ഈ സമാഹാരത്തെ "മനസ്സിന്റെ ഭക്ഷണം" എന്ന പേരു ചൊല്ലിവിളിച്ചത്. മനസ്സിനെ പുഷ്ടിപ്പെടുത്തുകയാണ് ലക്ഷ്യം. ദഹിക്കാത്തതൊന്നും ഇതിൽ വിളമ്പിയിട്ടില്ല. അതുദ്ദേശിച്ച് 'കലഹിക്കാതെ പറയുന്ന കാര്യങ്ങൾ' എന്ന് അവതാരികയിൽ മഹാത്മാവായ സി. രാധാകൃഷ്ണൻ കുറിച്ചതിൽ എനിക്ക് ആഹ്ലാദവും കൃതജ്ഞതയുമുണ്ട്. *പിറവി* മാസികയെക്കുറിച്ച് അദ്ദേഹം രേഖപ്പെടുത്തിയ അഭിപ്രായം ഏതു ആനുകാലിക പ്രസിദ്ധീകരണവും കേൾക്കാൻ മോഹിക്കുന്നതാണ്. *പിറവി*യിലെ മുഖലേഖനങ്ങൾ എന്നതിലുപരി വായനക്കാരുടെ ഹൃദയവുമായി സംവദിക്കാനും വിഹ്വലമായ ഈ കാലഘട്ടത്തിൽ അഭിമുഖീകരിക്കേണ്ടിവരുന്ന പ്രശ്നങ്ങളെ മനസ്സിന്റെ തലത്തിൽ വിശകലനം ചെയ്ത് പരിഹരിക്കാനും പ്രേരിപ്പിക്കുന്ന ഒരു ശൈലിയാണ് പിൻതുടർന്നിട്ടുള്ളത്. 2010 ജൂണിൽ എനിക്കതിന് സാഹചര്യം ലഭ്യമായത് സ്കൂൾ ഓഫ് ഭഗവദ്ഗീതയുടെ ആചാര്യൻ സ്വാമി സന്ദീപാനന്ദഗിരി എനിക്ക് പിറവിയുടെ ചീഫ് എഡിറ്റർ സ്ഥാനം നൽകിയതുകൊണ്ടാണ്. പ്രസിദ്ധീകരണങ്ങളുടെ തലപ്പത്ത് സ്ത്രീകൾ അപൂർവമായ ഇക്കാലത്ത് എന്നെ ക്ഷണിച്ച്,

ചുമതല ഏല്പിച്ചതിൽ എനിക്ക് അഭിമാനമുണ്ട്; സ്വാമിജിയോട് ആദരവും.

ചുമതലകളേതും ഏറ്റെടുക്കാൻ എന്നെ കരുതലോടെ പ്രാപ്തയാക്കുന്ന എന്റെ നല്ലപാതി ഡോ. എം.എസ്. നായർക്ക് സ്നേഹം.

വായനക്കാരുടെ സ്നേഹത്തോടെയുള്ള നിർബന്ധമാണ് ഈ കുറിപ്പുകൾ സമാഹരിച്ച് ഗ്രന്ഥമാക്കാൻ എനിക്കു പ്രേരണയായത്.

'മനസ്സിന്റെ ഭക്ഷണം' വായനക്കാർക്കെത്തിക്കാൻ മനസ്സുകാട്ടിയ ഗ്രീൻ ബുക്സിനും മാനേജിങ് ഡയറക്ടർ ശ്രീ. കൃഷ്ണദാസിനും എന്റെ നന്ദി.

**ഉഷ എസ്. നായർ**

## ഉള്ളടക്കം

അവതാരിക

# കലഹിക്കാതെ പറയുന്ന കാര്യങ്ങൾ

## സി. രാധാകൃഷ്ണൻ

ഉഷ എസ്. നായർ രണ്ടായിരത്തിപ്പത്ത് ആഗസ്റ്റു മുതൽ രണ്ടായിരത്തിപതിനഞ്ച് ആഗസ്റ്റുവരെയുള്ള അഞ്ചു വർഷങ്ങളിൽ പിറവി എന്ന മാസികയിൽ എഴുതിയ മുഖക്കുറിപ്പുകളുടെ സമാഹാരമാണ് ഇത്. ആദ്യത്തെ ഒന്നോരണ്ടോ ലേഖനങ്ങൾ വായിക്കുമ്പോഴെ ആർക്കും ബോധ്യമാവും ഇതിന് ആരുടെയും ഒരു സാക്ഷ്യപത്രവും ആവശ്യമില്ല എന്ന്. ഈ കുറിപ്പുകളുടെ പ്രാധാന്യം ആരെയും പറഞ്ഞറിയിക്കേണ്ടതില്ല. ഇവ വായിച്ചുമനസ്സിലാക്കാൻ ആരുടെയും സഹായവും ആർക്കും വേണ്ടിവരികയുമില്ല.

പിറവി എനിക്ക് വളരെ ഇഷ്ടപ്പെട്ട പ്രസിദ്ധീകരണമായത് അതിന്റെ പിറവിക്ക് ഞാൻകൂടെ സഹായിച്ചു എന്നതുകൊണ്ടല്ല, അത് ഒട്ടും മനഃക്ഷോഭമുണ്ടാക്കില്ല എന്നതിനാലാണ്. അതിന്റെ പ്രസിദ്ധീകരണം എറണാകുളത്തുനിന്ന് തിരുവനന്തപുരത്തേക്ക് മാറ്റിയതിൽപ്പിന്നെ ആ ഇഷ്ടം കൂടിയിട്ടേയുള്ളു. മറ്റെല്ലാറ്റിലുമുപരി, പത്രാധിപഭാരം ഏറ്റെടുത്ത ഉഷ എസ് നായരുടെ പ്രാഗദ്ഭ്യവും ശ്രദ്ധയും ചിന്താശുദ്ധിയുമാണ് ഈ പ്രിയത്തിനു നിദാനം.

കുറച്ചു കാലമായി ഞാൻ കമ്പോടുകമ്പ് വായിക്കുന്ന ഏക പ്രസിദ്ധീകരണം പിറവിയാണ്. മറ്റുള്ള ആനുകാലികങ്ങളിൽ വരുന്ന വിഭവങ്ങൾ തെരഞ്ഞെടുത്തേ വായിക്കൂ. ഇതങ്ങനെയല്ല, എല്ലാം അവ അച്ചടിച്ച ക്രമത്തിൽത്തന്നെ നോക്കും. എഴുത്തും എഡിറ്റിങ്ങും ഒരുപോലെ മികവുറ്റതാകാറുണ്ട്.

അതിനാൽ ഈ കുറിപ്പുകൾ എല്ലാം ഞാൻ മുൻപെ വായിച്ചവയാണ്. പക്ഷേ, ഇപ്പോൾ ഒരിക്കൽക്കൂടി വായിച്ചപ്പോഴും ഇവയുടെ പ്രസക്തിയും ആകർഷകതയും കുറഞ്ഞുകാണുന്നില്ല. പല ലേഖനങ്ങൾക്കും അവ എഴുതി പ്രസിദ്ധീകരിച്ച

കാലത്തുള്ളതിനെക്കാൾ സാംഗത്യം ഇപ്പോൾ വന്നു ഭവിച്ചിരിക്കുന്നു.

എന്തുകൊണ്ടാണ് ഈ കാലാതിവർത്തിത്വം കൈവരുന്നതെന്ന് ആലോചിച്ചപ്പോൾ, ഈ ലേഖികയുടെ എഴുത്തിന് അത് പിറവിയിലായാലും മറ്റെവിടെയുള്ളതായാലും ഏതാനും പ്രത്യേകതകൾ ഉണ്ടെന്നു മനസ്സിലായി. ഒന്നാമത്തെ കാര്യം വിഷയത്തോടുള്ള സമീപനത്തിലെ പക്ഷമില്ലായ്മയാണ്. വിഷയം എന്തുമാകട്ടെ, അതിനെ, അതിന്റെ തനിമയിൽ, സ്വാഭാവികമായ വെളിച്ചത്തിൽ നിറക്കണ്ണടയില്ലാതെ കാണുന്നതാണ് ലേഖികയുടെ രീതി. കണ്ടതു പാതി, കാണാത്തതു പാതി എന്ന മട്ടിലല്ല വിധിന്യായം. മതിയാവോളം നോക്കിക്കണ്ടു എന്നു ബോധ്യമായേ വിമർശനമുള്ളൂ.

വിമർശിക്കുമ്പോഴും അതിൽ ഈർഷ്യ ഒട്ടുമില്ല. വികൃതി കാട്ടുന്ന കുസൃതിക്കുട്ടിയെ വാത്സല്യത്തോടെ ശാസിക്കുന്ന അമ്മയുടെ കണ്ണിലെ ചിരിത്തിളക്കം എപ്പോഴും നിഴലിട്ടു കാണാം. പറയുന്നതെല്ലാം നന്നായി ഉള്ളിൽ തട്ടിയാണ് പറയുക. അതുകൊണ്ട് അത് വായിക്കുന്നവരുടെ അകത്ത് കടക്കുന്നു. അവിടന്ന് അത്രവേഗം പടിയിറങ്ങുകയുമില്ല.

അദ്ഭുതകരമെന്നു പറയാം, അഞ്ചു വർഷത്തിനിടെ നടത്തിയ ഈ നിരീക്ഷണങ്ങളിൽ ഒന്നിനോടുപോലും ആർക്കും വിയോജിക്കേണ്ടിവന്നിരിക്കില്ല. ഏതെങ്കിലുമൊന്ന് തിരുത്താൻ ലേഖികയ്ക്ക് ഇടവന്നിട്ടുമില്ല. ഏവർക്കും യോജിക്കാവുന്ന കാര്യങ്ങൾ കണ്ടെത്തുകയാണ് എപ്പോഴും ചെയ്യുന്നത്. അപ്പോഴുമത് ഒരു പുതിയ തിരിച്ചറിവായിരിക്കുകയും ചെയ്യും.

തർക്കത്തിന്റേതല്ല, സമന്വയത്തിന്റേതാണ് പാത എന്നർഥം. എന്നുവച്ചാൽ വെറുപ്പിന്റെ അല്ല, സ്നേഹത്തിന്റെയാണ് സ്വരവും സാരവും. മനുഷ്യസ്വഭാവമനുസരിച്ച് ആൾക്കൂട്ടത്തിനിഷ്ടം വഴക്കാണ്, കണ്ടും കേട്ടും നിൽക്കാൻ അനേകരുണ്ടാവും. പരസ്പരം ഇഷ്ടം പറയുന്നവരുടെ ചുറ്റും ആളുകൂടാറില്ലല്ലൊ.

അപ്പോൾ, ആരോടും പരിഭവമില്ലാത്ത ഒരാൾ, നർമ്മബോധത്തോടെയാണെങ്കിലും ചിലത് പറയുന്നത് ആകർഷകമായി മറ്റുള്ളവർക്കു തോന്നാൻ ചെറിയ സൃഷ്ടിപരത പോരാ എന്നാണ് ഞാൻ സൂചിപ്പിക്കാനുദ്ദേശിക്കുന്നത്. മലയാളവാക്കുകളുടെ ഉള്ളഴിഞ്ഞ സൗഹൃദം സമൃദ്ധമായി കൈമുതലായുള്ള ഒരാൾ ലോകഹിതം മാത്രം ലക്ഷ്യമാക്കി, കൊച്ചുകുട്ടികൾക്കു നേർവഴി

കാട്ടാൻ എന്നപോലെ എഴുതിയ ഈ വരികൾ മലയാളത്തിലും മലയാളക്കരയ്ക്കും ശ്രേയസ്കരമാണ്, തീർച്ച.

ഒരു വലിയ മാറ്റത്തിന്റെ നാമ്പുകൾ ലോകമെമ്പാടും വിരിയുന്നത് നമുക്കിപ്പോൾ കാണാം. കഴുത്തറുപ്പൻ മത്സരത്തിന്റെയും ചുണ്ടിൽ ചിരിയും അകമേ മരണഭയവും കൊലയും എന്ന വൈപരീത്യത്തിന്റെയും ഇരുണ്ട രാവ് പുലരാൻ പോകുന്നു. വിദ്വേഷത്തിന്റെ അടിത്തറയിലല്ല ലോകം പണിയേണ്ടതെന്ന തിരിച്ചറിവ് വെള്ളകീറി തെളിയുന്നു. ദൈവത്തിന്റെ മരണം ഘോഷിച്ച തിമിരാന്ധ്യം നീങ്ങി ആയുധങ്ങളുടെ മരണം സംഭവിക്കുന്ന യുഗത്തിന്റെ പിറവിയെ സ്വാഗതം ചെയ്യാൻ നമ്മെ സജ്ജരാക്കും ഈദൃശകൃതികൾ. ■

# ടാഗോറിനെ സ്മരിക്കുമ്പോൾ

മാധ്യമങ്ങളുടെ നിഷേധാത്മക നിലപാടുകളിൽ ഉത്കണ്ഠയോടെ ഡോ. എ.പി.ജെ. അബ്ദുൽ കലാം എഴുതിയത് ഇവിടെ സ്മരിക്കട്ടെ. തീവ്രവാദത്തിന്റെയും രാഷ്ട്രീയയുദ്ധത്തിന്റെയും ബാധ കൂടിയ മാധ്യമ ങ്ങൾ പറയേണ്ടത് പലതും പറയാതെ പോകുന്നു. ഇക്കൂട്ടത്തിൽ സംഭ വിച്ചതാവണം വിശ്വമഹാകവി രവീന്ദ്രനാഥ ടാഗോറിന് ശ്രദ്ധാഞ്ജലി അർപ്പിക്കാൻ വിസ്മരിച്ചതും. 1941 ജൂലൈ 7നാണ് ടാഗോർ ദിവംഗത നായത്. ശ്രാദ്ധം നടത്തേണ്ടത് സ്വന്തം കുടുംബക്കാർക്കുവേണ്ടി മാത്ര മാണോ? ഈ ലോകത്ത് സ്വതന്ത്രരായും സംസ്കൃതരായും നിർഭയ രായും ജീവിക്കാൻ നമ്മെ പ്രചോദിപ്പിക്കുകയും അതിന് സാഹചര്യം സൃഷ്ടിക്കാൻ ജീവിതം സമർപ്പിക്കുകയും ചെയ്തവർ ദേശനാഥ ന്മാരാണ്. അവരെ ശ്രദ്ധാപൂർവം സ്മരിക്കുമ്പോൾ അവരിൽ നിന്നുമുള്ള ഊർജം പുതുതലമുറയ്ക്ക് പകർന്നുകിട്ടും.

മഹാത്മജി ഇന്ത്യൻ രാഷ്ട്രീയത്തിൽ പ്രവേശിക്കുന്നതിനു വളരെ മുമ്പു തന്നെ ദേശീയ പ്രസ്ഥാനത്തിന് അടിത്തറ പാകിയിരുന്ന ടാഗോർ നവഭാരതത്തിന്റെ മഹാകവിയാണ്. പ്രപഞ്ചത്തിലെ സർവ വസ്തു ക്കളിലും സ്ഫുരിക്കുന്നത് ഒരേ ജീവചൈതന്യമാണെന്ന അദ്വൈത ദർശനമാണ് ടാഗോർ രചനകളെ മഹത്തരമാക്കുന്നത്. വേദങ്ങളും ഉപ നിഷത്തുകളും മാത്രമല്ല; നാടോടി ഗാനങ്ങളുടെ നിഷ്കളങ്കതയും ടാഗോർ രചനകളിൽ സമ്മേളിച്ചിരിക്കുന്നു. അമേയമായ ഒരു ശക്തി വിശേഷത്തോടു സംവദിക്കുന്നതിന്റെ ആനന്ദാനുഭൂതി ഗീതാഞ്ജലി യിലൂടെ നമുക്ക് പകർന്നുതരികയാണ് കവി. വേദങ്ങളിലും ഉപനിഷത്തു കളിലും പ്രകടമായിരിക്കുന്ന പ്രാർഥനയുടെയും സ്തുതിയുടെയും ശൈലി ഗീതാഞ്ജലിയിലുണ്ട്.

ടാഗോറിന്റെ കരസ്പർശമേൽക്കാത്ത മേഖലകൾ ഇല്ല. ദേശീയ പ്രസ്ഥാനത്തിലും സാഹിത്യം, സംഗീതം, നാടകം, ചിത്രരചന തുടങ്ങിയ മിക്ക രംഗങ്ങളിലും അദ്ദേഹം നവോത്ഥാനത്തിന്റെ ദീപം തെളിയിച്ചു. മനുഷ്യരാശിയുടെ ഏകത്വമായിരുന്നു മഹാകവിയുടെ സ്വപ്നം.

കേരളത്തിന്റെ സാംസ്കാരിക നവോത്ഥാനത്തിലും ടാഗോറിന് വലിയ സ്വാധീനമുണ്ടായിരുന്നു. ബംഗാളിനോട് കൗതുകകരമായ ബന്ധം

പുലർത്തുന്ന കേരളം ടാഗോറിനെ ഗുരുവായിത്തന്നെ സ്വീകരിച്ചു. ടാഗോർ 1922ൽ കേരളം സന്ദർശിച്ചപ്പോൾ അദ്ദേഹത്തെ വരവേൽക്കാൻ മഹാകവി കുമാരനാശാൻ ദിവ്യകോകിലം എന്ന കവിത രചിക്കുകയും സ്വാഗത സമ്മേളനത്തിൽ സി. കേശവൻ അത് ആലപിക്കുകയും ചെയ്തു. ശ്രീനാരായണ ഗുരുവും ടാഗോറുമായുള്ള കൂടിക്കാഴ്ചയെ രണ്ട് ഋഷീശ്വരന്മാരുടെ സമാഗമമായാണ് ചരിത്രം രേഖപ്പെടുത്തിയിരിക്കുന്നത്.

ടാഗോറിന്റെ രചനാവൈഭവത്തെ അനുകരിക്കുവാൻ കേരളത്തിലെ മിക്ക സാഹിത്യകാരന്മാരും അന്ന് ശ്രമിച്ചിരുന്നു. ജി. ശങ്കരക്കുറുപ്പിന്റെ കവിതകളിൽ ടാഗോറിന്റെ സ്വാധീനം പ്രകടമാണ്. താൻ ഏറ്റവും ആരാധിക്കുന്ന കവി ടാഗോർ, തനിക്ക് ഏറ്റവും പ്രിയപ്പെട്ട ഗ്രന്ഥം ഗീതാഞ്ജലി എന്നിങ്ങനെ ജി. പ്രസ്താവിച്ചിരുന്നു. ഗീതാഞ്ജലി അദ്ദേഹം തർജ്ജമ ചെയ്തിട്ടുമുണ്ട്. ഗീതാഞ്ജലിയുടെ പരിഭാഷ ഏറ്റവും കൂടുതലുണ്ടായത് മലയാളത്തിലായിരിക്കണം. ഗീതാഞ്ജലി ഒരുകാലത്ത് നിത്യപാരായണത്തിനുപയോഗിച്ചിരുന്നു. കേരളീയ യുവാക്കൾ ശാന്തിനികേതനിൽ വിദ്യാഭ്യാസം നേടാൻ ആവേശം കൊണ്ടിരുന്നു. മാതൃഭാഷയായ ബംഗാളിയുടെ ഉന്നമനത്തിന് ടാഗോർ കാണിച്ച ശുഷ്കാന്തി മലയാളികളെയും പ്രചോദിപ്പിച്ചിരുന്നു. ശാന്തിനികേതൻ, ഗീതാഞ്ജലി തുടങ്ങിയ പേരുകൾ കേരളത്തിൽ സർവസാധാരണമായിരുന്നു. ഇന്ന് ടാഗോറോ ഗീതാഞ്ജലിയോ ശാന്തിനികേതനോ ഭാഷാസ്നേഹമോ ഒന്നും തന്നെ പുതുതലമുറയെ ആവേശം കൊള്ളിക്കുന്നില്ല.

രാഷ്ട്രങ്ങൾക്കും മതങ്ങൾക്കും മധ്യത്തിൽ പുലർത്തേണ്ട സ്നേഹസഹകരണങ്ങളെക്കുറിച്ച് ടാഗോറിന്റെ ദർശനം കൂടുതൽ പ്രസക്തമായിരിക്കുന്ന ഇക്കാലത്ത് അദ്ദേഹത്തെ മറന്നത് ഖേദകരമായി.

മലർവാടികൾ മരുഭൂമികളും വിളഭൂമികൾ ശ്മശാനങ്ങളും ഗ്രന്ഥശാലകൾ പട്ടാളത്താവളങ്ങളുമായി മാറാതിരിക്കാൻ സംസ്കാരത്തിന്റെ വികാസത്തെ മാർഗമാക്കണം എന്ന ടാഗോറിന്റെ ആഹ്വാനം നാം ഉൾക്കൊള്ളേണ്ടതുണ്ട്.

*(2010 ആഗസ്റ്റ്)*

# സ്വരലയം

എന്നെ സ്നേഹിക്കൂ! അല്ലെങ്കിൽ ദ്വേഷിക്കൂ! ദയവുചെയ്ത് അവഗണിക്കാതിരിക്കൂ! സമൂഹത്തിൽ ഇങ്ങനെ നിലവിളികൾ ഉയർന്നുകൊണ്ടിരിക്കുന്നു. കുഞ്ഞുങ്ങളും വൃദ്ധരും എല്ലാം ഇങ്ങനെ നിലവിളിക്കുന്നുണ്ട്. ഒടുങ്ങാത്ത മോഹങ്ങളുടെയും അധികാരങ്ങളുടെയും വഴിയേ പായുന്ന സമൂഹം ഈ നിലവിളികൾ കേൾക്കുന്നില്ല. ആശയവിനിമയം നഷ്ടമാകുന്നതിന്റെ അസ്വസ്ഥതകൾ സമൂഹത്തിൽ വലിയ ആഘാതങ്ങൾ സൃഷ്ടിക്കുന്നു.

അടുത്തിടെ ഒരു കുഞ്ഞിക്കഥ വായിക്കുകയുണ്ടായി. കോമ്പസിഷൻ ബുക്കുകൾ വീട്ടിൽ കൊണ്ടുവന്ന് തിരുത്തുകയായിരുന്നു അധ്യാപിക. ഒരു കുട്ടിയുടെ ബുക്കിലെ താളുകളിലേക്ക് അവരുടെ കണ്ണുനീർ വീണു. അവർ തേങ്ങുന്നതു ശ്രദ്ധിച്ച ഭർത്താവിന്റെ നേർക്ക് അവർ ബുക്ക് നീട്ടി. കുട്ടി എഴുതിയിരിക്കുന്നു - എന്നെ ഒരു ടെലിവിഷനാക്കൂ! അമ്മയും അച്ഛനും എല്ലാം ടെലിവിഷനെ ശ്രദ്ധിക്കുന്നു. എത്ര വൈകിവന്നാലും അച്ഛൻ അതിന്റെ അടുത്തുപോകും. ടിവിക്ക് ഒരു ചെറിയ പ്രശ്നമുണ്ടായാൽ ഉടനതു പരിഹരിക്കും. എന്നെ അനുജൻ പോലും ശ്രദ്ധിക്കുന്നില്ല. എല്ലാവരുടെയും ശ്രദ്ധ കിട്ടുന്നത് ടെലിവിഷനായതിനാൽ എനിക്കൊരു ടി വി ആയാൽ മതി. കുറിപ്പ് വായിച്ചു സങ്കടപ്പെട്ട ഭർത്താവിനോട് കുട്ടിയുടെ പേര് നോക്കാൻ അവർ പറഞ്ഞു. അത് അവരുടെ തന്നെ കുട്ടിയായിരുന്നു!

ഒരു പത്തുവർഷം മുമ്പുവരെ കുട്ടികൾ ആത്മഹത്യ ചെയ്യുന്നതിനെപ്പറ്റി കേട്ടുകേൾവിപോലും ഉണ്ടായിരുന്നില്ല. ഇപ്പോൾ അത് അടിക്കടി വാർത്തയായിരിക്കുന്നു. അധ്യാപകർ ശിക്ഷിച്ചതിന്, സഹപാഠികൾ കളിയാക്കിയതിന്, മൊബൈൽ ഫോൺ വാങ്ങിക്കൊടുക്കാത്തതിന്. അഞ്ചുവയസ്സുള്ള കുഞ്ഞിനുപോലും ജീവിതം വിരസമാകുന്നു, ജീവിതത്തോട് വെറുപ്പുണ്ടാകുന്നു.

സകല ഭൗതിക സാഹചര്യങ്ങളും ഒരുക്കിക്കൊടുക്കുമ്പോഴും കുഞ്ഞിന്റെ കണ്ണുകളിലേക്ക്, അതിന്റെ മനസ്സിലേക്ക് വാത്സല്യത്തോടെ നോക്കി അവനെ മനസ്സിലാക്കാൻ മാതാപിതാക്കൾ മറന്നുപോകുന്നു. കുഞ്ഞിന്റെ വിശപ്പ് അറിയുമെങ്കിലും സ്നേഹത്തിന്റെ

ദാഹം അറിയാത്തവർ. പറക്കമുറ്റി മക്കൾ പറന്നകലുമ്പോൾ മാതാപിതാക്കൾ അവഗണനയുടെ കയ്പുനീർ അനുഭവിച്ചു തുടങ്ങുന്നു. അപ്പോഴാണ് കാൽച്ചുവട്ടിൽ നിന്നും ഭൂമി വിട്ടുപോകുന്നതായറിയുന്നത്.

ബന്ധുക്കളിൽ നിന്നുള്ള കടുത്ത അവഗണനയിൽ മനസ്സ് മരവിച്ച് കുഞ്ഞുങ്ങളെയും കൊണ്ട് മരിക്കുന്ന അമ്മമാരും നിരവധി. കൂട്ട ആത്മഹത്യയുടെ മനശ്ശാസ്ത്രവും മറ്റൊന്നല്ല. സമൂഹം തനിക്കു കൂട്ടിനില്ല, അടുത്ത ബന്ധുക്കൾ പോലും കരുണയറ്റവരാണെന്ന അറിവിൽ മരണത്തിന്റെ ശാന്തിതീരമണയാൻ സന്നദ്ധരാവുന്നു.

സ്നേഹം, ആത്മാർഥത, കരുണ തുടങ്ങിയ ഭാവങ്ങൾ മനുഷ്യബന്ധങ്ങളിൽ ചേർക്കുമ്പോഴാണ് ദുഃഖം സഹിക്കാവുന്നതാവുന്നത്; ജീവിതം അംഗീകരിക്കപ്പെടുന്നത്. ദുഃഖത്തെ പരാജയപ്പെടുത്തുകയെന്നാൽ ദുഃഖത്തെ സ്വീകരിക്കുകയെന്നതാണെന്ന് സെൻ ഗുരുക്കന്മാർ പറയുന്നു. രോഗം, വാർധക്യം തുടങ്ങിയ അവസ്ഥകളിൽ നിന്ന് മുക്തമായില്ലെങ്കിലും സ്നേഹം ആ അവസ്ഥകളെ ഒരു പരിധി വരെ സഹനീയമാക്കുന്നു. നിരാശയുടെ കയത്തിൽ നിന്നും രക്ഷിക്കാൻ പ്രസാദാത്മകനായ ഒരു സുഹൃത്തുണ്ടായാൽ മതി. ഒരു നല്ല പുസ്തകത്തിനു പോലും അത് സാധിക്കും. വിശ്വാസത്തിന്റെ കൈത്താങ്ങ് കൂടിയുണ്ടെങ്കിൽ ജീവിതം ജീവിച്ചുതീർക്കാവുന്നതേയുള്ളൂ. ദുഃഖത്തിൽ നിന്നും മോചനം നേടി ആനന്ദം അനുഭവിക്കാനുള്ള മാർഗങ്ങളാണ് എല്ലാ ദർശനങ്ങളും പറഞ്ഞുതരുന്നത്. ഒരു വ്യക്തിക്ക് അപസ്വരമായോ സ്വരലയമായോ വർത്തിക്കാൻ കഴിയും എന്ന് പറയാറുണ്ട്. ശരിയായ മതപഠനം സ്വരലയത്തിലേക്കു നയിക്കും. തനിക്കും സമൂഹത്തിനും അത് സമാധാനം നൽകും.

*(2010 സെപ്റ്റംബർ)*

# ഗാന്ധിമാർഗം

*ഒക്ടോബർ വീണ്ടും വരുന്നു തൻകൂപ്പിയ*
*കൈക്കുള്ളിലുന്നം പിഴയ്ക്കാത്ത തോക്കുമായ്*
*ധർമത്തിൻ ഗ്ലാനിയിൽ വന്നുദിക്കാമൊരു*
*കർമ്മചന്ദ്രൻ വീണ്ടുമെന്നൊരുൾപ്പേടിയാൽ*

ധർമ്മത്തിന്റെ ഗ്ലാനിയിൽ സംഭവിച്ച സത്യാവതാരമായിരുന്നു മോഹൻ ദാസ് കരംചന്ദ് ഗാന്ധി. യൂസഫലി കേച്ചേരിയുടെ *ഒക്ടോബർ* എന്ന കവിത ആധുനിക ലോകത്തിന് ഒരു മുന്നറിയിപ്പ് നൽകുന്നു എന്നതുകൊണ്ടാണ് ഒക്ടോബർ ലക്കം എഡിറ്റോറിയലിൽ ചില വരികൾ ഉദ്ധരിക്കുന്നത്.

ലോകം ഇന്ന് ഭയത്തിന്റെയും അസ്വസ്ഥതകളുടെയും ചൂടിലാണ്. ലോകപൊലീസ് എന്ന് ഭാവിക്കുന്ന അതിസമ്പന്നരാഷ്ട്രമായ അമേരിക്കയും വികസ്വരരാഷ്ട്രങ്ങളായ ഇന്ത്യയും പാകിസ്ഥാനും അവികസിതങ്ങളായ ആഫ്രിക്കൻ രാജ്യങ്ങളും ഒരുപോലെ ഇന്ന് ഭയത്തിന്റെ നിഴലിലാണ്. ശാസ്ത്രനേട്ടങ്ങൾ ന്യൂക്ലിയർ ശക്തിയായി അടയിരിക്കുമ്പോൾ വേട്ടക്കാരനും ഇരയും ഒരുപോലെ അസ്വസ്ഥരാണ്. ഭൂമിയിൽ നിന്നും ജീവന്റെ തുടിപ്പുപോലും തുടച്ചുനീക്കാൻ ശക്തമായ ന്യൂക്ലിയർ ആയുധങ്ങൾ പല രാജ്യങ്ങളുടെയും കൈവശമുള്ളപ്പോൾ അങ്ങനെയാവാതെ തരമില്ല. ഭീകരവാദത്തിന്റെ വികൃതമുഖങ്ങൾ എപ്പോഴും എവിടെയും ഉയർന്നുകൊണ്ടിരിക്കുന്നു. അന്തമില്ലാത്ത സുഖാർത്തിയാൽ ഭൂമിദൂഷണം മാരകമായ രീതിയിൽ തുടരുകയും ചെയ്യുന്നു. ഈ ദുരിതാവസ്ഥയിൽ ലോകസമാധാനം മനുഷ്യന്റെ വിശ്വാസപ്രമാണമാകാതെ തരമില്ല. ലോകത്തെ രക്ഷിക്കാനുള്ള ഏകമാർഗം അഹിംസയാണെന്ന ഗാന്ധിജിയുടെ ഉറച്ച നിലപാട് ഭാരതത്തെ അത്രകണ്ട് സ്വാധീനിച്ചില്ലെങ്കിലും ഇന്ത്യയെ അടക്കിഭരിച്ചവർ ഉൾപ്പെടെയുള്ള പാശ്ചാത്യർ ഇന്നത് അംഗീകരിക്കുന്നു. ഗ്രേറ്റ് ബ്രിട്ടനും കൂടി അംഗമായിട്ടുള്ള ഐക്യരാഷ്ട്രസഭയുടെ പൊതുസമിതിയാണ് ഒക്ടോബർ 2 അന്താരാഷ്ട്ര അഹിംസാദിനമായി പ്രഖ്യാപിച്ചത്.

സാമ്രാജ്യശക്തിയുടെ സമ്മർദത്തെ ചെറുക്കാൻ അതിലളിതമെന്നു തോന്നിയേക്കാവുന്ന ചില പ്രതീകങ്ങളായിരുന്നുവല്ലൊ ഗാന്ധിജി

മുന്നോട്ടുവച്ചത്. അഹിംസ, സത്യാഗ്രഹം, ഉപവാസം, നിസ്സഹകരണം, ചർക്ക തുടങ്ങിയ ലളിതക്രിയകൾ കൊണ്ട് ഗാന്ധിജി ഭാരതത്തെ മോചിപ്പിച്ചു. ഈ ലളിതക്രിയയുടെ പ്രഭാവത്തെ ഇന്ത്യക്കാരെക്കാൾ കൂടുതൽ നിരീക്ഷിച്ചത് അവരായിരുന്നു. സ്വാതന്ത്ര്യാനന്തരഹിംസയുടെ ദിനങ്ങളിൽ അർധനഗ്നനായ ഒരു വൃദ്ധന്റെ പതിഞ്ഞതും ഗാനാത്മകവുമായ വാക്കുകളിൽ ശാന്തി നേടാൻ 10 ലക്ഷം പേർ ഒരു ദിവസം തടിച്ചുകൂടിയിരുന്നു എന്ന് അറിയുന്ന പുതുതലമുറ ഏത് ആകർഷണതരംഗങ്ങളാണ് ഗാന്ധിജിയിൽ നിന്ന് പ്രസരിച്ചതെന്ന് വിസ്മയിക്കാതിരിക്കുന്നതെങ്ങനെ? ആയുധധാരികളായ അരലക്ഷം സൈനികർക്ക് നിയന്ത്രിച്ചുനിർത്താനാകാത്ത വർഗീയ സംഘർഷം നിരായുധനായ ഒരു വൃദ്ധൻ നിയന്ത്രിച്ചുനിർത്തിയതിന്റെ ദൈവികത അറിയുമ്പോഴാണ് ഗാന്ധിജി വീണ്ടും ജനിക്കേണ്ടതുണ്ട് എന്ന് പ്രാർഥിക്കുന്നത്. ഒരു ഗാന്ധിജി ജനിക്കാതിരിക്കാൻ ഛിദ്രശക്തികൾ തോക്ക് ചൂണ്ടിനിൽക്കുമ്പോൾ സമാധാനം നിലനിന്നുകാണാൻ ഒരു കർമ്മചന്ദ്രന്റെ പുനർജനിക്കായി ജനകോടികൾ ധ്യാനിക്കേണ്ടതുണ്ട്. അവരുടെ ധ്യാനച്ചൂടിൽ നിന്നുവേണം സത്യത്തിന് വീണ്ടും അവതാരമെടുക്കാൻ. രണ്ടു ശക്തികളിൽ ഏതിനാണ് ബലം എന്ന് പ്രകൃതിക്ക് തീരുമാനിക്കേണ്ടിവരുമ്പോൾ അത് ധർമപക്ഷത്തെ ഉയർത്തിനിർത്തുമെന്നതിൽ തർക്കമില്ല. നൂറ്റുപേരും സൈനികരും ഒരുപക്ഷത്തും അഞ്ചുപേരും ധർമ്മവും മറുപക്ഷത്തും യുദ്ധസന്നദ്ധരായി നിലകൊണ്ടപ്പോൾ പിറന്ന *ഭഗവദ് ഗീത*യായിരുന്നു മഹാത്മജിക്ക് ആത്മീയശക്തി എന്നും പകർന്നുകൊണ്ടിരുന്നത്. എല്ലാ സംഘർഷനിമിഷങ്ങളിലുമെന്നപോലെ സ്വാതന്ത്ര്യലബ്ധിക്കുശേഷമുള്ള പുലരിയിലും ഗാന്ധിജി *ഗീത* തുറന്നു. ആദ്യത്തെ ശ്ലോകത്തിൽ - *ധർമ്മക്ഷേത്രേ കുരുക്ഷേത്രേ....* അദ്ദേഹം ഇന്ത്യയെ കണ്ടു.

ഇന്നും ഇതിന് മാറ്റമില്ല. ഇന്ത്യയും പാകിസ്ഥാനും സഹോദരസ്ഥാനത്ത് തിരികെ വന്നിട്ടില്ല. ഗാന്ധിമാർഗം തികച്ചും ആധുനികമാണെന്ന തിരിച്ചറിവിൽ നമ്മൾ തീരുമാനങ്ങൾ എടുക്കേണ്ടിയിരിക്കുന്നു. ഗാന്ധിജിയുടെ സർവാശ്ലേഷപുഞ്ചിരിയും അപാരകാരുണ്യം ചൊരിയുന്ന കണ്ണുകളും അവഗണിച്ചുകൊണ്ട് കാലടികളെ മുറിവേല്പിക്കുന്ന കൂർത്ത കല്ലുകളിൽ അഭയം യാചിക്കുന്നവരായിത്തീർന്നിരിക്കുന്നു ഭാരതീയർ. പർണശാലകൾ പോലും വർണശാലകളായി മാറുന്നു, മതമെന്നാൽ ഗാന്ധിജിയെ സംബന്ധിച്ചിടത്തോളം അകമേ ഉണരലാണ്. ഉണർന്നുകഴിഞ്ഞവന് എല്ലാ മതങ്ങളിലെയും സർവധർമസമത്വം പ്രഖ്യാപിക്കാനാകുന്നു. അഹിംസയും സത്യവും ജീവിതവ്രതമാക്കുന്നു. എല്ലാ അസമത്വങ്ങളെയും മറി കടന്ന് സമസ്തസൃഷ്ടിജാലങ്ങളിലും നമ്മെത്തന്നെ ദർശിക്കാനാവുമ്പോൾ ദൈവത്തെ അറിയാനാകുന്നു. അതാണ് ഗാന്ധിമാർഗം.

*(2010 ഒക്ടോബർ)*

# മരണത്തിന് മാന്യത

**മൈ**ക്കൽ ജാക്സന്റെ എർത്സോങ് എന്ന ആൽബത്തിലെ പുനരുജ്ജീവന ദൃശ്യങ്ങൾ ഓർമയിൽ വന്നു. മുറിക്കപ്പെട്ട വൃക്ഷങ്ങൾ കൂടിച്ചേർന്ന് ചില്ലകൾ വീശുന്നു. അടിതെറ്റി ചരിഞ്ഞുപോയ ആന തുമ്പിക്കൈ ഉയർത്തി പിടഞ്ഞെഴുന്നേൽക്കുന്നു. ചിറകറ്റു മരിച്ചുവീണ പക്ഷികൾ കൂട്ടമായി പറന്നുയരുന്നു. വെടിയേറ്റു മരിച്ച മനുഷ്യൻ ഉണർന്നെഴുന്നേൽക്കുന്നു. നിർജീവിതയിൽ നിന്ന് സജീവതയിലേക്ക്! പരുക്കേറ്റ പ്രകൃതിയെ, പരുക്കേറ്റ ജനസഞ്ചയത്തെ മോചിപ്പിക്കാൻ ആഹ്വാനം ചെയ്യുന്ന അതിപ്രശസ്ത ഗാനമാണ് സംഗീതലോകത്തെ ഇതിഹാസമായിരുന്ന മൈക്കൽ ജാക്സന്റെ 'ഭൂമിഗീതം' - ഒക്ടോബർ 9 വൈകുന്നേരം ലോകസാന്ത്വന പരിചരണ ദിനാചരണ ചടങ്ങുകളിൽ പങ്കുകൊണ്ടപ്പോൾ പാലിയം ഇന്ത്യ അധ്യക്ഷൻ ഡോ.എം.ആർ. രാജഗോപാൽ വിവരിച്ച അനുഭവങ്ങൾ ആ ദൃശ്യങ്ങളെ ഓർമയിൽ കൊണ്ടുവന്നു. എല്ലുതുളയ്ക്കുന്ന കാൻസർ വേദനയിൽ, ശ്വാസം പോലും പീഡയാകുന്ന രോഗിക്ക് സാന്ത്വനചികിത്സ ലഭിക്കുന്നതോടെയുള്ള അനുഭവങ്ങൾ–അയാൾ എഴുന്നേറ്റ് ഭക്ഷണം കഴിക്കുന്നു, നടക്കുന്നു, പ്രിയപ്പെട്ടവരോട് സംസാരിക്കുന്നു, സാധാരണ ജീവിതത്തിലേക്ക് മടങ്ങിയെത്തുന്നു. രോഗം മാറ്റാനല്ല, മരണം ഉറപ്പാക്കിയ രോഗിയുടെ മരണനിലവാരം ഉയർത്തുവാനുള്ളതാണ് ശമനൗഷധങ്ങൾ. മരണത്തിന് മാന്യത കല്പിക്കുക, മരണത്തിന്റെ നിലവാരം ഉയർത്തുക എന്നൊക്കെയുള്ള ചിന്തതന്നെ ദൈവികമാണ്. അങ്ങേയറ്റം ദരിദ്രരും ഏറ്റവും ധനവാന്മാരും ഒരുപോലെ വേദനകൊണ്ട് പിടയുന്ന അവസരങ്ങളുണ്ട്. കറൻസിക്ക് കടലാസിന്റെ വിലപോലുമില്ലെന്ന് ബോധ്യമാക്കിത്തരുന്ന ജീവിത മുഹൂർത്തങ്ങൾ! അവിടെ ആശ്വാസത്തിന്റെ തെന്നൽ വീശിക്കൊടുക്കുകയാണ് പാലിയേറ്റീവ് ചികിത്സകർ ചെയ്യുന്നത്.

മരണത്തെക്കുറിച്ച് സംസാരിക്കുന്നത് സാമാന്യമായി പറഞ്ഞാൽ ഏവർക്കും പ്രയാസമുള്ള കാര്യമാണ്. മരണാനന്തര ജീവിതം ഏവരിലും കൗതുകമുണർത്തുന്നു. എന്നാൽ മരണമോ? മരണത്തിന്റെ സ്മരണ പോലും ഭീതിദമാണ്. വേദാന്തികൾ മരണത്തെ മുഷിഞ്ഞ വസ്ത്രം മാറലായി ചർച്ച ചെയ്യുന്നു. അതിൽ ദുഃഖിക്കാനൊന്നുമില്ലെന്ന്

ആശ്വസിപ്പിക്കുന്നു. എന്നാൽ മരണംപോലും നിഷേധിക്കപ്പെട്ട്, വേദനയുടെ യാഥാർഥ്യത്തെ മുഖാമുഖം കാണുമ്പോൾ വേദാന്തചിന്ത സാന്ത്വനമാകുമോ? മരണം യാചിച്ചുപോകുന്ന, മരണത്തെക്കാൾ സഹ്യമല്ലാത്ത ഒരവസ്ഥയിൽ ഈ മുഷിഞ്ഞ വസ്ത്രം സ്വയമങ്ങ് അഴിച്ചുവയ്ക്കാൻ പോലുമാകാതെ വേദനയുടെ അഗ്നിയിൽ ശയിക്കുമ്പോൾ സാന്ത്വനൗഷധവുമായി എത്തുന്ന ഭിഷഗ്വരൻ തന്നെയല്ലേ ദൈവം? ആ ഈശ്വരസ്പർശം എത്തിച്ചുകൊടുക്കാൻ കേരളത്തിൽ ഡോ.എം.ആർ. രാജഗോപാലും രാജേശ്വരി ഫൗണ്ടേഷനും എസ്.യു.റ്റി. ആശുപത്രിയും ചേർന്ന് നടത്തുന്ന പ്രവർത്തനങ്ങൾ ഇന്ത്യയെ പൂർണലജ്ജയിൽ നിന്നും മോചിപ്പിച്ചിരിക്കുന്നു. കാരണം സിംഗപ്പൂരിലെ ലീൻ ഫൗണ്ടേഷന്റെയും ഇക്കണോമിക്സ് ഇന്റലിജൻസ് യൂണിറ്റിന്റെയും ആഭിമുഖ്യത്തിൽ മരണത്തെ വിലയിരുത്താൻ ലോക രാഷ്ട്രങ്ങളിൽ നടത്തിയ സർവെയുടെ ഫലം ഇന്ത്യക്ക് ലജ്ജയുണ്ടാക്കുന്നതാണ്. മരണാസന്നനായ രോഗിയും അദ്ദേഹത്തിന്റെ കുടുംബവും അനുഭവിക്കുന്ന ദുരിതങ്ങളുടെ അടിസ്ഥാനത്തിൽ മരണനിലവാരം കണക്കാക്കുകയും സാന്ത്വനചികിത്സാ സേവനങ്ങളുടെ ലഭ്യത വിലയിരുത്തുകയും ചെയ്തപ്പോൾ ഇന്ത്യയുടെ സ്ഥാനം ഏറ്റവും താഴത്തെ പടിയിൽ. വേദന സംഹരിക്കുന്ന ഔഷധം നിർമിക്കാനുള്ള കറുപ്പ് (ഓപ്പിയം) ഏറ്റവും കൂടുതൽ കൃഷി ചെയ്യുന്ന ഇന്ത്യയിലാണ് ഈ ശാപം എന്നത് ശ്രദ്ധേയമാണ്. രക്ഷയുടെയും ശിക്ഷയുടെയും മുഖമുണ്ട് ഓപ്പിയത്തിന്. മയക്കുമരുന്ന് മാഫിയകൾ ശിക്ഷയായി അത് പ്രയോഗിക്കുന്നതിനാൽ അവരെ നിയന്ത്രിക്കാനുണ്ടാക്കിയ നിയമക്കുരുക്കിൽപ്പെട്ട് തീരാവേദനക്കാരുടെ രക്ഷാമാർഗം അടഞ്ഞുപോകുന്നു. സർക്കാരിന്റെ ഇച്ഛാശക്തി, പൊതുജനങ്ങളുടെ സന്മനസ്സ്, വിദഗ്ധരുടെ കൂട്ടായ ശ്രമങ്ങൾ, സർവോപരി സ്നേഹമസൃണമായ മനസ്സുകളുടെ ഐക്യം - ഇതൊക്കെയാണ് സാന്ത്വനചികിത്സാരംഗത്തിന് ആവശ്യം. ആരോഗ്യചികിത്സാരംഗം ഇന്ന് കോടികൾ കൊയ്യുന്ന വ്യവസായമാണ്. അവർ വരുമാനത്തിന്റെ ഒരംശം സാന്ത്വനചികിത്സാ പ്രവർത്തനങ്ങൾക്ക് സൗജന്യമായി എത്തിച്ചിരുന്നെങ്കിൽ എന്നാഗ്രഹിച്ചുപോകുന്നു. ആരാധനാലയങ്ങളിൽ ഉത്സവമേളങ്ങൾക്ക് പൊട്ടിച്ചുകളയുന്ന കോടികൾ മനുഷ്യവേദനയകറ്റുന്നതിനുള്ള സംരംഭങ്ങൾക്ക് വിനിയോഗിച്ചാൽ അതാവില്ലേ ദൈവങ്ങൾക്ക് പ്രിയം? ആശുപത്രികളിൽ നിന്ന് തള്ളപ്പെട്ട് കിടക്കയിൽ വെന്തുകഴിയുന്നവരെ നിസ്സാരമായ ചികിത്സ നല്കി സാധാരണജീവിതത്തിലേക്ക് മടക്കിക്കൊണ്ടുവരാൻ കഴിയുമെങ്കിൽ അത് ചെയ്യാതിരിക്കുന്നത് ക്രിമിനൽ കുറ്റമാണ് എന്ന ഡോ. രാജഗോപാലിന്റെ വാക്കുകൾ കൂടുതൽ ആളുകളിലേക്ക് എത്തണം.

*(2010 നവംബർ)*

# രണ്ടു തപസ്വിനികൾ

സഹജീവികളുടെ ദുരിതത്തിനെതിരെയുള്ള പോരാട്ടമായി ജീവിതം കൊണ്ടുനടക്കുന്ന രണ്ടു സ്ത്രീകൾ പുരാണകഥാപാത്രങ്ങളെ അതിശയിപ്പിക്കുന്നു എന്നു പറയാതെവയ്യ. വലിയ തപസ്സനുഷ്ഠിച്ച പല വ്യക്തികളെക്കുറിച്ചും പുരാണേതിഹാസങ്ങളിൽ വർണ്ണനകളുണ്ട്. അവരൊക്കെയും വ്യക്തിപരമായ നേട്ടങ്ങൾക്കാണ് കൊടുംതപസ്സനുഷ്ഠിച്ചതെന്ന് കഥകൾ പറഞ്ഞുതരുന്നു. പാപമോചനത്തിനായി തപസ്സനുഷ്ഠിച്ച രത്നാകരൻ തന്നെ ചിതൽപ്പുറ്റു വന്ന് മൂടിയതറിഞ്ഞതേയില്ല. കാലചക്രം ഉരുളുന്നതറിയാതെ പെരുവിരലൂന്നിനിന്ന് തപംചെയ്ത ഹിരണ്യകശിപു ലക്ഷ്യം വച്ചത് ബ്രഹ്മാവിൽനിന്ന് അമരത്വം നേടാനായിരുന്നു. പരമശിവനെ ഭർത്താവായി ലഭിക്കാനാണ് ഉമ പഞ്ചാഗ്നിമധ്യത്തിൽ തപസ്സനുഷ്ഠിച്ചത്. അച്ഛനെക്കാൾ വലിയ സ്ഥാനം നേടാനാണ് വിഷ്ണുപ്രീതിക്കായി ശൈശവത്തിൽ തന്നെ ധ്രുവൻ തപസ്സ് ചെയ്തത്. ഇവയൊക്കെയും അവിശ്വസനീയങ്ങളെങ്കിലും മനഃശക്തിയുടെ മാഹാത്മ്യത്തെ പ്രതിനിധീകരിക്കുന്ന കഥകളായി നിലകൊള്ളുന്നു.

ആധുനിക കാലഘട്ടത്തിലെ രണ്ടു വനിതകൾ - ആങ്സാൻ സ്യൂചിയും ഇറോം ഷർമിളയും പുരാണകഥാപാത്രങ്ങളെക്കാൾ ശ്രേഷ്ഠരാകുന്നത് അവർ പൊതുവായ ഒറ്റ ലക്ഷ്യത്തിനുവേണ്ടി തപസ്സനുഷ്ഠിക്കുന്നവരാണ് എന്നതുകൊണ്ടാണ്. സ്വാതന്ത്ര്യവും സമത്വവുമാണ് അവരുടെ ലക്ഷ്യങ്ങൾ. ഭരണകൂടഭീകരതയോടുള്ള സമരമാണവരുടെ വഴി.

മനുഷ്യാവകാശങ്ങളും ജനായത്ത ഭരണക്രമവും തച്ചുടച്ച് സൈനിക ഭരണം താറുമാറാക്കിയ മ്യാൻമറിന്റെ അന്തസ്സ് തിരിച്ചുപിടിക്കാൻ കഴിഞ്ഞ 20 വർഷമായി വീട്ടുതടങ്കൽ അനുഭവിച്ച ആങ്സാൻ സ്യൂചിയെ വിസ്മയത്തോടെയും പ്രതീക്ഷയോടെയുമാണ് ലോകം കാണുന്നത്. മ്യാൻമറിന്റെ സ്വാതന്ത്ര്യസമരനേതാവായ ജനറൽ സൂചിയുടെ പുത്രിയാണ് അവർ. ബർമയുടെ ഗാന്ധിയെന്നാണ് ജനറൽ സൂചി അറിയപ്പെടുന്നത്. 1947ൽ പിതാവ് മരിക്കുമ്പോൾ സൂചിക്ക് രണ്ടു വയസ്സ്. വിദേശ വിദ്യാഭ്യാസം നേടി, വിവാഹിതയായി, രണ്ടു കുട്ടികളുടെ മാതാവായി വിദേശത്ത് താമസിക്കുമ്പോഴും മാതൃരാജ്യത്തിന്റെ നിലവിളി അവർ അവഗണിച്ചില്ല. ആയിരക്കണക്കിന് വിദ്യാർഥികളും ഉദ്യോഗസ്ഥരും

സന്ന്യാസിമാരും ജനങ്ങളും തെരുവിലിറങ്ങി ജനാധിപത്യത്തിനുവേണ്ടി പൊരുതിയപ്പോൾ ആ ജ്വാലയിലേക്ക് അവർ 1988ൽ ഇറങ്ങിച്ചെന്നു. മഹാത്മാഗാന്ധിയുടെയും മാർട്ടിൻ ലൂഥർ കിങ്ങിന്റെയും അഹിംസാ സമരമുറകൾ ഉൾക്കൊണ്ട് റാലികൾ സംഘടിപ്പിച്ചു. രാജ്യം മുഴുവൻ സഞ്ചരിച്ചു. അവർ മ്യാൻമറിന്റെ സ്വാതന്ത്ര്യത്തിന്റെ പ്രതീകമായി. അന്നു മുതൽ വീട്ടുതടങ്കലിന്റെയും ഏകാന്ത തടവിന്റെയും ദിനങ്ങൾ ആരംഭിച്ചു. നീണ്ട ഇരുപതു വർഷങ്ങൾ! പക്ഷേ, സൂചി പറയുന്നു: "എന്നെ അസ്വതന്ത്രയാക്കാൻ ആർക്കും കഴിയില്ല. എന്റെ മനസ്സിനെ, ആശയങ്ങളെ, എന്റെ വിശ്വാസത്തെ, ലക്ഷ്യങ്ങളെ സ്പർശിക്കാൻ പോലും അവർക്കാവില്ല." കാൻസർ ബാധിച്ച് മരിച്ച ഭർത്താവിനെ കാണാനുള്ള അനുവാദം അവർ നിരാകരിച്ചു. ഒരിക്കൽ രാജ്യം വിട്ടാൽ മടങ്ങിവരാൻ സാധിക്കില്ല എന്നവർക്കറിയാം. എല്ലാ ബന്ധങ്ങളും സൗഭാഗ്യങ്ങളും മാതൃരാജ്യത്തിന്റെ മോചനത്തിനായി പരിത്യജിച്ച സൂചി 2010 നവംബർ 14ന് മോചിതയായപ്പോൾ ആ സ്വാതന്ത്ര്യത്തെ ലോകം മുഴുവനും ആഘോഷിക്കുകയായിരുന്നു. 1991ൽ സമാധാനത്തിനുള്ള നോബൽ പുരസ്കാരം ഇവർക്ക് നൽകുമ്പോൾ കമ്മറ്റി ചെയർമാൻ പറഞ്ഞു: "ശക്തിയില്ലാത്തവരുടെ ശക്തിയാണിവർ."

മണിപ്പൂർ ജനതയുടെ മേൽ ഇന്ത്യൻ സുരക്ഷാഭടന്മാർ അഴിച്ചുവിട്ട പിശാചനീതിക്കെതിരെ 10 വർഷമായി നിരാഹാരസമരം അനുഷ്ഠിക്കുകയാണ് ഇറോം ഷർമിള. മനുഷ്യാവകാശധ്വംസനങ്ങൾക്കു നേരെ പടപൊരുതാൻ ഇറങ്ങുമ്പോൾ ഈ പത്രപ്രവർത്തകയ്ക്ക് വയസ്സ് 28. അമ്മയുടെ ആശീർവാദത്തോടെ നിരാഹാരം ആരംഭിച്ച ഷർമിള പ്രഖ്യാപിച്ചു. 1958ലെ നിയമം മൂലം സായുധസേനാവിഭാഗത്തിനു ലഭിച്ച സവിശേഷ അധികാരം എടുത്തുകളയുംവരെ താൻ ഭക്ഷ്യപേയങ്ങൾ ഉപേക്ഷിക്കുന്നു. അവരുടെ പേരിൽ ആത്മഹത്യയ്ക്ക് കേസെടുത്ത സർക്കാർ അവരെ നിർബന്ധിച്ച് പോഷകങ്ങൾ കഴിപ്പിച്ചുകൊണ്ടിരിക്കുന്നു. ആശുപത്രിയിൽ നിന്നും ജയിലിലേക്കും തിരിച്ചും അവരെ കൊണ്ടുപൊയ്ക്കൊണ്ടിരിക്കുന്നു. ഷർമിള ഇന്ന് മണിപ്പൂരിന്റെ മാത്രമല്ല, ലോകത്തെമ്പാടുമുള്ള ജനായത്തവാദികളുടെ വേദനയും പ്രതീകവുമാണ്. മണിപ്പൂരിന്റെ ഉരുക്കുവനിതയാണവർ, പാർശ്വവൽക്കരിക്കപ്പെട്ട, ഭ്രഷ്ടരാക്കപ്പെട്ട ജനങ്ങളുടെ പ്രശ്നങ്ങളെ അഗ്നിസ്ഫുലിംഗംപോലെ ഉയർത്തിക്കാട്ടുന്ന വനിതകളാണ് സൂചിയും ഇറോം ഷർമിളയും. സ്വാർഥ താത്പര്യങ്ങൾക്കുവേണ്ടി സന്ധിചെയ്യാത്ത ധീരവനിതകൾ; കഠിനതപസ്വിനികൾ.

*(2010 ഡിസംബർ)*

# ഇന്ത്യയുടെ ഭാവി കുട്ടികളിൽ

മുഖവും ശരീരവും ആകെ സിഗരറ്റ് കൊണ്ടു പൊള്ളിച്ച ഒരു രണ്ടര വയസ്സുകാരനെ അടുത്തകാലത്ത് തെരുവിൽ കണ്ടെത്തുകയുണ്ടായി. സമൂഹം ദൃഷ്ടി തുറന്നുവച്ചതിനാൽ ആ കുട്ടി മോചിതനായി. കണ്ണു ചുഴന്നും ശരീരാവയവങ്ങൾ വികലമാക്കിയും കുഞ്ഞുങ്ങളെ ഭിക്ഷാടനത്തിനുപയോഗിക്കുന്നവർ മിക്കപ്പോഴും പിടിക്കപ്പെടുന്നില്ല. സമൂഹത്തിന്റെ ദയയുടെ നാണയത്തുട്ടുകൾ ഇതിനു പിന്നിലെ മാഫിയകളെ സമ്പന്നരാക്കുന്നു. നെയ്ത്തുശാലകളിലും തീപ്പെട്ടി കമ്പനികളിലും പടക്കനിർമ്മാണ ശാലകളിലും ലക്ഷക്കണക്കിനു കുരുന്നുകളുടെ ജീവിതമാണ് ഹോമിക്കപ്പെടുന്നത്. അടുത്തിടെ ഒരു സംഭവം അറിയാനിടയായി. സാരിയിലും ചുരിദാറിലും വർണക്കല്ലുകൾ വച്ചുപിടിപ്പിക്കുന്ന തൊഴിലിൽ ഏർപ്പെട്ടിരിക്കുന്ന കുട്ടികൾ ഉറങ്ങാതിരുന്നുപണിയെടുക്കാൻവേണ്ടി അവരുടെ വിടർന്ന കണ്ണുകളിലേക്ക് മണ്ണെണ്ണ സ്പ്രേ ചെയ്യുമത്രെ. ലൈംഗികപീഡനങ്ങൾക്ക് ഇരയാകുന്നവരും വളരെയേറെയുണ്ട്. അറിയപ്പെടുന്ന പീഡനങ്ങളെക്കാൾ അധികമാണ് അറിയപ്പെടാത്തവ. സമൂഹത്തിൽ ഏറ്റവും ദുഃഖം അനുഭവിക്കുന്നവിഭാഗം കുഞ്ഞുങ്ങളാണ്. ഇന്ത്യ, പാകിസ്ഥാൻ തുടങ്ങിയ വികസ്വര രാജ്യങ്ങളിലും അവികസിതരാജ്യങ്ങളിലും തെരുവിൽ അലയുന്ന കുഞ്ഞുങ്ങൾ സാധാരണ കാഴ്ചയാണ്. വലിയ ധനം വലിച്ചെറിഞ്ഞുകളയുന്നു എന്നാണ് ഇതിനെ വിശേഷിപ്പിക്കേണ്ടത്.

മനുഷ്യമൂലധനം ഇന്ന് വലിയ സമ്പത്തായി മാറിയിരിക്കുകയാണ്. കുടുംബാസൂത്രണത്തിന്റെ ആഹ്വാനം ശരിയായിരുന്നോ എന്ന് സംശയിക്കുന്നുണ്ട് ഇപ്പോൾ. പാശ്ചാത്യ വികസിത രാജ്യങ്ങളിലെല്ലാം മനുഷ്യവിഭവശേഷിയുടെ കുറവ് അനുഭവപ്പെടുന്നുണ്ട്. സാമ്പത്തിക വളർച്ച എന്നത് പുതിയ അറിവും മനുഷ്യമൂലധനവും തമ്മിലുള്ള ബന്ധത്തെ ആശ്രയിച്ചാണിരിക്കുന്നത്. തൊഴിൽ വൈദഗ്ധ്യം നേടിയിട്ടില്ലാത്ത സമൂഹത്തിൽ സാങ്കേതിക അറിവു കൊണ്ട് ഫലമുണ്ടാകുന്നില്ല. വിദ്യാഭ്യാസ രംഗത്തുണ്ടാകുന്ന പുരോഗതിക്കനുസരണമായിട്ടാണ് സാങ്കേതിക മേഖലയുടെ പുരോഗതിയും സാമ്പത്തിക ഉന്നമനവും ഉണ്ടാകുന്നത്. ജപ്പാൻ, തായ്‌വാൻ തുടങ്ങിയ ഏഷ്യൻ രാജ്യങ്ങളിലെ സാമ്പത്തിക

പുരോഗതി സൂചിപ്പിക്കുന്നത് മറ്റൊന്നല്ല. പ്രകൃതി വിഭവങ്ങൾ തീരെ കുറവായ ഈ രാജ്യങ്ങൾ എല്ലാം ഇറക്കുമതി ചെയ്യുകയാണ്. അവർ കയറ്റുമതി ചെയ്യുന്നത് നല്ല പരിശീലനം സിദ്ധിച്ച, അധ്വാനശേഷിയുള്ള തൊഴിൽ ശക്തിയാണ്. അധ്വാനശീലരും ആഗ്രഹമുള്ളവരും പരിശീലനം നേടിയവരുമായ വമ്പിച്ച മനുഷ്യവിഭവശേഷിയാണ് ചൈനയുടെ വൻകുതിപ്പിന്റെ പിന്നിലെ ശക്തി.

മനുഷ്യവിഭവശേഷിയുടെ കാര്യത്തിൽ ഇന്ത്യ സമ്പന്നമാണ്. ജനസംഖ്യയുടെ 20 ശതമാനത്തോളം 14 വയസ്സിൽ താഴെയുള്ള കുട്ടികളാണ്. ഇവർ വിദ്യാഭ്യാസവും പരിശീലനവും നേടി അരോഗദൃഢഗാത്രരായി വരുമ്പോഴുള്ള സമ്പത്തിനെക്കുറിച്ച് നമുക്ക് വലിയ സങ്കല്പം നെയ്യാനാവും. എന്നാൽ ഇതേ കുഞ്ഞുങ്ങൾ ലഹരിയിലും പീഡനങ്ങളിലും പെട്ട് മുരടിച്ചുപോയാൽ ഇന്ത്യ കുതിക്കുന്നതിനുപകരം വലിയ തളർച്ചയിലേക്കു പതിക്കും. കുഞ്ഞുങ്ങളുടെ മാനസികവും ശാരീരികവുമായ ആരോഗ്യമാണ് നാളത്തെ ഇന്ത്യയുടെ ആരോഗ്യം. കുഞ്ഞുങ്ങൾ കുടുംബത്തിന്റെയും രാഷ്ട്രത്തിന്റെയും സ്വത്തായി മാറണമെങ്കിൽ ഓരോ കുരുന്നിനും കുടുംബവും സമൂഹവും സർക്കാരും അതീവജാഗ്രതയും സ്നേഹവും നല്കേണ്ടതുണ്ട്. 2011 നെ പ്രതീക്ഷയോടെ നോക്കുമ്പോൾ കുഞ്ഞുങ്ങളുടെ നിഷ്കളങ്കമുഖങ്ങളാകട്ടെ മനസ്സുകളിൽ!

*(2011 ജനുവരി)*

## ആവർത്തിക്കാതിരിക്കട്ടെ

**അ**പകടം ഉണ്ടാകുന്നത് അപൂർവമായ സംഭവമൊന്നുമല്ല. എന്നാൽ അശ്രദ്ധ, മുൻകാലങ്ങളിൽ നിന്നും പാഠം ഉൾക്കൊള്ളാതിരിക്കുക, നിർദേശങ്ങളും മുന്നറിയിപ്പുകളും അവഗണിക്കുക, തുടങ്ങിയ കാര്യങ്ങൾ മൂലം മരണം സംഭവിക്കുമ്പോൾ അത് നരഹത്യയായി മാറുന്നു. ശബരിമലയിലെ പുൽമേട്ടിൽ സംഭവിച്ചത് നരഹത്യയാണെന്ന് പറയേണ്ടിവരുന്നത് അതുകൊണ്ടാണ്. 102 പേരുടെ ഹത്യ.

നിയമസഭാ സമിതിയുടെ മാസ്റ്റർപ്ലാൻ, ഹിന്ദു ഐക്യവേദിയുടെ ഹരിവരാസനം പദ്ധതി, യു. മഹാബലറാവു അധ്യക്ഷനായി രൂപീകരിച്ച കമ്മറ്റിയുടെ റിപ്പോർട്ട്, ജസ്റ്റിസ് ചന്ദ്രശേഖരമേനോൻ കമ്മീഷൻ റിപ്പോർട്ട് – അവഗണിക്കപ്പെട്ട നിർദേശങ്ങളുടെ നീണ്ട നിര. എന്തിന് ഏറ്റവും ഒടുവിൽ ഇന്റലിജൻസ് റിപ്പോർട്ടും അവഗണിക്കപ്പെട്ടു. പതിവിൽ കൂടുതൽ തീർഥാടകർ എത്തിക്കൊണ്ടിരിക്കുന്നുവെന്നും വൻദുരന്തത്തിന് സാധ്യതയുണ്ടെന്നും മാധ്യമങ്ങളും ഇന്റലിജൻസ് വകുപ്പും മുന്നറിയിപ്പു നല്കിയിരുന്നു.

താരതമ്യേന വളരെ ചെറിയ ക്ഷേത്രമായ ശബരിമലയിൽ നിന്ന് പ്രതിവർഷം ഏകദേശം 1500 കോടി രൂപയാണ് പല നികുതികളായി സർക്കാരിന് ലഭിക്കുന്നത്. 135 കോടി ഈ വർഷം ദേവസ്വം ബോർഡും കൈപ്പറ്റി. ഗതാഗത സംവിധാനങ്ങളിൽ നിന്നും ലഭിച്ചത് വേറെയും കോടികൾ. അന്യസംസ്ഥാനങ്ങളിൽ നിന്നും വരുന്ന അയ്യപ്പഭക്തർ കേരളത്തിലെ മറ്റു ക്ഷേത്രങ്ങൾക്കും വരുമാനമാർഗമാകുന്നുണ്ട്. വർഷാവർഷം ഇത്രയും ഭീമമായ വരുമാനം നല്കുന്ന ഭക്തരോട് ഇത്ര കടുത്ത അവഗണന കാണിക്കുന്നതിൽ കേരളം ലജ്ജിക്കേണ്ടതുണ്ട്. ഇന്ത്യയിൽ തന്നെയുള്ള മറ്റു തീർഥാടനകേന്ദ്രങ്ങൾ വളരെ മികച്ച സംവിധാനങ്ങളാണ് തീർഥാടകർക്ക് ഒരുക്കാറുള്ളത്. ഹരിദ്വാറിലെ കുംഭമേളയിൽ 4 മാസത്തിനുള്ളിൽ 80 കോടി തീർഥാടകർ എത്താറുണ്ടെന്ന് ഔദ്യോഗിക കണക്കു പറയുമ്പോൾ 100 കോടി എന്നാണ് സംഘാടകർ പറയുന്നത്. തിരുപ്പതിയിൽ ക്യൂ ക്യൂബിക്കിൾ സംവിധാനം ഉള്ളതിനാൽ ദർശനം കാത്തുനിൽക്കുന്നത് പ്രയാസമേറിയ കാര്യമല്ല. ശബരിമലയിൽ 9–12 മണിക്കൂറാണ് തീർഥാടകർ ഇരുമുടിക്കെട്ടും തലയിൽ വച്ച് ക്യൂവിൽ നിൽക്കുന്നത്.

കാനനപാതയിലൂടെ വന്യമൃഗങ്ങളുടെ സാന്നിധ്യം അറിഞ്ഞുകൊണ്ടുതന്നെ ദീർഘദൂരം നടന്ന് വെള്ളവും വെളിച്ചവുമില്ലാത്തതിനോടുപോലും പരിഭവിക്കാതെ രണ്ടുലക്ഷം അയ്യപ്പന്മാർ പുൽമേട്ടിൽ തമ്പടിച്ചതെന്തിനായിരുന്നു? നീണ്ടകാലം വ്രതം നോറ്റ് കർണാടകയിൽ നിന്നും ആന്ധ്രയിൽ നിന്നും തമിഴ്നാട്ടിൽ നിന്നും അവർ എത്തിയത് കേരളത്തിൽ നിന്നും ഭൗതികമായ ഒന്നും നേടാനായിരുന്നില്ല. ഈശ്വരനെ വിളിക്കുന്ന അതേ പേര് ചൊല്ലി പരസ്പരം അഭിസംബോധന ചെയ്തുകൊണ്ട് ശരണം വിളികളോടെ ഒത്തുചേരുന്നവരിൽ ഭൂവുടമകളും ഭൂരഹിതരുമുണ്ടാവും. ഹിന്ദുവും ക്രിസ്ത്യാനിയും മുസൽമാനും ഉണ്ടാവും. എല്ലാം അയ്യപ്പന്മാർ. അയ്യപ്പന്മാർ സാക്ഷാൽ അയ്യപ്പനെ കാണാൻ വരുന്ന അപൂർവ കൂട്ടായ്മയാണ് ശബരിമലയിൽ സംഭവിക്കുന്നത്. കേരളത്തിലേക്ക് പ്രവഹിക്കുന്ന ഭക്തജനങ്ങളുടെ സംഖ്യ ഓരോ വർഷവും വർധിച്ചുകൊണ്ടുമിരിക്കുന്നു. ആത്മാവിനെയും ശരീരത്തെയും പവിത്രമാക്കുന്ന വ്രതത്തിന്റെയും കഠിനയാത്രയുടെയും വിലയറിയുന്നവരാണ് വീണ്ടും വീണ്ടും ശബരിമല കയറുന്നത്. ഈ ഭക്തരെ മനഃശാന്തിയോടെ തിരികെ അയയ്ക്കേണ്ട ചുമതല കേരളത്തിന്റേതാണ്. ദേവസ്വം ബോർഡിന്റെയും സർക്കാരിന്റേതുമാണ്. അതിന് സാധിക്കുകയില്ലെങ്കിൽ ഈ വൻപ്രചാരണം അവസാനിപ്പിക്കുക. ചാനലുകളിലെ ലൈവ് ഷോകൾ മതിയാക്കുക. പൊന്നമ്പലമേട്ടിൽ തെളിയുന്നത് മനുഷ്യനിർമിതമായ ജ്യോതിയാണെന്ന് പരസ്യപ്പെടുത്തുക. അത്രയെങ്കിലും ചെയ്യുന്നത് മാന്യതയാണ്.

പുൽമേട്ടിൽ നടന്ന ദുരന്തത്തിൽ അഗാധമായ ദുഃഖം രേഖപ്പെടുത്തുന്നു. മരണപ്പെട്ടവരുടെ കുടുംബാംഗങ്ങളോടുള്ള അനുശോചനം വിനയത്തോടെ അറിയിക്കട്ടെ.

*(2011 ഫെബ്രുവരി)*

# ചുമതല ഏറ്റെടുക്കണം

*സ്ത്രീയാശ്ചാപുരുഷാഃ മാർഗം സർവ്വാലങ്കാരഭൂഷിതാഃ*
*നിർഭയാഃ പ്രതിപദ്യന്തേ യദാ രക്ഷതി ഭൂമിപാഃ*

നല്ല രാഷ്ട്രവ്യവസ്ഥയുടെയും ഈ നിർവചനം മഹാഭാരതം ശാന്തി പർവത്തിലേതാണ്. സർവാഭരണ വിഭൂഷിതയായ ഒരു സ്ത്രീക്ക് പുരുഷന്റെ അകമ്പടി കൂടാതെ നിർഭയമായി വഴികളിലും തെരുവുകളിലും സഞ്ചരിക്കാൻ സാധിക്കുന്ന ഒരു വ്യവസ്ഥ- ഉത്തമമായ രാഷ്ട്ര വ്യവസ്ഥ. മഹാഭാരതകാലത്തെന്നല്ല, ഒരുകാലത്തും ഈ സുരക്ഷ സ്ത്രീ പൂർണമായി അനുഭവിച്ചിട്ടില്ല. നിറഞ്ഞ രാജസഭയിൽ വച്ചുപോലും അവൾ അപമാനിക്കപ്പെട്ടു.

ദേശത്തിന്റെ പ്രശ്നങ്ങളെക്കുറിച്ച് പരാമർശിക്കുമ്പോഴൊക്കെ സ്വാമി വിവേകാനന്ദൻ രണ്ട് പദങ്ങൾ ഉറപ്പിച്ച് പറഞ്ഞിരുന്നു -സ്ത്രീകളും സാമാന്യജനങ്ങളും. സ്ത്രീകളെയും സാമാന്യജനത്തെയും അവഗണിക്കുന്നതുമൂലമാണ് ഇന്ത്യയുടെ പതനം തുടരുന്നതെന്ന് അദ്ദേഹം പറഞ്ഞു: "ഭാരതത്തിൽ രണ്ട് വലിയ തിന്മകളാണുള്ളത്. സ്ത്രീകൾ ചവിട്ടി മെതിക്കപ്പെടുന്നു. ജാതിയുടെ ചങ്ങലകളിൽ പാവങ്ങൾ ഞെരിക്കപ്പെടുന്നു" ദേവിപ്രതീകങ്ങളായ സ്ത്രീകളെ കുട്ടികളെ പ്രസവിക്കുന്ന അടിമകളാക്കി മാറ്റി അവരെ ശാരീരികമായും മാനസികമായും ആത്മീയമായും അടിച്ചമർത്തി ജീവിതം ഒരു ശാപമാക്കി തീർക്കുന്നതിനെക്കുറിച്ച് സ്വാമി വിവേകാനന്ദൻ എന്നും ഉത്കണ്ഠപ്പെട്ടിരുന്നു.

മഹാഭാരതത്തിൽ പറഞ്ഞ വ്യവസ്ഥ സങ്കല്പിക്കാൻ പോലും കഴിയാത്ത അവസ്ഥയാണിന്ന് ഇന്ത്യയിലുള്ളത്, കേരളത്തിൽ പ്രത്യേകിച്ചും. മദ്യത്തിന്റെയും മയക്കുമരുന്നിന്റെയും വർധിച്ച ഉപഭോഗവും ധർമചിന്താരാഹിത്യവും ചേർന്ന് കേരളത്തെ വലിയൊരു വിപത്തിൽ എത്തിച്ചിരിക്കുന്നു. ചെറിയ പെൺകുട്ടികൾ മുതൽ വയോവൃദ്ധകൾ വരെ ലൈംഗികാതിക്രമങ്ങൾക്ക് വിധേയരാകുന്നു. ലക്ഷക്കണക്കിന് സ്ത്രീകൾ ഗൃഹാന്തരീക്ഷത്തിൽപ്പോലും സുരക്ഷിതരല്ല. ലഹരിപദാർഥങ്ങളുടെ വർധിച്ച ഉപഭോഗവും തുടർന്നുണ്ടാകുന്ന അതിക്രമങ്ങളും ഏറ്റവും

ബാധിക്കുന്നത് സ്ത്രീകളെയും കുട്ടികളെയുമാണ്. സ്കൂൾ കുട്ടികൾ പോലും മദ്യ-മയക്കുമരുന്ന് ലഹരിക്ക് അടിമപ്പെടുകയാണ്. പ്രതികരണ ശേഷി പ്രകടിപ്പിക്കാത്ത ഒരു സമൂഹം പരദുഃഖത്തിൽ അലക്ഷ്യരാകുന്നു. ട്രെയിനിൽ നിന്നും ഒരു പെൺകുട്ടി തള്ളിയിടപ്പെടുന്നത് കണ്ടിട്ടും അതറിഞ്ഞിട്ടും പ്രതികരിക്കാൻ കൂട്ടാക്കാതിരുന്നു ചിലർ. ഭ്രാന്തെടുത്ത ഒരു മനുഷ്യൻ ആ പെൺകുട്ടിയെ അക്ഷരാർഥത്തിൽതന്നെ തച്ചുതകർത്തെറിഞ്ഞതിന് കാരണം ഈ അലക്ഷ്യമായിരുന്നു. മനസ്സിലുയർന്ന ധർമ ചിന്തയെ സ്വാർഥത കൊണ്ട് മറികടന്നു അവർ. ഇങ്ങനെ എത്രയോ സംഭവങ്ങൾ. അപകടങ്ങളിൽപ്പെട്ട് ചോര വാർന്ന് കിടക്കുന്നത് കണ്ടാലും അവഗണിക്കാനുള്ള മനസ്സ് രൂപപ്പെട്ടുകഴിഞ്ഞിരിക്കുന്നു. ആർക്കും ആരും കൂട്ടാകുന്നില്ല.

ജീവനും സ്വത്തിനും പരിരക്ഷ നല്കേണ്ടത് സർക്കാരിന്റെ ഉത്തരവാദിത്വമാണെന്ന് സമ്മതിച്ചുകൊണ്ടുതന്നെ പറയട്ടെ, എല്ലാ പ്രശ്നങ്ങളും പരിഹരിക്കാൻ സർക്കാരിനോ നിയമങ്ങൾക്കോ ശിക്ഷാവിധികൾക്കോ ആകില്ല. ഓരോ വ്യക്തിയുടെയും ആന്തരബലം ഉയർത്തിക്കൊണ്ടുവരുന്നതിനുള്ള ശിക്ഷണം നല്കേണ്ട ബാധ്യത ഏറ്റെടുക്കലാണ് അടിസ്ഥാന കാര്യം. മാതാപിതാക്കളും അധ്യാപകരും ആത്മീയ ആചാര്യന്മാരും ഈ ചുമതല ഏല്ക്കാൻ ബാധ്യസ്ഥരാണ്. ഓരോ ദിവസവും അനീതിക്കെതിരെ യുദ്ധം ചെയ്യേണ്ട മനസ്സുമായി ഉണരേണ്ടതുണ്ട്.

*(2011 മാർച്ച്)*

# ആഗ്രഹങ്ങൾ ധർമാനുസാരിയാകണം

സുനാമി തകർത്ത ജപ്പാൻ നഗരങ്ങളുടെ ആകാശക്കാഴ്ചകൾ ടെലിവിഷനിലൂടെ കണ്ടു സ്തംഭിച്ചുപോയ പ്രേക്ഷകരിൽ ഭൂരിഭാഗവും പൊടുന്നനെ ആത്മീയവാദികളായി. ഒരു കാഴ്ച, ഒരു വാക്ക്, അല്ലെങ്കിൽ ഒരു നടുക്കം അല്പനേരത്തേക്കെങ്കിലും മനുഷ്യനെ വീണ്ടുവിചാരമുള്ളവനാക്കുന്നു. മനുഷ്യരുടെ വലിയ നേട്ടങ്ങൾ കുട്ടികളുടെ കളിപ്പാട്ടങ്ങൾ പോലെ ഒഴുകിപ്പോകുന്നതുകാണുമ്പോൾ വിശ്വരൂപദർശനമുണ്ടായ അർജുനന്റെ ഭയം നമ്മിലേക്ക് ആവേശിക്കുന്നു. വിമാനങ്ങൾ, കപ്പലുകൾ, വലിയ ട്രെയിനുകൾ ഒക്കെയും പ്രകൃതിക്ക് കളിപ്പാട്ടങ്ങൾ! സുനാമിയും ഭൂചലനവും അഗ്നിപർവതസ്ഫോടനവും ഒരുമിച്ച് പ്രഖ്യാപിക്കുമ്പോൾ പ്രപഞ്ച നാശത്തിന്റെ ഒരു മിനിപ്പതിപ്പ് ചുരുൾനിവരുകയാണ്. പ്രകൃതിയുടെ താളം ഒട്ടൊന്നു ദ്രുതമായപ്പോഴേക്കും എല്ലാം ഒടുങ്ങുന്നു. ചന്ദ്രൻ ഭൂമിയുമായി അല്പമൊന്ന് അടുത്തപ്പോഴുണ്ടായ പ്രതിഭാസമാണിതെന്നും മാർച്ച് 19ന് അത് കൂടുതൽ പ്രചണ്ഡമാകുമെന്നും ശാസ്ത്രകാരന്മാർ മുന്നറിയിപ്പു നല്കുന്നു.

ഒരിക്കൽ അമേരിക്കയുടെ അണുവായുധം കൊണ്ട് ചുട്ടുപൊള്ളിയ ജപ്പാൻ സ്വന്തം മണ്ണിൽ സ്വയം നിർമിച്ച ആണവനിലയത്തിൽ നിന്നു ചോരുന്ന അണുവികിരണമേറ്റ് പിടയുമ്പോൾ അതിനു സംരക്ഷണം നല്കാൻ അമേരിക്ക തന്നെ മുൻകൈയെടുക്കുന്നു എന്നതും ചിന്തിപ്പിക്കുന്നതാണ്. വൻദുരിതത്തിൽ മനുഷ്യരാശി കൈകോർക്കുന്ന മഹനീയ കാഴ്ചകളും കാണാൻ കഴിയുന്നു. ദുരന്തങ്ങൾ അങ്ങനെയും ചില ധർമചിന്തകൾക്ക് വഴിവയ്ക്കാറുണ്ട്.

പ്രകൃതി അതിന്റെ സന്തുലിതാവസ്ഥ നിലനിർത്താൻ നടത്തുന്ന പ്രവൃത്തികൾ മനുഷ്യന് പ്രത്യാഘാതങ്ങൾ ഉണ്ടാക്കാറുണ്ട്. പ്രകൃതി ചില പ്രദേശങ്ങൾ ദാനം ചെയ്യും; ചിലവ ഏറ്റെടുത്തുകൊണ്ടുപോകും. പ്രകൃതിയുടെ സമ്മാനമാണ് കേരളം. മറ്റൊരവസരത്തിൽ അത് തിരിച്ചെടുത്തേക്കാം. ഉണ്ടായി നിലനിന്ന് വിലയിക്കുന്നതാണ് ജഗത്. എന്നാൽ ഒന്നുണ്ട് - പ്രകൃതിയുടെ കൊടുക്കലും എടുക്കലും ജീവരാശിയെ നിതാന്തദുരിതത്തിൽ ആഴ്ത്തുകയില്ല. ദുര മൂത്ത മനുഷ്യൻ

നിർമിക്കുന്ന ആണവായുധങ്ങളും കൂടുതൽ ആഡംബരങ്ങൾക്കും പുരോഗതിക്കും വേണ്ടി നിർമിക്കുന്ന ആണവനിലയങ്ങളും കീടനാശിനികളും ഒരു തലമുറയെ മാത്രമല്ല, വരുംതലമുറകളെയും ദുരിതത്തിലാക്കുന്നു. ആധുനികമായ അറിവുകൾ മഹാവിപത്തുകളിലേക്കാണ് കൊണ്ടെത്തിച്ചുകൊണ്ടിരിക്കുന്നത്. ലോകം വമ്പിച്ച പുരോഗതിയിലേക്ക് കുതിക്കുമ്പോൾ തന്നെ ഉള്ളവരും ഇല്ലാത്തവരും തമ്മിലുള്ള വിടവ് പൂർവാധികം വർധിക്കുകയാണ്. ഒരു നേരത്തെ ഭക്ഷണത്തിനായി കുഞ്ഞിനെ വില്ക്കേണ്ടിവരുന്നവരും ഒരുനേരത്തെ ഭക്ഷണത്തിന് ലക്ഷങ്ങൾ ചെലവാക്കേണ്ടവരും ചേർന്നതാണ് ഇന്നത്തെ ഇന്ത്യ. ഭരണകർത്താക്കൾ മതാത്മകരാകാത്തതുകൊണ്ട് അവരെടുക്കുന്ന തീരുമാനങ്ങൾ സകലജന നന്മയുടെതാകുന്നില്ല. ധർമവുമായി ചേർത്തുവയ്ക്കുമ്പോൾ പല തീരുമാനങ്ങളും കൊടിയ പാപങ്ങളാകുന്നു. മനുഷ്യൻ അസന്തുലിതമായ പ്രവൃത്തികളിൽ ആമഗ്നനാകുമ്പോൾ, ഒടുങ്ങാത്ത ദുര അവനിൽ ആസുരഭാവം പകരുമ്പോൾ പ്രകൃതി ചില നടുക്കങ്ങൾ സൃഷ്ടിക്കും. അതൊരു പരിണാമത്തിന്റെ സന്ദേശമാണ് പകരുന്നതെന്നറിയണം. ശ്രീ അരവിന്ദന്റെ വാക്കുകൾ അതാണ് സൂചിപ്പിക്കുന്നത്. പൈശാചികവും വേദനാജനകവും ആയ ഒരു നശീകരണപ്രക്രിയ നിങ്ങളുടെ മനസ്സിനെ അമ്പരപ്പിക്കുമ്പോൾ മനസ്സിനെ സാന്ത്വനിപ്പിച്ചുകൊള്ളുക. മഹത്തും വിപുലവുമായ ഒരു സൃഷ്ടികർമ്മം ഇനി തീർച്ചയാണെന്ന്. ദൈവം കുടികൊള്ളുന്നത് അസ്പഷ്ടമായ മന്ദശബ്ദത്തിൽ മാത്രമല്ല; അഗ്നിയിലും ചുഴലിക്കാറ്റിലും കുടികൊള്ളുന്നുണ്ട്.

*(2011 ഏപ്രിൽ)*

# മനസ്സിന്റെ ഭക്ഷണം

**ബ**ലിഷ്ഠമായ ശരീരവും ഗുരുവും ഈശ്വരാനുഗ്രഹവും ഉണ്ടെങ്കിൽ ജീവിതസാഗരം സമർഥമായി നീന്തിക്കടക്കാം എന്ന് പ്രസ്താവിക്കുന്ന ഒരു ഭാഗം ഭാഗവതത്തിലുണ്ട്.

*നൃദേഹമാദ്യം സുലഭം സുദുർലഭം*
*പ്ലവം സുകല്പം ഗുരുകർണധാരം*
*മയാനുകൂലേന നഭസ്വതേരിതം*
*പുമാൻ ഭവാബ്ധിം ന തരേത് സ ആത്മഹാ*

(ഭാഗ. 11.20.17)

അതിശ്രേഷ്ഠമായ മനുഷ്യശരീരം കാര്യക്ഷമതയുള്ള തോണിയാണ്. ദുർലഭമാണത് – അതു ലഭിച്ചിരിക്കുന്നു. ഗുരുവാണ് അമരക്കാരൻ. ഭഗവാന്റെ കരുണയാകുന്ന കാറ്റ് അനുകൂലമായിരിക്കുന്നു. പായ കെട്ടി തുഴഞ്ഞുകൊടുത്താൽ സംസാരസാഗരം കടക്കാം. ഇതൊക്കെയുണ്ടായിട്ടും അതിന് ശ്രമിക്കാത്തവൻ ആത്മഹത്യ ചെയ്യുകയാണ്.

ഇതൊക്കെയുണ്ടായിട്ടും അതു തിരിച്ചറിഞ്ഞ് ശ്രമം ചെയ്യാത്തവരുടെ കാര്യം ഒരു ഭാഗത്തുണ്ട്. എന്നാൽ സംസാരസാഗരം കടക്കാനുള്ള മൂന്നു ഘടകങ്ങൾ ഇന്ന് എത്രത്തോളം പ്രാപ്തമാണ്? ബലിഷ്ഠമായ ശരീരത്തിനുവേണ്ടി പ്രയത്നം ചെയ്യാൻ എല്ലാവർക്കും താത്പര്യമാണ്. മൃഷ്ടാന്നഭോജനവും ശരീരത്തെ അണിയിച്ചൊരുക്കലും ഗംഭീരമായി നടക്കുന്നുണ്ട്. വിലയേറിയ വ്യായാമപദ്ധതികളും വിപുലമാണ്. ഭഗവൽപ്രീതിക്കായി ധനം വലിയ തോതിൽ ചെലവഴിക്കുകയും ചെയ്യുന്നു. ക്ഷേത്രങ്ങളും ഉത്സവങ്ങളും ദിനംതോറും വർധിക്കുകയാണ്. എന്നിട്ടും തോണി മറുകരയ്ക്കടുപ്പിക്കുവാൻ സാധ്യമാകുന്നില്ല. പ്രയത്നം വൃഥാവിലാകുന്നു. യഥാർഥ ഗുരുവിന്റെ സ്ഥാനം മിക്കപ്പോഴും ഒഴിഞ്ഞുകിടക്കുന്നു. ദൗർബല്യങ്ങളെ അകറ്റാനും ശക്തി ബോധ്യമാക്കിത്തരാനും ശുഭപ്രതീക്ഷ നല്കാനും യോഗ്യരായ ഗുരുക്കന്മാരുടെ ദൗർലഭ്യം. ചെമ്പിനെ സ്വർണമാക്കിമാറ്റാൻ കഴിവുള്ള ഗുരുക്കന്മാരുടെ കുറവ്. കാട്ടാളനെ ഋഷിയാക്കാൻ കഴിയുന്നവരുടെ കുറവ്.

ശ്രീരാമകൃഷ്ണപരമഹംസന്റെ അടുത്ത് ഒരാൾ സങ്കടം പറഞ്ഞുവന്ന ഒരു കഥയുണ്ട്. എല്ലാത്തരം പ്രലോഭനങ്ങളിലും പെട്ടുപോകുന്ന

ഒരു വ്യക്തി. വേണ്ടാ വേണ്ടാ എന്നു മനസ്സ് വിലക്കുമ്പോഴും ഇന്ദ്രിയങ്ങളെ നിയന്ത്രിക്കാനാവാത്ത അവസ്ഥ. തെറ്റിൽ നിന്ന് പിൻതിരിയാൻ രാമകൃഷ്ണദേവൻ പല ഉപദേശങ്ങളും നല്കിയെങ്കിലും അതിൽ നിന്നും പിൻതിരിയാനാവാതെ അയാൾ മടങ്ങിവന്നു. ഒടുവിൽ രാമകൃഷ്ണദേവൻ ആശ്വസിപ്പിച്ചു - നിന്റെ പാപങ്ങളുടെ ഫലങ്ങൾ ഞാൻ ഏറ്റെടുത്തിരിക്കുന്നു. സമാധാനമായി പോവുക. അയാൾ സന്തോഷത്തോടെ പോയി. പാപങ്ങൾ ഏറ്റെടുക്കാതെ തന്നെ സുഖങ്ങൾ അനുഭവിക്കാം! എന്നാൽ ക്രമേണ അയാൾക്ക് കുറ്റബോധം താങ്ങാനാകാതെയായി. തന്റെ പാപങ്ങളുടെ ഫലം അനുഭവിക്കാൻ വിധിക്കപ്പെട്ട ഗുരുവിനെ ഓർത്ത് അയാൾ നീറി. മഹാത്മാവിന്റെ കാരുണ്യം അയാളെ വിവശനും തെളിച്ചമുള്ളവനുമാക്കി. ഒരു മോഹത്തിനും ലോഭത്തിനും കടന്നു ചെല്ലാനാകാത്ത പരിരക്ഷയായി ഗുരുകടാക്ഷം അയാളിൽ നിറഞ്ഞു. അയാൾ ആ പാദങ്ങളിൽ വീണ് മാപ്പിരന്നു. വ്യക്തികളെ മാറ്റിമറിക്കാൻ യഥാർഥ ഗുരുക്കന്മാർക്ക് സാധിക്കും.

ഭക്ഷണം ശരീരത്തെ ബലപ്പെടുത്തിയേക്കാം. എന്നാൽ മനസ്സിന് ഭക്ഷണം ലഭിക്കണമെങ്കിൽ ഗുരുസാന്നിധ്യം ഉണ്ടാകണം.

ഭാരതീയ യുവത്വത്തെ ഏറെ പ്രചോദിപ്പിച്ച മഹാത്മാവായിരുന്നു സ്വാമി ചിന്മയാനന്ദ. വിഷമ സങ്കീർണ്ണ സാഹചര്യങ്ങളുടെ വെല്ലുവിളികളെ നേരിടാൻ മനസ്സിനേയും ബുദ്ധിയേയും പരിശീലിപ്പിക്കാൻ ഭഗവദ്ഗീത പാഠപുസ്തകമാക്കി ഭാരതത്തിലുടനീളം പ്രഭാഷണങ്ങൾ നടത്തിയ ഗുരുദേവ് മാനവനെ മാധവനാക്കാൻ ജീവിതം സമർപ്പിച്ചു. ഗുരുദേവ് പ്രസരിപ്പിച്ച ആത്മചൈതന്യം ഇന്നും പ്രകാശം ചൊരിഞ്ഞുകൊണ്ടേയിരിക്കുന്നു.

*(2011 മേയ്)*

# ആചാരങ്ങൾ പുനർജനിക്കുമ്പോൾ

സ്വർണം സുരക്ഷിതനിക്ഷേപമാണെന്ന ഉറപ്പ് എത്രത്തോളം മാനുഷികമാണ് എന്ന അന്വേഷണം കേരളീയർ നടത്തേണ്ടിയിരിക്കുന്നു. കേരളത്തിൽ ഏറ്റവും അധികം ഭൂമി വില്ക്കപ്പെടുന്നത് സ്വർണം വാങ്ങാനും ആശുപത്രി ചികിത്സയ്ക്കുമാണ്. ധനികർ സ്വർണം സമാഹരിച്ച് ലോക്കറിൽ ഭദ്രമാക്കിവയ്ക്കുന്നു. സ്വർണവില റെക്കോഡ് ഭേദിക്കുമ്പോൾ തന്റെ ലോക്കറിന്റെ വില വർധിക്കുന്നതോർത്ത് അവർക്ക് ആഹ്ലാദം - സ്വകാര്യമായ അഹങ്കാരം. പുരാതനതറവാടുകളിൽ നിധി കുഴിച്ചിട്ടിരുന്ന കാരണവന്മാരുടെ ഗൂഢസന്തോഷം. തങ്ങൾ ഭൂമിയുടെ ഉള്ളറകളിൽ നിക്ഷേപിച്ച ധനം പിന്നീട് തിരിച്ചറിയാനാകാതെ ഭ്രാന്തെടുത്തു പരക്കം പാഞ്ഞിരുന്ന വൃദ്ധരുടെ പുതിയ കാലത്തെ പ്രതിനിധികൾ ലോക്കറുകളുടെ ഉടമസ്ഥരും വിദേശ ബാങ്കിലെ കള്ളപ്പണത്തിന്റെ നിക്ഷേപകരുമാണ്. ഇന്ത്യയിൽ നിന്നും ഒഴുകിപ്പോകുന്ന ശതകോടികൾ വിദേശ ബാങ്കുകളിൽ കിടന്ന് ശ്വാസം മുട്ടുമ്പോൾ ഇന്ത്യയിലെ ദരിദ്രരായ ജനങ്ങൾ കുടിവെള്ളത്തിനും ഒരു നേരത്തെ അന്നത്തിനും തല ചായ്ക്കാൻ കൂരയ്ക്കും തൊഴിലിനും വേണ്ടി നട്ടംതിരിയുകയാണ്. എവിടെയൊക്കെ നിക്ഷേപമുണ്ടെന്ന് അറിയാത്തത്ര നിക്ഷേപമുള്ളവർ ഭാരതത്തിലുണ്ട്. സ്വർണം ഒരു സുരക്ഷിത നിക്ഷേപമാണെന്ന് പറഞ്ഞു ഫലിപ്പിക്കുമ്പോൾ അതിന് മനുഷ്യമുഖമില്ല, ദയയില്ല എന്നും പറയേണ്ടതുണ്ട്. കെട്ടിക്കിടക്കുന്ന ധനം ഒരു സങ്കല്പസുഖത്തിനപ്പുറം മനുഷ്യരാശിക്ക് എന്തു ഗുണമാണ് നല്കുന്നത്? ഒരു ഗ്രാം സ്വർണം പോലും ധരിക്കാൻ ഇഷ്ടപ്പെടാത്ത ആധുനിക വധുക്കളുടെ പേരിൽ ടൺ കണക്കിനു സ്വർണമാണ് ലോക്കറുകളിൽ അടയിരിക്കുന്നത്. ധനം വ്യവസായത്തിലോ കൃഷിയിലോ മറ്റു ജനക്ഷേമസംരംഭങ്ങളിലോ മുടക്കാൻ സ്വാർഥത അനുവദിക്കുന്നില്ല. തന്റെ നേട്ടങ്ങൾ സഹജീവികൾക്ക് ജീവിക്കാനുള്ള ചുറ്റുപാടുകൾ ഉണ്ടാക്കിക്കൊടുത്തുകൊണ്ട് വർധിപ്പിക്കുകയാണ് മനുഷ്യത്വം എന്ന തത്ത്വം അവർ ഉൾക്കൊള്ളുന്നില്ല.

കഴിഞ്ഞ ആറേഴു കൊല്ലമായി അക്ഷയതൃതീയ ദിവസം സ്വർണം വാങ്ങുന്നതിന്റെ ഘോഷങ്ങൾ ഏറുകയാണ്. വ്യവസായികൾക്കുവേണ്ടി

മാധ്യമങ്ങൾ ഇതിന് വലിയ പ്രാധാന്യം നല്കുന്നു. സ്വർണം വാങ്ങലു മായി ഒരു ബന്ധവുമില്ലാത്ത ദിനത്തെ ഒരു അന്ധവിശ്വാസത്തിൽ കൊണ്ടുകെട്ടാൻ സ്വർണവ്യാപാരികൾക്ക് ലളിതമായി കഴിഞ്ഞിരിക്കുന്നു. കടം വാങ്ങി അര ഗ്രാമെങ്കിലും സ്വന്തമാക്കിയില്ലെങ്കിൽ ഒരു വർഷത്തെ ഐശ്വര്യം കൈവിട്ടുപോകുമെന്ന വിഹ്വലത! ഋഷീശ്വരന്മാർ ചില ആചാരാനുഷ്ഠാനങ്ങൾ വിധിച്ചിട്ടുള്ളതിന്റെ തത്ത്വം ചികഞ്ഞെടുത്താൽ അതിൽ മനുഷ്യകുലത്തിന് അമൃത് നിറച്ചിരിക്കുന്നു എന്നു കാണാനാവും. ഇതിൽ ഒരാശയത്തെ അക്ഷയ തൃതീയ ദിവസം ബംഗളൂരുവിലെ ബെല്ലാരി ഗ്രാമക്കാർ പ്രാവർത്തികമാക്കി. അവിടെ അത്യാർഭാടപൂർവം ഒരു വിവാഹം നടന്നു - അരയാലും പേരാലും തമ്മിൽ. വരന്റെയും വധുവിന്റെയും പക്ഷത്ത് ഗ്രാമീണർ നിരന്നു. ഹോമവും മന്ത്രോച്ചാരണങ്ങളും നിറഞ്ഞുനിന്ന അന്തരീക്ഷത്തിൽ അവർ പരംപൊരുളിനോട് ക്ഷേമൈശ്വര്യങ്ങൾക്കുവേണ്ടി പ്രാർഥിക്കുമ്പോൾ ഒന്ന് ഉറപ്പിച്ചുപറഞ്ഞു - വൃക്ഷലതാദികളെയും പരിസ്ഥിതിയെയും സംരക്ഷിച്ചുകൊള്ളണമേ എന്ന്. ചുട്ടുപൊള്ളുന്ന ചൂടിൽ നിന്ന് രക്ഷനേടാൻ വൃക്ഷങ്ങളെ സഹോദരസ്ഥാനത്തു നിർത്തേണ്ടതിന്റെ ആവശ്യകത ബോധ്യപ്പെട്ടവരാണ് സംഘാടകരായിനിന്നത്. സന്താന സൗഭാഗ്യത്തിനായി അരയാൽ - പേരാൽ കല്യാണം നടത്തുന്ന പഴയ ആചാരത്തിന്റെ പുനരുജ്ജീവനമായതിനാൽ ഗ്രാമവാസികളെ പെട്ടെന്ന് ആകർഷിക്കാൻ അവർക്കു കഴിഞ്ഞു. 44 നദികളും ശോഷിച്ച് രൂക്ഷമായ കീടനാശിനികളാൽ വിഷലിപ്തമായിക്കൊണ്ടിരിക്കുന്ന കേരളത്തിൽ അക്ഷയതൃതീയയെ ഇങ്ങനെയൊക്കെ കാണാൻ നമുക്കു കഴിയേണ്ടതല്ലേ? ഉയർന്ന വിദ്യാഭ്യാസമുള്ളതുകൊണ്ടുതന്നെ ആചാരങ്ങളെ പുറംതള്ളുകയും സ്വാർത്ഥതയെ പുൽകുകയും ചെയ്യുകയാണ് കേരളീയർ. മനുഷ്യ ഭദ്രതയ്ക്കാണ് യുക്തി ഉപയോഗിക്കേണ്ടതെന്നത് മറന്നുപോകുന്നു.

*(2011 ജൂൺ)*

# മലയാളിക്ക് മനോരോഗമോ?

**പ**രിവർത്തനം ആരംഭിക്കേണ്ടത് ക്ലാസ്സുമുറികളിലാണ്. ബുദ്ധിക്കൊപ്പം ശ്രേഷ്ഠമായ മനസ്സും വളർത്തിയെടുക്കേണ്ടിയിരിക്കുന്നു. ആധുനിക സമൂഹം ബുദ്ധിയുള്ള രാഷ്ട്രീയപ്രവർത്തകരെ സൃഷ്ടിക്കുന്നുണ്ട്, നല്ല ശാസ്ത്രജ്ഞരെ സൃഷ്ടിക്കുന്നുണ്ട്. എന്നാൽ മനുഷ്യനെ പ്രചോദിപ്പിക്കുകയും നയിക്കുകയും കടഞ്ഞെടുക്കുകയും ചെയ്യുന്ന ദുർലഭം വ്യക്തികളേ ഉണ്ടാകുന്നുള്ളൂ. ഈയൊരു പോരായ്മയാലാണ് വിദ്യാഭ്യാസത്തിൽ മുന്നിൽ നിൽക്കുന്ന കേരളം മദ്യത്തിലേക്കും മയക്കുമരുന്നിലേക്കും തട്ടിപ്പുകളിലേക്കും അലസതയിലേക്കും വീണുകൊണ്ടിരിക്കുന്നത്; ഒരിക്കലും തൃഷ്ണ തീരാത്ത മനസ്സുമായി ഭ്രാന്തെടുക്കുന്നത്.

മദ്യവും ധനാർത്തിയും മലയാളിയെ ലക്കുകെട്ടവരാക്കിയിരിക്കുന്നു. ഓൺലൈൻ ലോട്ടറി, ഫ്ളാറ്റ് തട്ടിപ്പ്, മണി ചെയിൻ, അനധികൃത ബാങ്കിങ്, ഭൂമികൊള്ള തുടങ്ങിയ വൻഗർത്തങ്ങളിൽ വീണ് ഉള്ളതെല്ലാം നഷ്ടപ്പെട്ട് മദ്യലഹരിയിൽ മുങ്ങുന്ന സാധാരണക്കാരനെ കാണുമ്പോൾ മലയാളിക്കെന്തോ മനഃശാസ്ത്രപ്രശ്നമുണ്ടെന്നാണ് വിദഗ്ധർക്കു പറയാൻ കഴിയുന്നത്. കാരണം മലയാളി പാഠം പഠിക്കുന്നതേയില്ല. തട്ടിപ്പുകാരുടെ ഗുഹകളിലേക്ക് പണവുമായി സന്തോഷത്തോടെ കയറിപ്പോകുകയും ഭ്രാന്തെടുത്ത് ഇറങ്ങിവരുകയും ചെയ്യുന്നവരുടെ നൂറുനൂറു അനുഭവങ്ങൾ മാധ്യമങ്ങളിലൂടെ കണ്ടറിഞ്ഞാലും പിന്നെയും ഇതിലേക്കൊക്കെ ആളുകൾ കുടുങ്ങിപ്പോകുന്നത് മറ്റെന്തുകൊണ്ടായിരിക്കും? നീതിപാലകരും സർക്കാരുദ്യോഗസ്ഥരും എന്തിന് അധ്യാപകർ പോലും ഇത്തരം വഞ്ചനകൾക്ക് ചുക്കാൻ പിടിക്കുന്നുണ്ട്. തട്ടിപ്പുരംഗങ്ങളിൽ പണം മുടക്കിയതിൽ അധികവും അധ്യാപകരാണ് എന്ന വാർത്ത സമൂഹത്തിനേറ്റിരിക്കുന്ന വലിയ ആപത്തിലേക്കാണ് വിരൽ ചൂണ്ടുന്നത്. ചൊല്ലിക്കൊടുക്കേണ്ടവർ ഒറ്റുകാരാകുന്ന ദുരവസ്ഥ!

ദാരിദ്ര്യം ഒരുവന്റെ എല്ലാ ഗുണങ്ങളെയും ഇല്ലാതാക്കും എന്ന ചൊല്ല് സമൂഹത്തെ ഭയപ്പെടുത്തുകയാണ്. സമ്പന്നതയിൽ മുന്നിൽ നിൽക്കുന്നവർക്കുമാത്രമേ സമൂഹത്തിൽ അംഗീകാരവും സൗകര്യങ്ങളും ലഭിക്കുകയുള്ളൂ. മറ്റുള്ളവർ വെറും പരാദങ്ങളായി മാറുകയാണ് എന്ന സ്ഥിതിയുണ്ടാവുമ്പോൾ ഏത് സാഹസത്തിനും ജനങ്ങൾ

മുതിരുകയാണ്. മദ്യപാനം പോലെ ധനാർത്തിയും ആഡംബരഭ്രമവും ഒരു രോഗാവസ്ഥയോടടുക്കുകയാണ്. സ്വർണത്തിനും മദ്യത്തിനും ധനം ചെലവഴിക്കുന്ന കേരളീയൻ പുസ്തകത്തിനു വേണ്ടി തുച്ഛമായ തുകയാണ് ചെലവഴിക്കുന്നതെന്ന് പഠനങ്ങൾ വെളിപ്പെടുത്തുന്നു. കാഴ്ചകൾ ഏറുകയും വായനയും മനനവും കുറയുകയുമാണ്. പാഠശാലകളിൽ നിന്നു നേടുന്ന അറിവുകളാകട്ടെ ജീവിതത്തെ പ്രായോഗികമായി നേരിടാനുള്ള വക നല്കുന്നുമില്ല. ക്ലാസ്സിൽ ഒന്നാമനായി ജയിക്കുന്ന കുട്ടിക്ക് വീട്ടുചെലവിനെക്കുറിച്ചോ ബാങ്ക് ഇടപാടുകളെ കുറിച്ചോ ബില്ല് അടയ്ക്കുന്നതിനെക്കുറിച്ചോ യാതൊരു വിവരവും ഉണ്ടാകണമെന്നില്ല. മാത്രമല്ല, ചോദ്യം ചെയ്യുന്ന മനസ്സുകളെ അടക്കി നിർത്തുന്ന ശൈലിയിലാണ് സ്കൂൾവിദ്യാഭ്യാസം തന്നെ. നല്ല വിദ്യാർത്ഥിയും നല്ല ഉദ്യോഗസ്ഥനും ആകണമെങ്കിൽ ചോദ്യങ്ങൾ അടക്കിനിർത്തുകയാണ് വേണ്ടതെന്നു വരുമ്പോൾ ഉള്ളിൽ ഉത്കണ്ഠ വർദ്ധിച്ചുപെരുകും. ജീവിതത്തിന്റെ പ്രയോജനത്തെക്കുറിച്ച്, അർത്ഥത്തെക്കുറിച്ച് ഒന്നും പറഞ്ഞുകൊടുക്കാനാകാത്ത സമൂഹവുമാണ് രംഗത്ത്. വിദ്യാഭ്യാസം നേടുകയും തൊഴിലവസരങ്ങൾ കുറയുകയും കാഴ്ചകൾ ആഗ്രഹങ്ങളെ മത്തുപിടിപ്പിക്കുകയും ചെയ്യുമ്പോൾ മാനസികരോഗമുണ്ടാകാതെ തരമില്ല; വ്യക്തിക്കുമാത്രമല്ല സമൂഹത്തിലേക്കും അതു കടന്നുചെല്ലും. കേരളത്തിനു സംഭവിച്ചുകൊണ്ടിരിക്കുന്നത് ഇതായിരിക്കണം. ഭൗതികമായ അറിവിനോടൊപ്പം ആധ്യാത്മികമായ വിദ്യാഭ്യാസവും കൂടി നല്കിയാലേ ബുദ്ധിയും മനസ്സും ഒരുപോലെ ശക്തമാകൂ. അതുകൊണ്ട് പരിവർത്തനം ആരംഭിക്കേണ്ടത് ക്ലാസ്സ് മുറികളിലാണ്.

*(2011 ജൂലൈ)*

# ശ്രീപദ്മനാഭൻ തുണയ്ക്കട്ടെ!

**ശ്രീ**പദ്മനാഭന് നിവേദ്യമായി ഉണ്ണിമാങ്ങ ചിരട്ടയിൽ സമർപ്പിച്ചത് ഒരു പുലയസ്ത്രീ ആയിരുന്നുവെന്നും അതല്ല വില്വമംഗലത്തുസ്വാമിയാരോ ദിവാകരമുനിയോ ആയിരുന്നുവെന്നും ഐതിഹ്യങ്ങൾ പല കഥകൾ പറയുന്നു. ചിരട്ടയിൽ മാങ്ങാ നിവേദിക്കപ്പെട്ട കാനനസാന്നിദ്ധ്യം അതിപ്രഭാവവാനായി ലോകത്തിലെ ഏറ്റവും ധനികദൈവമായി അറിയപ്പെട്ടതിന്റെ പുകിലുകൾ ആത്മീയവീണ്ടുവിചാരങ്ങൾക്ക് സാധ്യത നൽകുന്നുണ്ട്.

മണ്ണിൽ പണിയെടുത്തവർ മുതൽ രാജ്യം ഭരിച്ചിരുന്നവർ വരെ ആരാധിച്ച, ഈ രാജ്യത്തിന്റെ പരദേവതയായ ശ്രീപദ്മനാഭൻ ഏറ്റവും ധനികനായി അറിയപ്പെടുന്നത് ഭഗവാന്റെ ഈടുവയ്പിൽ ലക്ഷം കോടി നീക്കിയിരിപ്പുള്ളതുകൊണ്ടാണ് എന്നത് വിചിത്രവും ചിന്തനീയവുമായിരിക്കുന്നു. അകവും പുറവും നിറയുന്ന ചൈതന്യപ്രഭാവത്തെക്കുറിച്ച് ഒരു വിസ്മയവുമില്ല, ലക്ഷം കോടി നാണയത്തിന്റെ മഹിമയിലാണ് വിസ്മയം. മഞ്ഞലോഹത്തിന്റെ പ്രഭയും രത്നങ്ങളുടെ ജ്വലനവും കണ്ടവരും കേട്ടവരും മോഹാവേശത്തിലാണ്! അതിപുരാതനവും ശാന്തസുന്ദരവുമായിരുന്ന ക്ഷേത്രാന്തരീക്ഷം ഇതോടെ ഭയപ്പാടും അങ്കലാപ്പും നിറഞ്ഞതായി മാറിയിരിക്കുന്നു. നിറതോക്കുകളും കമാൻഡോകളുടെ രൂക്ഷനോട്ടങ്ങളും ഭയങ്കരങ്ങളായ എന്തിനെയോ പ്രതീക്ഷിക്കുന്നു. ശ്രദ്ധയും ഭക്തിയും ശാന്തിയുമാണ് ഈ സ്വത്തുവെളിപ്പെടുത്തലിലൂടെ നഷ്ടമായിരിക്കുന്നത്.

ഇത്ര പ്രമാദമായിട്ടല്ലെങ്കിലും ഏതാനും വർഷങ്ങൾക്കുമുമ്പും ഭക്തന്മാർ ഹിരണ്യാക്ഷന്മാരായിതീർന്ന ഒരു സംഭവം പദ്മനാഭസ്വാമിക്ഷേത്രത്തിൽ ഉണ്ടായിട്ടുണ്ട്. മൂന്ന് വാതിലിലൂടെ ദർശിക്കാവുന്ന അനന്തശായിയുടെ കറുത്തവിഗ്രഹം നിറദീപശോഭയിൽ കണ്ട് നിർവൃതി അടഞ്ഞ ഭക്തർ പെട്ടെന്ന് ഒരു ദിനം കണ്ടത് ഭഗവാൻ സ്വർണ്ണപ്രഭയിൽ ശയിക്കുന്നതാണ്. വിഗ്രഹത്തിന്റെ കൈവിരലിലെ ചെറിയ കേടുപാടുകൾ തീർക്കാൻ ശ്രമിക്കുന്ന വേളയിലാണ് കടുശർക്കരയോഗത്തിൽ രൂപപ്പെടുത്തിയ വിഗ്രഹം സ്വർണ്ണം പൊതിഞ്ഞിരിക്കുകയാണെന്ന് ബോധ്യമായത്. ക്ഷേത്രങ്ങൾ കൊള്ളയടിച്ചുകൊണ്ട് പടയോട്ടം നടത്തിയ ടിപ്പു

സുൽത്താൻ തന്റെ കുതിരയെ ശ്രീപദ്മനാഭന്റെ കൊടിമരത്തിൽ കൊണ്ടുകെട്ടും എന്ന് വീമ്പിളക്കിയപ്പോൾ അന്ന് രാജ്യം ഭരിച്ചിരുന്ന കാർത്തിക തിരുനാൾ രാമവർമ്മ മഹാരാജാവ് (ധർമ്മരാജ) സ്വർണ്ണമങ്ങ് കരിപൂശി മറച്ചേക്കാം എന്ന് നിശ്ചയിച്ചിരിക്കാം. ഏതായാലും വിഗ്രഹം സ്വർണ്ണം വീണ്ടും അണിഞ്ഞപ്പോൾ ഭക്തരുടെ കണ്ണിൽ ടിപ്പു ആവേശിക്കുന്നു എന്നറിഞ്ഞിട്ടാവണം ശ്രീ ഉത്രാടം തിരുനാൾ മാർത്താണ്ഡവർമ്മ അത് പഴയപടി കാർവർണ്ണമാക്കി മാറ്റാൻ നിർദ്ദേശിക്കുകയായിരുന്നു. ഉചിതമായ പ്രവൃത്തി. ഇപ്പോഴിതാ നിജപ്പെടുത്താനാകാത്ത സ്വർണ്ണനിക്ഷേപങ്ങളുടെ വാർത്ത ക്ഷേത്രത്തെ ആഗോളശ്രദ്ധയിൽ കൊണ്ടുവന്നിരിക്കുന്നു. പദ്മനാഭക്ഷേത്രം വീണ്ടും ഹിരണ്യാക്ഷന്മാരുടെ ടൂറിസ്റ്റ് അട്രാക്ഷനുമായി. ഭക്തി വലിയ കച്ചവടമാക്കാമെന്ന് അറിയുന്നവർ ധന്യരായി. ദീപസ്തംഭം മഹാശ്ചര്യം നമുക്കും കിട്ടണം പണം എന്ന മൊഴി അർത്ഥവത്താക്കുന്നു രാഷ്ട്രീയ - സാമൂഹികപ്രവർത്തകരും യുക്തിവാദികളും. തിരുവട്ടാറിലെ അനന്തശായിയുടെ തിരുവുടലിലെ സ്വർണരത്നാലങ്കാരങ്ങൾ കവർന്നെടുക്കാൻ കൂട്ടുനിന്നത് പൂജാരിയും കൂടിയായിരുന്നു എന്നറിയുമ്പോൾ പദ്മനാഭസ്വാമിയെ ഓർത്ത് ഭയം മുറുകുകയാണ് - സമ്പത്ത് കൊണ്ടുവരുന്ന അസ്വസ്ഥതകൾ!

ശ്രീപദ്മനാഭന്റെ തിരുമുറ്റത്തെ പഞ്ചാരമണലിലും മണ്ഡപങ്ങളിലും ഇരുന്ന് സ്വാസ്ഥ്യം നേടിയ നാളുകൾ ഇനി അന്യമാവുകയാണ്. മന്ത്രമുഖരിതവും കളഭഗന്ധിയുമായിരുന്ന സ്വച്ഛന്ദമാരുതൻ ഇനി ആസ്വദിക്കാനാവുകയില്ല. പദ്മനാഭസ്വാമിക്ഷേത്രത്തിൽ തിക്കിത്തിരിയുന്ന സന്ദർശകരുടെ നോട്ടങ്ങൾ നിലവറകൾ തേടുകയും മനസ്സ് നിക്ഷേപങ്ങൾ തിട്ടപ്പെടുത്തുകയുമാണ്! യോഗനിദ്രയുടെ ശാന്തി ക്ഷേത്രത്തിൽ വീണ്ടും നിറയാൻ ശ്രീപദ്മനാഭൻ തന്നെ വഴി കാണിക്കട്ടെ.

*(2011 ആഗസ്റ്റ്)*

# യഥാർത്ഥ സ്വാതന്ത്ര്യം

നിറതോക്കുകളുടെ സംരക്ഷണയിൽ ഭാരതം 65-ാം സ്വാതന്ത്ര്യദിനം ആഘോഷിച്ചു. വല്ലാത്ത പൊരുത്തക്കേടുള്ള വാചകം. 'സ്വാതന്ത്ര്യദിനം - ഇന്ന്. എങ്ങും ജാഗ്രതാനിർദ്ദേശങ്ങൾ.' ഇത്തരത്തിലാണ് വാർത്ത വന്നുകൊണ്ടിരുന്നത്. കനത്ത സുരക്ഷയുടെ മതിൽക്കെട്ടിലിരുന്നു കൊണ്ട് സ്വാതന്ത്ര്യം ആഘോഷിക്കേണ്ടിവരുമ്പോൾ സ്വാതന്ത്ര്യം എന്ന പദത്തിന്റെ യഥാർത്ഥ അർത്ഥം നഷ്ടപ്പെടുകയാണ്. വിശപ്പിൽ നിന്നും ദാഹത്തിൽ നിന്നുമുള്ള സ്വാതന്ത്ര്യമാണോ യഥാർത്ഥ സ്വാതന്ത്ര്യം? വിശക്കുന്നവന് അന്നവും ദാഹിക്കുന്നവന് ജലവും പാർപ്പിടമില്ലാത്തവന് വീടും നൽകാൻ സർക്കാരിനു കഴിഞ്ഞാൽ അത്രയും കൊണ്ട് മനുഷ്യന് തൃപ്തിയാകുമോ? നിയമത്തിന്റെ സംരക്ഷണയിൽ, ഭരണഘടനയിലെ വാഗ്ദാനം അനുസരിച്ചുള്ള സ്വാതന്ത്ര്യം വ്യക്തിയെ ഭയരഹിതനാക്കുന്നില്ല. സ്വാതന്ത്ര്യദിനത്തിൽ ഗാന്ധിജിയുടെയും ടാഗോറിന്റെയും സമശീർഷരായ മറ്റു മഹാമനീഷികളുടെയും സ്മരണ പുതുക്കുന്നുണ്ട്. സ്വാതന്ത്ര്യത്തെക്കുറിച്ച് അവർ പകർന്ന ആശയം രാജ്യത്തിനു ലഭിക്കുന്ന സ്വതന്ത്രപദവിയുടെതോ ഭരണഘടനാ പരമായ സ്വാതന്ത്ര്യത്തിന്റെയോ ആയിരുന്നില്ല. ലോകസുഖം ആശംസിച്ച ഋഷീശ്വരന്മാരുടെ പദവിയിലേക്കു പരിണമിച്ച ഗാന്ധിജി വിഭാവനം ചെയ്തത് സർവ്വരുടെയും സ്വാതന്ത്ര്യമായിരുന്നു. മതിലുകളില്ലാത്ത ലോകത്തെക്കുറിച്ചാണ് വിശ്വമഹാകവി ടാഗോർ സ്വപ്നം കണ്ടത്.

അഴിമതിയുടെ കരാളഹസ്തത്തിൽ നിന്നും സ്വതന്ത്രരാവാൻ ഭാരതീയ ജനത അണ്ണാഹസാരെയുടെ പിന്നിൽ ശക്തിയാർജ്ജിച്ചു നില്ക്കുന്നതാണ് ഇന്ത്യയിലെ ഏറ്റവും ഒടുവിലത്തെ കാഴ്ച. കക്ഷിരാഷ്ട്രീയമില്ലാത്ത, ആംഗലഭാഷയിൽ വൈദഗ്ധ്യമില്ലാത്ത, വയോവൃദ്ധനായ ഈ ഗ്രാമീണന്റെ പിന്നിൽ ഇന്ത്യയിലും ഇന്ത്യക്കുപുറത്തുമുള്ള ഭാരതീയർ ഐക്യം പ്രഖ്യാപിച്ചതിന്റെ പിന്നിലെ മാജിക് എന്താണ്? ഹസാരെയെക്കുറിച്ച് ജസ്റ്റിസ് വി.ആർ.കൃഷ്ണയ്യർ പറഞ്ഞ ഒറ്റവാക്കിൽ ആ മാജിക് ഇരിക്കുന്നു. 'ഫ്രീ സോൾ'. സ്വതന്ത്രമായ ആത്മാവ് വഹിക്കുന്നവർക്കു മാത്രമേ അസ്വാതന്ത്ര്യത്തോട് പൊരുതാനുള്ള ധൈര്യം ലഭിക്കുകയുള്ളൂ. ഹസാരെ ആത്മാവിൽ സ്വാതന്ത്ര്യം നേടിയത് സ്വാമി വിവേകാനന്ദനെയും

ഗാന്ധിജിയേയും പിൻതുടർന്നതുകൊണ്ടാണ്. ആചാരാനുഷ്ഠാനങ്ങളിലും കക്ഷിരാഷ്ട്രീയത്തിലും കുരുങ്ങി ആത്മാവ് നഷ്ടപ്പെട്ട ഭാരതീയർക്ക് ഋഷീശ്വരന്മാർ ഓതിത്തന്ന തത്ത്വം സഹായത്തിനെത്തുന്നില്ല. സമദർശനത്തിലൂടെ അനുഭവിക്കേണ്ട സ്വാതന്ത്ര്യത്തിന്റെ ആനന്ദം അവർക്ക് അനുഭവവേദ്യമല്ലാതായി.

മനുഷ്യന്റെ സ്വതന്ത്രാവസ്ഥ ആത്മാവിലാണ് പ്രതിഷ്ഠിതമായിട്ടുള്ളതെന്ന് ഋഷീശ്വരന്മാർ പറഞ്ഞുതന്നിട്ടുണ്ട്. മനസ്സ് ബന്ധനസ്ഥമാണെങ്കിലും ആത്മാവ് സ്വയം സ്വതന്ത്രനാണെന്നറിയുന്നു. മനസ്സ് നിയമബദ്ധമാണ്. അവിടെ സ്വാതന്ത്ര്യമില്ല. മനുഷ്യൻ ശരീരമോ മനസ്സോ അല്ല ആത്മാവാണെന്നും അതാണ് സർവ ചരാചരങ്ങളിലും ഒന്നായി നിലനില്ക്കുന്നതെന്നുമുള്ള മഹത്തായ അറിവാണ് സ്വാതന്ത്ര്യം.

മനുഷ്യൻ സ്വതേ സ്വതന്ത്രനാണെങ്കിലും അവനത് കണ്ടെത്തുന്നില്ല എന്ന് വിവേകാനന്ദസ്വാമികൾ പറയുന്നു. ഓരോ നിമിഷവും അവനത് വിസ്മരിക്കുകയാണ്. ഒരു പരിധിക്കുള്ളിൽ കിട്ടുന്ന സ്വാതന്ത്ര്യം. വിശപ്പിന്റെയോ ദാഹത്തിന്റെയോ ബന്ധനത്തിൽ നിന്നുള്ള മോചനം കൊണ്ടു തൃപ്തിപ്പെടുന്ന സ്വാതന്ത്ര്യം. യഥാർത്ഥ സ്വാതന്ത്ര്യം ഒരു രാജ്യത്തിന്റെ സ്വാതന്ത്ര്യത്തിൽ ഒതുങ്ങേണ്ടതല്ല. ഓരോ വ്യക്തിയുടെയും ആത്മാവ് അനുഭവിച്ചറിയേണ്ടതാണത്. വ്യക്തി, സ്വാതന്ത്ര്യത്തി ന്റെ ആനന്ദം അനുഭവിക്കുമ്പോഴേ രാജ്യം സ്വതന്ത്രമായി എന്നുപറയാനാകൂ.

*(2011 സെപ്റ്റംബർ)*

# മഹത്തായ മാതൃക

**ഒ**രു ഹിന്ദു ഒരു മുസ്ലിം ദേവാലയം നിർമ്മിച്ചു സമർപ്പിച്ചിരിക്കുന്നു എന്ന വാർത്ത കേരളത്തെയാകെ വിസ്മയിപ്പിക്കുകയും ആഹ്ലാദിപ്പിക്കുകയും ചെയ്തിരിക്കുന്നു. കാരണം ഇന്ത്യയുടെയും പ്രത്യേകിച്ച് കേരളത്തിന്റെയും പല കോണുകളിലും മതതീവ്രവാദത്തിന്റെ കനലെരിയുന്ന ചൂട് നാം അനുഭവിച്ചുകൊണ്ടിരിക്കുകയാണ്.

തച്ചുടയ്ക്കലിന്റെയും മതഭ്രാന്തിന്റെയും അരക്ഷിത അന്തരീക്ഷത്തിൽ മതഭേദം നോക്കാതെയുള്ള ഇടപെടൽ നടത്തിയ പദ്മശ്രീ അഡ്വ. സി.കെ. മേനോൻ ഒരു യഥാർഥ ഹിന്ദുവാണ്. സനാതന സംസ്കാരത്തിന്റെ മഹിമ ഉൾക്കൊണ്ട വ്യക്തികൾക്കേ മതേതരമായി ചിന്തിക്കാനും ഇടപെടാനും സാധിക്കുകയുള്ളൂ. ഇത് കുറെ ഏറെ പണത്തിന്റെ കാര്യമല്ല. അതു പ്രകടിപ്പിക്കുന്നതിന് മറ്റു മാർഗങ്ങൾ ഏറെയുണ്ടല്ലോ. ഹിന്ദു തീവ്രവാദവും മുസ്ലിം തീവ്രവാദവും പുഷ്ടിപ്പെട്ടുകൊണ്ടിരിക്കുന്നു എന്ന പ്രചാരണത്തിനും ഭയപ്പാടിനുമുള്ള സൗമ്യമായ മറുപടിയാണ് മൊകേരിയിൽ അഡ്വ.സി.കെ. മേനോൻ നിർമ്മിച്ചു നൽകിയ നെച്ചോളി മസ്ജിദ്.

മനുഷ്യസ്നേഹവും സഹാനുഭൂതിയും പ്രചരിപ്പിക്കുകയാണ് മതങ്ങളുടെയെല്ലാം അടിസ്ഥാനലക്ഷ്യം. അന്യനെ ദ്രോഹിക്കുന്നതിനെ അനുകൂലിക്കുന്ന ഒരു മതവും സൃഷ്ടിക്കപ്പെട്ടിട്ടില്ല. മതമൈത്രിയുടെ ഒരു സുവർണകാലം കേരളത്തിൽ നിലനിന്നിരുന്നു. ക്ഷേത്രോത്സവങ്ങളിൽ ക്രിസ്ത്യാനിക്കും മുസ്ലീമിനും സഹകരിക്കുവാനും മറിച്ചുമുള്ള ആചാരങ്ങൾ കാരണവന്മാർ സൃഷ്ടിച്ചത് ദൂരക്കാഴ്ചയോടെ ആയിരുന്നു. പഴയ തിരുവിതാംകൂറിൽ പള്ളികളും അമ്പലങ്ങളും ധാരാളമായി സൗഹൃദത്തോടെ പ്രവർത്തിച്ചതിനെ മഹാത്മജി അഭിനന്ദിച്ചിരുന്നു. ഗീതയും ഗ്രന്ഥസാഹിബും വായിക്കുന്നതുപോലെ ഖുറാനും വായിക്കണമെന്ന് ഹിന്ദുക്കളെയും സിക്കുകളെയും അദ്ദേഹം ഉപദേശിച്ചു. ഖുറാൻ വായിക്കുന്നത്ര ഭക്തിയോടെ ഗീതയും ഗ്രന്ഥസാഹിബും വായിക്കണമെന്ന് മുസ്ലിങ്ങളോടും പറഞ്ഞു. എന്നാൽ ബ്രിട്ടീഷ് ഭരണം തന്ത്രപൂർവം നടപ്പിലാക്കി വിഭജിച്ചുഭരിക്കലാണ് ഇവിടെ മതസ്പർധയുടെ അന്തരീക്ഷം സൃഷ്ടിച്ചത്. യഥാർഥമതബോധം ജനങ്ങൾക്ക്

നഷ്ടപ്പെടുക കൂടി ചെയ്തപ്പോൾ തീവ്രവാദത്തിന്റെ വിത്ത് മുളയ്ക്കാനുള്ള നിലം ഒരുങ്ങി. സ്വാർഥതാത്പര്യത്തോടെ കപടപുരോഹിതന്മാരും രാഷ്ട്രീയ പ്രവർത്തകരും ജനങ്ങളെ ചൂഷണം ചെയ്തതോടെ മത മാത്സര്യങ്ങൾ എവിടെയും പ്രത്യക്ഷപ്പെട്ടുതുടങ്ങി. 'പൊരുതി ജയിക്കുക അസാധ്യം' എന്ന് ശ്രീനാരായണഗുരു ഓർമ്മപ്പെടുത്തിയതും അവഗണിക്കപ്പെട്ടു. പള്ളിക്കും ക്ഷേത്രത്തിനും വേണ്ടി പൊരുതിമരിക്കുകയാണ് തങ്ങളുടെ കടമയെന്ന് വിശ്വസിച്ചുപോയ ചെറുപ്പക്കാരുടെ സാഹസങ്ങൾ രാജ്യപുരോഗതിയെ തന്നെ പിന്നോട്ടടിക്കുമ്പോഴാണ് സി.കെ. മേനോന്റെ ഈ പ്രവൃത്തി ശ്രദ്ധേയവും വ്യത്യസ്തവുമാകുന്നത്. ശ്രീകൃഷ്ണൻ അർജുനനോട് പറയുന്നു:

*യദ്യദാചരതി ശ്രേഷ്ഠസ്തത്ത ദേവേതരോ ജനഃ*
*സ യത് പ്രമാണം കുരുതേ ലോകസ്തദനുവർത്തതേ*
(ഗീത 3.21)

ശ്രേഷ്ഠരായ ആളുകളുടെ പ്രവൃത്തി മറ്റുള്ളവർ അനുകരിക്കും; അവർ പ്രമാണമായി സ്വീകരിച്ചത് മറ്റുള്ളവർക്കും പ്രമാണമാകുന്നു. വലിയൊരു മാതൃകയാണ് പദ്മശ്രീ സി.കെ. മേനോൻ കാണിച്ചിരിക്കുന്നത്. അന്യമതങ്ങളെ ബഹുമാനിക്കുന്ന മാതൃക.

*(2011 ഒക്ടോബർ)*

# ഇരകളാകാതിരിക്കാൻ

**അ**ടുത്തിടെ രണ്ടു പുസ്തകങ്ങൾ വായിക്കുകയുണ്ടായി. ഹെർബെർട്ട് എം ഷെൽറ്റന്റെ ഫാസ്റ്റിങ് കാൻ സേവ് യുവർ ലൈഫും എലിസബത്ത് ക്യുബ്ളർ റോസ് രചിച്ച ഓൺ ഡെത്ത് ആൻഡ് ഡൈയിങ്ങും.

ഭക്ഷണവും ചികിത്സയും മരണവും ഏറെ സങ്കീർണവും ദുസ്സഹവുമായി മാറിക്കൊണ്ടിരിക്കുമ്പോൾ ഈ ഗ്രന്ഥങ്ങൾ വ്യത്യസ്തമായി ചിന്തിക്കാൻ പ്രേരിപ്പിക്കുന്നു. ശരീരത്തെ നിലനിർത്തുക എന്ന ധർമ്മം വിട്ട് ആഹാരം വലിയൊരു വ്യവസായ മേഖലയായി വികസിച്ചിരിക്കുന്നു. നാവിന്റെ രുചിവൈവിധ്യത്തിനായി മനുഷ്യൻ സ്വീകരിക്കാത്ത മാർഗങ്ങളില്ല. അരയന്ന വർഗ്ഗത്തിൽപ്പെട്ട പക്ഷികളെ ചലിക്കാനാകാത്തവിധം കെട്ടിനിറുത്തി അവയുടെ ചുണ്ടുകളിലേക്ക് കുഴൽ ഘടിപ്പിച്ച് നിരന്തരം ഭക്ഷണം നൽകുകയും ആ ഭക്ഷണം അവയുടെ കരൾ വലുതാക്കുകയും ചെയ്യുമ്പോൾ ആ കരൾ എടുത്ത് പ്രത്യേക രീതിയിൽ അലങ്കരിച്ച് വലിയ വിലയ്ക്ക് വില്ക്കുന്ന സമ്പ്രദായം ഉണ്ട്. ഒരുദാഹരണം മാത്രമാണിത്. വായിക്കുമ്പോൾ വ്യസനം തോന്നുന്നുണ്ടോ? എന്നാൽ ആഹാരത്തിനായി കൊല്ലപ്പെടുന്ന ഏതു മൃഗവും ആഹാരത്തിനായി യാചിക്കുന്ന എതു മനുഷ്യനും നമ്മിൽ വ്യസനവും കുറ്റബോധവും ഉണ്ടാക്കേണ്ടതാണ്. നാവിന്റെ രുചിയെ തൃപ്തിപ്പെടുത്താൻ ആഹാരം കഴിക്കുന്നതിനെ നിശിതമായി വിമർശിക്കുന്നു ഷെൽറ്റന്റെ ഗ്രന്ഥം. ഉപവാസം മൂലം രോഗശാന്തി സാധ്യമാണെന്ന് ഇതിൽ തറപ്പിച്ചു പറയുന്നു. കാൽ കാശ് ചെലവില്ലാത്ത ചികിത്സാരീതി. തൊണ്ണൂറ്റിഒൻപതു ശതമാനം പ്രശ്നങ്ങളും ഉപവാസവും ആഹാരക്രമീകരണവും ഗൃഹചികിത്സയും കൊണ്ട് ഭേദപ്പെടുത്താമെന്ന് ഗാന്ധിജി നിരന്തരം പറഞ്ഞിരുന്നു. രസനയുടെ കർശനമായ നിയന്ത്രണം കൂടാതെ യഥാർത്ഥ ആരോഗ്യം അസാധ്യമാണെന്നും അദ്ദേഹം കൂട്ടിച്ചേർത്തു. എന്നാൽ ഇന്ന് ഭക്ഷണവും ഡയറ്റിങ്ങും എല്ലാം കോടികളുടെ വ്യവസായമാണ്.

മറ്റൊരു മേഖല മരണമാണ്. എലിസബത്ത് ക്യൂബ്ളർ റോസ് തന്റെ പുസ്തകത്തിൽ മരണാസന്നനെ ആധുനിക വൈദ്യശാസ്ത്രം എത്ര ക്രൂരമായാണ് കൈകാര്യം ചെയ്യുന്നതെന്ന് വിവരിക്കുമ്പോൾ നമ്മിൽ പലരും നമ്മുടെ ബന്ധുക്കളുടെ മരണരംഗം ഓർക്കാതിരിക്കുകയില്ല. ധനം

വർധിക്കുന്തോറും സമാധാനമായി, കുടുംബാംഗങ്ങളോടൊത്ത്, യാത്രാ മൊഴിപറഞ്ഞ്, ഗംഗാജലം നുകർന്ന് ഇവിടം വിട്ട് പോകാനുള്ള ഭാഗ്യം മനുഷ്യന് നഷ്ടപ്പെടുകയാണ്. യന്ത്രങ്ങളുടെ ലോകത്ത്, അവയുടെ ഭീതിദമായ ശബ്ദങ്ങൾ കേട്ട്, അപരിചിത മുഖങ്ങൾ ഒരു 'വസ്തു'വായി മാത്രം തന്നെ ഗണിക്കുന്നതറിഞ്ഞുകൊണ്ട് നിസ്സഹായനായി, ഏകനായി മരിക്കേണ്ടി വരുന്ന മനുഷ്യാവസ്ഥ! അച്ഛൻ അല്ലെങ്കിൽ അമ്മ കൂടുതൽ ദിവസം വെന്റിലേറ്ററിൽ കിടന്നു എന്നു പറയുമ്പോൾ എന്തോ കടമ നിർവഹിച്ച ആശ്വാസമാണ് മക്കൾ അനുഭവിക്കുന്നത്. ഈ ആശ്വാസത്തിന് ബന്ധുക്കളെ പ്രലോഭിപ്പിക്കുകയും തയ്യാറെടുപ്പിക്കുകയും ചെയ്യാൻ ആശുപത്രികൾ ജാഗരൂകരാണ്. വൻ സാമ്പത്തിക ലാഭമാണ് മരണാസന്നരെക്കൊണ്ട് ആധുനിക ആശുപത്രികൾ നേടുന്നത്. അമിത ഭക്ഷണവും അമിത വൈദ്യവത്കരണവും മനുഷ്യരെ വ്യവസായികളുടെ ഇരകളാക്കി മാറ്റുകയാണ്.

സനാതനധർമ്മം മനുഷ്യാവസ്ഥകളെക്കുറിച്ചും മരണമെന്ന പ്രതിഭാസത്തെക്കുറിച്ചും വ്യക്തമായ കാഴ്ചപ്പാടുകൾ നൽകുന്നുണ്ട്. നചികേതസ്സിനെ മുൻനിർത്തി മരണദേവനെ എത്ര മനോഹരമായാണ് നമുക്കു ചിരപരിചിതനാക്കുന്നത്. ആത്മാവിന്റെ അനശ്വരതയെക്കുറിച്ചും ത്യജിക്കുന്നതിന്റെ ആനന്ദത്തെക്കുറിച്ചും പറഞ്ഞുവച്ചിരിക്കുന്നു. പാകമായ മാതള മത്തനിൽ നിന്നും ഞെടുപ്പ് അനായാസം വേർപെട്ടുപോകുന്നതുപോലെ മരണത്തിൽ നിന്നും മോചിക്കാൻ അനുഗ്രഹിക്കണേ എന്ന മഹാമൃത്യുഞ്ജയ പ്രാർത്ഥന മൃത്യുഭയമുക്തിയുണ്ടാക്കുമെന്ന് ഋഷി പറഞ്ഞിരിക്കുന്നു. മനുഷ്യൻ മുക്തി ആഗ്രഹിക്കുന്നുവെങ്കിൽ പാകമാകാൻ തുടങ്ങണം. മനസ്സുകൊണ്ടു നേടേണ്ട അവസ്ഥയാണത്. സ്വയം അനുഷ്ഠിക്കേണ്ടത്.

*(2011 നവംബർ)*

## മാതൃഭാവത്തെ ഉപയോഗിക്കുക

'അച്ഛൻ പറഞ്ഞതൊക്കെ പുസ്തകത്തിൽ നിന്ന് എനിക്ക് അറിയാനായി. എന്നാൽ അമ്മ പറഞ്ഞുതന്നത് മറ്റെങ്ങും ലഭിച്ചില്ല'. മാതൃവാത്സല്യത്തിന്റെ ഓർമ്മയിൽ സുകുമാർ അഴിക്കോട് കുറച്ചുനേരം മൗനത്തിലായി. തന്റെ അമ്മയ്ക്ക് വിദ്യാഭ്യാസയോഗ്യതയൊന്നുമില്ലായിരുന്നു എന്നും അദ്ദേഹം പറഞ്ഞു. ഇതാണ് അമ്മ വാത്സല്യം! ഇതാണ് ഇന്ന് സമൂഹത്തിന് പതിയെ നഷ്ടപ്പെട്ടുകൊണ്ടിരിക്കുന്നതും.

സ്ത്രീ പൂജിക്കപ്പെടുമ്പോൾ ദേവതകൾ സന്തോഷിക്കുന്നു എന്നത് ഒരു മഹത്തായ ഭാരതീയചിന്തയാണ്. പ്രായോഗികതലത്തിൽ സ്വാർത്ഥത വൈകല്യങ്ങൾ സൃഷ്ടിക്കുന്നു. അപ്പോൾ നാരീപൂജയും മാതൃപൂജയും ക്ഷേത്രത്തിൽ ഒതുക്കുകയും സമൂഹത്തിൽ സ്ത്രീ അപമാനിക്കപ്പെടുകയുമാണ്. പുരോഗതിയുടെ പടവുകളൊക്കെ സ്ത്രീ കയറുന്നുണ്ടെങ്കിലും അപമാനങ്ങളും ക്രൂശിക്കലും അവളെ പിൻതുടരുന്നു. പുതിയ സാങ്കേതികസൗകര്യങ്ങളായ ടിവിയും മൊബൈൽ ഫോണും ഇന്റർനെറ്റും സമൂഹത്തിന് ആവേശകരമായ നേട്ടങ്ങളാകുമ്പോഴും അവ സ്ത്രീയുടെ സ്വകാര്യതയെ അപായപ്പെടുത്തുന്നതിനാൽ ആധുനികതയെ ആഹ്ലാദപൂർവം സ്വീകരിക്കാനോ ആസ്വദിക്കാനോ സ്ത്രീക്കു കഴിയുന്നില്ല.

യുദ്ധവും ഭീകരപ്രവർത്തനങ്ങളും ഏറ്റവും ദുരിതപ്പെടുത്തുന്നത് സ്ത്രീകളെയും കുട്ടികളെയുമാണ്. ദാരിദ്ര്യവും രോഗങ്ങളും അവരെ കൂടുതൽ ബാധിക്കുന്നു. നിരവധി പഠനങ്ങൾ ഇത് ചൂണ്ടിക്കാണിക്കുന്നു.

മാതൃഭാവത്തിന് സമൂഹത്തിൽ വലിയ മാറ്റങ്ങളുണ്ടാക്കാനാവും. സമാധാനം പ്രസരിപ്പിക്കുന്നതിലും മധ്യസ്ഥത വഹിക്കുന്നതിലും സാർഥകമായ പങ്കുവഹിക്കുവാൻ സ്ത്രീക്കു കഴിയും. ഏതു ക്രൗര്യത്തെയും ശാന്തമാക്കാൻ മാതൃവാത്സല്യത്തിനാകും. ഇത് ഉൾക്കൊള്ളാനോ പ്രയോജനപ്പെടുത്താനോ സമൂഹം തയ്യാറാകാത്തതിനാൽ സ്ത്രീയുടെ മഹത്വമേറിയ കഴിവുകൾ ഉപയോഗശൂന്യമാവുകയാണ്. ഈ വസ്തുത മനസ്സിലേറ്റിക്കൊണ്ടാണ് യുഎൻ രക്ഷാസമിതി 2000-ൽ ഒരു പ്രമേയം പാസ്സാക്കിയത്. അംഗരാജ്യങ്ങളോട് യു എൻ അഭ്യർത്ഥിച്ചു - തീരുമാനങ്ങൾ എടുക്കേണ്ട എല്ലാ സമിതികളിലും അത് പ്രാദേശികമോ ദേശീയമോ

അന്തർദേശീയമോ ആകട്ടെ - സ്ത്രീപ്രാതിനിധ്യം വേണ്ട അനുപാതത്തിൽ ഉറപ്പുവരുത്തുക. തർക്കങ്ങൾ തടുക്കാനും ഒഴിവാക്കാനും കൈകാര്യം ചെയ്യാനും സ്ത്രീസാന്നിദ്ധ്യം ആവശ്യമാണ്.

11 വർഷം പിന്നിട്ടിട്ടും യു എൻ പ്രമേയം ഉദ്ദേശിച്ച ഫലം ഉണ്ടാക്കിയില്ല. 1325-ാം പ്രമേയം എങ്ങനെ സഫലമാക്കാം എന്ന ആലോചനയിലാണ് യു എൻ. നയരൂപീകരണരംഗങ്ങളിലോ രാഷ്ട്രീയപ്രക്രിയകളിലോ സ്ത്രീയുടെ പ്രാതിനിധ്യം തുച്ഛമാണ്. നമ്മുടെ പാർലമെന്റിൽ സ്ത്രീകൾക്ക് 33% സംവരണം നൽകുന്ന ബില്ല് 15 വർഷമായി മരവിച്ചു കിടക്കുന്നു. തീരുമാനമെടുക്കേണ്ട വേദിയിൽ സ്ത്രീപുരുഷ അനുപാതത്തിലുണ്ടായിരിക്കുന്ന വലിയ വിടവാണ് ഈ സാമൂഹിക ദുഃസ്ഥിതിക്ക് പ്രധാന കാരണം; ഇവിടെ സ്ത്രീയുടെ സാധ്യതകൾ നഷ്ടപ്പെടുകയാണ്.

അന്താരാഷ്ട്ര വനിതാവർഷം വീണ്ടും വരുമ്പോൾ സ്ത്രീയും പുരുഷനും അവലോകനം ചെയ്യേണ്ടത് ഈ അവസ്ഥയാണ്. സമൂഹത്തിൽ അർധനാരീശ്വരസങ്കല്പം സാക്ഷാത്കരിക്കേണ്ടതുണ്ട്. പപ്പാതി. സന്തുലനം. അസന്തുലനത്തിന്റെ പാകപ്പിഴകൾ തലമുറകളെപ്പോലും ബാധിക്കും. ആത്മവീര്യം നശിക്കുന്ന സ്ത്രീക്ക് നല്ല അമ്മയാവാനും സമൂഹത്തെ പിന്തുണയ്ക്കാനും പ്രയാസമാണ്; ലൈംഗികപീഡനങ്ങൾ അഴിച്ചുവിട്ട് സ്ത്രീയെ ഭയപ്പെടുത്തി സുരക്ഷിതത്വത്തിലേക്കൊതുക്കിയെടുക്കുന്നത് പുരുഷസ്വാർത്ഥ ശൈലിയാണ്. ലിംഗപരിഗണനയ്ക്കപ്പുറം ഉയരാനാണ് സ്വാമി വിവേകാനന്ദൻ ഉദ്ഘോഷിച്ചത്. ദേഹവുമായി ഒട്ടിനില്ക്കാതെ സത്യത്തെ അനുഭവിക്കാൻ -സകലരും സമന്മാരാകുന്നത് അവിടെയാണ്.

*(2011 ഡിസംബർ)*

# കോപം അഭികാമ്യമോ?

ധർമ്മാനുസാരിയല്ലാത്ത അഗ്രഹങ്ങളിൽ നിന്നുണ്ടാകുന്ന കാമവും ക്രോധവും ബുദ്ധിയെ എങ്ങനെ ബാധിക്കുമെന്നും അതിന്റെ പരിണാമവും പരിഹാരവും എന്താണെന്നും ഭഗവദ്ഗീത വിസ്തരിച്ച് ചർച്ച ചെയ്യുന്നുണ്ട്. കോപത്തിന്റെ വിനാശകാരിയായ ഭാവത്തെ രാമായണത്തിൽ ശ്രീരാമൻ ലക്ഷ്മണനോടു വ്യക്തമാക്കുന്നു.

*ക്രോധമല്ലോ നിജധർമ്മക്ഷയകരം*
*ക്രോധം പരിത്യജിക്കേണം ബുധജനം*
*ക്രോധമല്ലോ യമനായതു നിർണയം.....*

കോപമൊക്കെ അടക്കി വാർധക്യത്തിലേക്കു പ്രവേശിക്കുന്നവർക്കു വേണ്ടിയുള്ളതാണ് ഗീതയും രാമായണവും എന്നു കരുതുന്ന പുതു തലമുറ കോപത്തെ അഭികാമ്യമായൊരു നേതൃഗുണമായിട്ടുപോലും ഇന്നു കരുതുകയാണ്.

ഹ്രസ്വകാലത്തേക്കുണ്ടാകുന്ന ഭ്രാന്തെന്ന് കോപത്തെ നിർവ്വചിക്കാറുണ്ട്. പക്ഷേ, ഈ ഭ്രാന്തിനാണിപ്പോൾ സമൂഹത്തിൽ അധികം അംഗീകാരം കിട്ടിക്കൊണ്ടിരിക്കുന്നത്. ക്ഷോഭിക്കുന്ന യുവത്വം, ക്ഷോഭിക്കുന്ന തലമുറ എന്നൊക്കെ ആശീർവദിച്ചുപറയുന്നു. കോപവും വീര്യവും തമ്മിൽ തിരിച്ചറിയാനാവാത്ത അവസ്ഥ. നേതൃസ്ഥാനം വഹിക്കുന്ന വ്യക്തികൾ തങ്ങളുടെ കോപ പ്രകടനം മൂലമാണ് പലതിനും ഫലം ഉണ്ടാക്കിയെടുത്തതെന്നു സ്ഥാപിക്കുകയും അത് ആവർത്തിക്കുകയും ചെയ്യുന്നു. കാര്യങ്ങൾ സാധിച്ചുകിട്ടാൻ സംഘടനകളും വ്യക്തികളും എന്തിന് കുട്ടികൾ പോലും രൗദ്രവേഷം അണിയുന്നു. ഇപ്പോൾ ഈ നിമിഷം നടത്തിക്കിട്ടിയില്ലെങ്കിൽ ഭവിഷ്യത്തു ഭയങ്കരമായിരിക്കുമെന്ന മുന്നറിയിപ്പ്! സഭ്യത നിലനിറുത്താൻ അസഭ്യത വാടകയ്ക്കെടുക്കുന്ന അവസ്ഥ സമരമുഖങ്ങളിൽ സാധാരണം.

കോപത്തെ മിക്കപ്പോഴും ഭ്രാന്താക്കി മാറ്റുന്നത് മദ്യമോ മയക്കുമരുന്നോ ആണെന്നു വരാം. അച്ഛൻ മകനെയും മകൻ അച്ഛനെയും വകവരുത്തുന്ന വാർത്തകൾ സംഭ്രമമുണ്ടാക്കുന്ന രീതിയിൽ വർധിക്കുന്നു. ആറോ ഏഴോ പേരടങ്ങുന്ന ഒരു കുടുംബത്തെ ഒറ്റരാത്രിയിൽ ഏകനായി

വകവരുത്തിയ പ്രതിയെപ്പറ്റി അന്വേഷണോദ്യോഗസ്ഥർ സംശയ ലേശ്യമന്യേ പറഞ്ഞു, കഠിനമായ കോപം ഉത്പാദിപ്പിച്ച വലിയ ഊർജ്ജ മാണ് അയാളെക്കൊണ്ട് അസാധാരണ ക്രൂരത നടത്തിച്ചതെന്ന്.

മാധ്യമങ്ങളിലൂടെ കോപം വ്യാപാരം ചെയ്യുന്നു എന്നും നാം ഓർക്കേണ്ടതുണ്ട്. ടെലിവിഷനിലും ചലച്ചിത്രങ്ങളിലും കോപം വലിയ തോതിൽ വിന്യസിക്കുന്നു. വില്ലന്മാർക്കല്ല, സൂപ്പർനായകന്മാർക്കാണ് പൊറുതിയില്ലാത്ത കോപപ്രകടനങ്ങൾ. ഇതിനെതിരെ സമൂഹം പ്രതിരോധമോ പ്രതിഷേധമോ പ്രകടിപ്പിക്കുന്നില്ല എന്നത് വിചിത്രമായിരിക്കുന്നു. കാണികളിലേക്ക്, പ്രത്യേകിച്ചും കൗമാരക്കാരിലേക്ക് കോപം വളരെ വേഗം സംക്രമിച്ചുകൊണ്ടിരിക്കുന്നു.

പകർന്നുപിടിക്കുന്ന ഈ വികാരത്തെ രാഷ്ട്രീയ പ്രവർത്തകർ സ്വാർത്ഥലാഭത്തിനായി ഉപയോഗപ്പെടുത്തുന്നു. കോപത്തോടെ ഉത്സർജ്ജിക്കുന്ന വാക്കുകൾ മറ്റുള്ളവരെയും കോപാകുലരും അക്രമാസക്തരുമാക്കുന്നു. ഒരു ജലതർക്കത്തിന്റെ നടുവിൽപ്പെട്ട മലയാളി ഇത് അനുഭവിച്ചുകൊണ്ടിരിക്കുന്നു. വ്യാജവാർത്തകളും കുപ്രചരണങ്ങളും രണ്ടു സഹോദരസംസ്ഥാനങ്ങളെ വലിയ ദൗർഭാഗ്യത്തിൽ എത്തിച്ചിരിക്കുകയാണ്. മുല്ലപ്പെരിയാർ അണക്കെട്ടിനെജലബോംബായി കേരളം ഭയക്കുമ്പോൾ ആ ഭയത്തെ അകറ്റാൻ തമിഴ്നാട്ടുകാർക്കു സാധിക്കാത്തതിന്റെ കാരണം ഭയമാണ്. വെള്ളം നിഷേധിച്ചേക്കുമെന്ന തെറ്റിദ്ധാരണയുണ്ടാക്കിയ ഭയം കോപത്തിനു വഴിമരുന്നിട്ടു. തമിഴ്നാട്ടിൽ മലയാളികൾ ആക്രമിക്കപ്പെടുന്നത് നിത്യസംഭവമായി.

മതഗ്രന്ഥങ്ങൾ മാത്രമല്ല ആധുനിക മനശ്ശാസ്ത്രവും കോപത്തെ എങ്ങനെവിജയകരമായി നേരിടാമെന്നു വ്യക്തമാക്കുന്നുണ്ട്. എന്നാൽ വൈശിഷ്ട്യമുള്ള ഒരു വികാരമെന്നോ പുരുഷത്വത്തിന്റെ അടയാളമെന്നോ ഒക്കെ കോപത്തെ അംഗീകരിക്കുന്ന സമൂഹത്തിന്റെ ശൈലിയാണ് ആദ്യം മാറ്റേണ്ടത്. പിന്നീടേ പരിഹാരത്തിനു സാധ്യതയുണ്ടാകുന്നുള്ളൂ.

*(2012 ജനുവരി)*

# ഗുരുവിന്റെ ധർമ്മം

സന്ദേശങ്ങളെ തെറ്റായി മനസ്സിലാക്കുന്നവരെ തിരുത്തുകയും ദുർവ്യാഖ്യാനം ചെയ്യുന്നവരെ നിയന്ത്രിക്കുകയും ചെയ്യേണ്ടത് ഗുരുവിന്റെ ധർമ്മമാണ്. സനാതനമതം അത് അനുശാസിക്കുന്നുണ്ട്.

യുക്തിപൂർവമുള്ള അന്വേഷണത്തിലൂടെ പരമമായ സത്യം കണ്ടെത്തിയവരായിരുന്നു ഭാരതീയ ഋഷീശ്വരന്മാർ. സകലതിന്റെയും കാരണം അവർ അന്വേഷിക്കുകയും മറുപടി നേടുകയും ചെയ്തു. ഒരു പ്രവാചകനിലും അന്ധമായി വിശ്വസിക്കാൻ നിർദ്ദേശിക്കുന്നില്ല ഇവിടെ. അനേകം ഋഷീശ്വരന്മാരും സത്യദർശികളും സംഭാവന ചെയ്ത ബൃഹത്തായ ചിന്താപദ്ധതി ഹിന്ദുമതത്തിനുണ്ട്. അത് സത്യാന്വേഷണത്തിന്റെ മതമാണ്. യുക്തിചിന്തയ്ക്ക് എന്നും പ്രാധാന്യം കല്പിക്കുന്ന മതവുമാണത്. സനാതനധർമ്മത്തിന്റെ സമ്പത്താണ് ഭഗവദ് ഗീത. അത് ഒരു മതത്തിന്റെയും സ്വകാര്യസ്വത്തല്ല, മാനവരാശിക്കു മുഴുവൻ അവകാശപ്പെട്ടതാണ്. സ്വാർഥലാഭത്തിനായോ അറിവില്ലായ്മ കൊണ്ടോ ഇതിനെ എതിർക്കുന്നത് നിർഭാഗ്യകരമാണ്.

"ഭഗവദ് ഗീത വിചാരണയ്ക്ക് വിധേയമാകുമ്പോൾ" എന്ന ഒരു ചർച്ചയ്ക്ക് പിറവി മാസിക ഒരുമ്പെട്ടതുതന്നെ ഇത്തരം ദുർവ്യാഖ്യാനങ്ങൾക്ക് മറുപടി നൽകാനാണ്.

ചോദ്യം ചെയ്യപ്പെടാൻ സാധിക്കാത്ത വിശ്വാസങ്ങളുടെ അടിത്തറയിലല്ല ഹിന്ദുമതം നിലനിൽക്കുന്നത്. എന്നാൽ പൗരോഹിത്യം നിരന്തരം ശ്രമിച്ചുകൊണ്ടിരിക്കുന്നത് ഹിന്ദുമതത്തെ വിശ്വാസത്തിന്റെ മതമാക്കാനാണ്. തങ്ങൾ ചൂണ്ടിക്കാട്ടുന്ന വഴിയിലൂടെയേ ഈശ്വരനെ പ്രാപിക്കാനാവൂയെന്ന് അനുയായികളെ വിശ്വസിപ്പിക്കുന്ന ഇടനിലക്കാരായ പുരോഹിതന്മാരുടെ സ്ഥാനം സനാതനമതത്തിൽ ഉണ്ടാകാൻ പാടില്ല. ബഹുദേവതാരാധനയും നാനാതരം അനുഷ്ഠാനങ്ങളും പൂജാരീതികളും ഹിന്ദുമതം സ്വീകരിച്ചിട്ടുണ്ട്. എന്നാൽ ഇതൊന്നും അന്തിമമല്ലെന്നും സത്യാന്വേഷണത്തിനുള്ള പടികൾ മാത്രമാണെന്നും പറഞ്ഞുകൊടുക്കേണ്ടതും ജ്ഞാനികളുടെ ധർമ്മമാണ്. മതപുരോഹിതന്മാർ ഇതിനെ ക്ഷേത്രനിഷേധമായി പറഞ്ഞുഫലിപ്പിക്കുകയും സ്വാർഥലാഭത്തിനായി അനുയായികളെ താഴത്തെ തട്ടിൽ തന്നെ കെട്ടിയിടാൻ

ശ്രമിക്കുകയും ചെയ്യുന്നു. രാഷ്ട്രീയതാത്പര്യങ്ങൾക്ക് മതപുരോഹിതന്മാരെ ഉപയോഗിക്കുമ്പോൾ ഇതിന്റെ ദൂഷ്യഫലം ഇരട്ടിക്കുകയാണ്. ഹിന്ദുമതം ഒരു ഗിരിശൃംഗം പോലെയാണെന്ന് സ്വാമി വിവേകാനന്ദൻ പറഞ്ഞിട്ടുണ്ട്. ഏറ്റവും താഴ്ന്ന പടി ബിംബാരാധനയും ഏറ്റവും ഉയർന്നത് ഉപനിഷദ്തത്ത്വങ്ങൾ ഗ്രഹിക്കുകയുമാണ്. ഉപനിഷദ്ദർശനങ്ങളുടെ പ്രകാശത്തിൽ കഥകൾ മറയുകയും സനാതനസത്യം തെളിയുകയും ചെയ്യും. അപ്പോൾ മഹാഭാരതത്തിന്റെയും ഭാഗവതത്തിന്റെയും ഭഗവദ് ഗീതയുടെയും ലക്ഷ്യം സത്യാന്വേഷണം മാത്രമാണെന്ന് ബോധ്യപ്പെടുകയും ചെയ്യും.

*(2012 ഫെബ്രുവരി)*

# എവിടെയാണ് തെറ്റ്?

ഗുരുവിന്റെ അധിക്ഷേപവും ശിക്ഷയും സഹിക്കവയ്യാതെ ഗുരുവിനെ കൊല്ലാൻ തക്കം പാർത്ത് തട്ടിൻപുറത്ത് കല്ലുമായി കയറിയിരുന്നു സുകുമാരൻ എന്ന ഒരു ശിഷ്യൻ. ഗുരു ഉറങ്ങാൻ കാത്തിരുന്ന സുകുമാരൻ കേൾക്കുന്നത് ഗുരുപത്നിയുടെ ഒരു ചോദ്യമാണ്. അങ്ങ് എന്തിനാണ് സുകുമാരനെ ഇങ്ങനെ ശിക്ഷിക്കുന്നത്? ഗുരു പറയുന്നു: അവൻ എനിക്കേറ്റവും പ്രിയപ്പെട്ട ശിഷ്യനാണ്. അവൻ മിടുമിടുക്കനാവാനാണ് ശിക്ഷ. ഗുരു ശിഷ്യനെക്കുറിച്ച് വീണ്ടും വാത്സല്യപൂർവം സംസാരിക്കുന്നു. ആകെ പശ്ചാത്താപവിവശനായ സുകുമാരൻ പിറ്റേദിവസം ഗുരുവിനെ കണ്ട് സംശയം അവതരിപ്പിച്ചു. ഗുരുവിനെ വധിക്കാൻ നിശ്ചയിക്കുന്ന ശിഷ്യനുള്ള ശിക്ഷ എന്താണ്? ഗുരു പറഞ്ഞു: അങ്ങനെ ചിന്തിക്കുന്നതുപോലും മഹാപാപം. അവൻ ഉമിത്തീയിൽ നീറി മരിക്കണം. സുകുമാരൻ പിന്നെ അറച്ചുനിന്നില്ല. ഉമികൂട്ടി സ്വയം അതിൽ പ്രവേശിച്ച് അഗ്നി ജ്വലിപ്പിച്ചു. നീറിനീറി മരിക്കുന്ന വേളയിൽ സുകുമാരൻ ഒരു കാവ്യം രചിച്ചു– ശ്രീകൃഷ്ണവിലാസം കാവ്യം.

ഗുരുവിനെ വധിക്കാൻ ശിഷ്യന് മനസ്സുവന്ന ഈ കഥ നടന്നത് സിനിമയും ടെലിവിഷനും പണാധിപത്യവുമൊക്കെ മനസ്സ് നശിപ്പിക്കുന്നതിനും എത്രയോ മുമ്പാണ്. അടുത്തൊരു ദിവസം തമിഴ്നാട്ടിലെ ഒരു സ്കൂൾ വിദ്യാർത്ഥി തന്റെ ടീച്ചറെ കുത്തിക്കൊന്ന വാർത്ത അറിഞ്ഞപ്പോൾ ഈ കഥയോർത്തു. വാർത്ത വന്നയുടൻ എല്ലാവരും ചർച്ചചെയ്തത് കുട്ടികളുടെ മനസ്സ് വഷളാകുന്നതിന് കാരണം എന്തെല്ലാമായിരുക്കുമെന്നാണ്. സിനിമ, ടെലിവിഷൻ, കൂട്ടുകുടുംബത്തിന്റെ അഭാവം, സ്നേഹിച്ചു വഷളാക്കുന്ന മാതാപിതാക്കൾ തുടങ്ങിയ കാരണങ്ങൾ ചങ്ങലക്കണ്ണിപോലെ നീളുന്നു. ഇതൊക്കെ ശക്തമായ കാരണങ്ങൾ തന്നെയാണെന്ന് സമ്മതിക്കുമ്പോഴും ഈ വക ഒന്നുമില്ലാതിരുന്ന കാലത്തും മനുഷ്യമനസ്സ് കുമാർഗ്ഗത്തിൽ സഞ്ചരിച്ചിരുന്നു എന്നും ഓർക്കണം. ശിഷ്യന്റെ മാത്രമല്ല, ഗുരുക്കന്മാരുടെതും. അത്തരം കുമാർഗ്ഗസഞ്ചാരത്തിന്റെ കഥകൾ ഒരു മാനസികപരിവർത്തനത്തിന്റെ ചികിത്സാപദ്ധതിയാക്കി മാറ്റി കുഞ്ഞുമനസ്സിലേക്ക് നേരും നെറിയും കാണിച്ചു കൊടുക്കാൻ മുൻതലമുറ ഉപയോഗിച്ചിരുന്നു എന്നതാണ് ശ്രദ്ധേയം. എന്നാൽ ഇന്നതില്ല. പകയുടെ കഥ പകയിൽത്തന്നെ പുകഞ്ഞുനിൽക്കുന്നു.

അധ്യാപകരുടെ കൊള്ളരുതായ്മ കൊണ്ട് അഥവാ അവർ ഗുരുസ്ഥാനം അർഹിക്കാത്തവരായതുകൊണ്ട് അനേകം കുട്ടികൾക്ക് പഠനം ഉപേക്ഷിച്ച് വീട്ടിൽ നിന്ന് ഒളിച്ചോടേണ്ടിവരുന്നുണ്ട്. ആത്മഹത്യ പോലും നടക്കുന്നു. ഗവേഷണസ്ഥാപനങ്ങളിൽ ഇങ്ങനെ ആത്മഹത്യകൾ പലതും നടക്കുന്നു. വിദ്യാർത്ഥിനികൾ പീഡിപ്പിക്കപ്പെടുന്നു. പ്രൈമറി ക്ലാസ്സുകളിലെ വിദ്യാർത്ഥികളെ പോലും പീഡിപ്പിക്കുന്ന ഗുരുക്കന്മാരുടെ എത്രയോ വാർത്തകൾ. വിദ്യാർത്ഥി അധ്യാപികയെ വധിച്ചത് അപൂർവങ്ങളിൽ അപൂർവമായതിനാൽ നാം അത് ഞെട്ടലോടെ കാണുന്നു. വളർച്ചയുടെ പടവുകളിൽ ഇടറിവീണ ബാല്യങ്ങളാകാം അവരുടെത്. ജനിതക വൈകല്യങ്ങളും ഉണ്ടാകാം. ഇത്തരത്തിൽ രോഗാതുരമായ മനസ്സുകളിലേക്ക് തെറ്റായ കാഴ്ചകളും സന്ദേശങ്ങളും കടന്നുചെല്ലുമ്പോൾ കുടിലതകൾ സംഭവിക്കുകയാണ്. പണ്ടത്തെക്കാൾ ഏറുകയാണ്; എല്ലാ ബന്ധങ്ങളും ഉലയുകയാണ്. മാതാപിതാക്കളും അധ്യാപകരും സമൂഹവും ജാഗ്രതയോടെ പ്രവർത്തിക്കേണ്ടിയിരിക്കുന്നു. ബിരുദാനന്തരബിരുദങ്ങൾ സ്വർണമെഡലോടെ നേടിയവരെക്കാൾ മാനസികാരോഗ്യമുള്ളവരെയാണ് അധ്യാപകരായി നിയമിക്കേണ്ടത്. വീട്ടിൽ കുഞ്ഞുങ്ങൾ അനുഭവിക്കുന്ന അസ്വസ്ഥതകൾ പോലും പരിഹരിച്ചെടുക്കാൻ യഥാർത്ഥ ഗുരുക്കന്മാർക്ക് സാധിക്കും.

*(2012 മാർച്ച്)*

# ഉലയുന്ന ബന്ധങ്ങൾ
# ഉഴലുന്ന കുരുന്നുകൾ

**അ**ന്താരാഷ്ട്ര വനിതാദിനം വീണ്ടും ആഘോഷിച്ചവേളയിൽ കേരളത്തിലെ വിവാഹമോചനത്തിന്റെ കണക്കുകളും പ്രത്യക്ഷപ്പെട്ടു. കഴിഞ്ഞ ഒറ്റക്കൊല്ലം കുടുംബകോടതിയിൽ രജിസ്റ്റർ ചെയ്യപ്പെട്ടത് 42436 കേസുകളാണ്. തിരുവനന്തപുരത്തുമാത്രം 6000 വേർപിരിയലുകൾ!! വിയർപ്പിന്റെ ദുർഗന്ധം മുതൽ ദാമ്പത്യേതരബന്ധം വരെ കാരണങ്ങളാണ്. നവമാധ്യമങ്ങളുടെ ദുരുപയോഗം, ലഹരി, ആഡംബരഭ്രമം, ഹോർമോൺ തകരാറുകൾ..... കാരണങ്ങൾ നീളുന്നു. എന്തുകൊണ്ടോ മനസ്സിൽ ഭാമതിയുടെ കഥ കയറിവന്നു. മഹർഷി വാചസ്പതിയുടെ പത്നി. ബ്രഹ്മസൂത്രത്തിനു ഭാഷ്യം രചിക്കുന്നതിൽ വ്യാപൃതനായിരുന്ന വാചസ്പതിയെ നിർബന്ധിച്ച് പിതാവ് ഭാമതിയുടെ കരം ഗ്രഹിപ്പിക്കുകയായിരുന്നു. കെട്ടിയ പെണ്ണിനെക്കുറിച്ച് ചിന്തയില്ലാതെ വാചസ്പതി ഗവേഷണത്തിൽ മുഴുകിപ്പോയി. നീണ്ട 12 വർഷം! ഭാമതി ഭർത്താവിനെ പരിചരിച്ചുകൊണ്ട് നിഴൽ പോലെ കഴിഞ്ഞു. ഭാഷ്യം പൂർത്തിയാക്കിയപ്പോൾ ഒരു യുവതിയുടെ കരങ്ങൾ സമീപത്തുകണ്ട് ആരെന്ന് അദ്ദേഹം തിരക്കിയത്രെ! വിവാഹം നടന്നതും ഭർത്താവ് ഗവേഷണത്തിൽ മുഴുകിപ്പോയതും ഭാമതി അറിയിച്ചപ്പോൾ വാചസ്പതി അതീവ ഖിന്നനായി. പക്ഷേ, ഭാഷ്യം പൂർത്തിയാക്കിയാൽ സന്ന്യസിക്കുമെന്ന് പ്രതിജ്ഞയെടുത്തകാര്യം അദ്ദേഹം പത്നിയെ അറിയിച്ചു. ഈ ഗ്രന്ഥം നിന്റെ പേരിൽ അറിയപ്പെടട്ടെ എന്ന് വാചസ്പതി ആശീർവദിച്ചപ്പോൾ ഭാമതി സന്തോഷംകൊണ്ട് പൊട്ടിക്കരഞ്ഞു എന്നാണ് കഥ. രണ്ടുപേരും നിസ്വാർഥ കർമ്മം അനുഷ്ഠിക്കുകയായിരുന്നു. അങ്ങനെ ഭാമതീയബ്രഹ്മസൂത്രം നമുക്കു ലഭിക്കുകയും ചെയ്തു.

ചിന്തയ്ക്ക് വക നൽകാനാണ് കഥകൾ എപ്പോഴും സൃഷ്ടിക്കുകയും പ്രചരിപ്പിക്കുകയും ചെയ്തിട്ടുള്ളത്. ഭാമതിയുടെ ശരിയല്ല ആധുനിക സ്ത്രീയുടെ ശരി. അങ്ങനെ ആവുകയും വേണ്ട. ഭർത്താവിനുവേണ്ടി ജീവിതം ഹോമിക്കണം എന്നു പറയുകയുമല്ല. എന്നാൽ ജീവിതത്തിരക്കിനിടയിൽ ഭർത്താവ് തന്നെയും മറിച്ചും ഒന്നു ശ്രദ്ധിച്ചില്ല എന്ന ചെറിയ അപരാധം പോലും ആരോപിച്ച് വിവാഹമോചനത്തിനായി കുടുംബ

കോടതി കയറുന്ന ഇക്കാലത്ത് ചില ആത്മീയതാ ക്ലാസ്സുകൾ കേൾക്കുന്നത് പക്വതയ്ക്ക് പ്രേരിപ്പിക്കില്ലേ എന്ന് ചിന്തിക്കണം. പരസ്പരം മനസ്സിലാക്കുക, വികാരവിചാരങ്ങൾ പങ്കുവയ്ക്കുക, ജീവിതത്തിന് താങ്ങായി നിൽക്കുക, വരുംതലമുറയുടെ ശുഭത്തെ കരുതി വിട്ടുവീഴ്ചയ്ക്ക് തയ്യാറാവുക, ക്ഷമ ഒരു ദൗർബല്യമല്ലെന്ന് കാണുക തുടങ്ങി ഒട്ടേറെ കാര്യങ്ങൾ ആത്മീയതയിലൂടെ ആർജിക്കാനാകും. യുക്തി കൊണ്ടുമാത്രം കെട്ടിപ്പടുക്കുന്ന ജീവിതം നിറവില്ലാത്തതാണെന്ന് മനസ്സിലാക്കുമ്പോഴേക്കും കാലം കടന്നുപോയിരിക്കും. യുക്തിയുടെ കടുംപിടിത്തം കൊണ്ട് ആത്മീയതയുടെ വാതിലുകൾ അടച്ചുപിടിക്കാതിരിക്കുക.

സ്ത്രീയായാലും പുരുഷനായാലും അധീശത്തിനുള്ള വെല്ലുവിളികളല്ല കുടുംബത്തിൽ ഉയരേണ്ടത്. സമത്വത്തിനുവേണ്ടിയുള്ള സമവായങ്ങളാണ്. വിവാഹബന്ധങ്ങൾ ഞാനെന്ന ഭാവത്തിൽ തട്ടിത്തകർന്നുകൊണ്ടിരിക്കുമ്പോൾ ഇത് ഓർമ്മിക്കേണ്ടതുണ്ട്. യുഗങ്ങളായി തങ്ങൾ അനുഭവിക്കുന്ന അടിമത്തത്തിന്റെ അരുചി പുരുഷനുംകൂടി അറിയട്ടെ എന്ന് വാശിയുള്ളവർ യുദ്ധം നയിക്കുന്നു. യുദ്ധഭൂമിയിൽ ബലി അർപ്പിക്കപ്പെടുന്നതോ കുഞ്ഞുങ്ങളും. ഇപ്പോൾ തന്നെ അതിന്റെ പൊള്ളലുകൾ കണ്ടുതുടങ്ങിയിരിക്കുന്നു. അക്രമവാസനകളിലേക്കും സ്നേഹരാഹിത്യത്തിലേക്കും കുഞ്ഞുങ്ങൾ പ്രയാണം തുടങ്ങിയിരിക്കുന്നത് ഭാര്യാഭർത്തൃബന്ധത്തിലെ താളപ്പിഴകൾകൊണ്ടാണെന്ന് മനഃശാസ്ത്രജ്ഞർ വിലയിരുത്തുന്നു.

സമൂഹത്തിൽ അതിദ്രുതം മാറ്റങ്ങൾ വന്നുകൊണ്ടിരിക്കുകയാണ്. വിവാഹജീവിതം നിലനിർത്താനായി ക്ഷമിച്ചും സഹിച്ചും കഴിയുന്നവരല്ല ആധുനിക യുവതികൾ. വിദ്യാസമ്പന്നരായ വനിതകൾ തൊഴിൽലബ്ധിയിലൂടെ അനുഭവിക്കുന്ന സാമ്പത്തികഭദ്രത ഇഷ്ടമില്ലാത്ത ബന്ധത്തെ അറുത്തുമുറിച്ചെറിയാൻ അവരെ പ്രാപ്തരാക്കുന്നു. ലൈംഗികമായ അവകാശങ്ങൾ ഉൾപ്പെടെയുള്ളവ നേടിയെടുക്കാൻ അവർ നിയമത്തെയാണ് ആശ്രയിക്കുന്നത്. ഹൃദയം കൊണ്ടല്ല ബുദ്ധികൊണ്ടാണ് വേണ്ടത് നേടുന്നത്. ഇതൊരു വലിയ വ്യത്യാസമാണ്. ഈ വ്യത്യാസമാണ് ഇന്ന് സമൂഹം നേരിടുന്ന വലിയ പ്രതിസന്ധി. ഗൃഹത്തിലും സമൂഹത്തിലും സ്ത്രീ ആവശ്യപ്പെടുന്ന സമത്വം പകർന്നുകൊടുക്കാൻ യുഗങ്ങളായി അധീശത്വമനോഭാവം വച്ചുപുലർത്തുന്ന പുരുഷന് സാധിക്കാതെയും വരുന്നു. സ്ത്രീ-പുരുഷ സ്ഥിതിയിലെ ഈ അസന്തുലിതാവസ്ഥയാണ് ദാമ്പത്യബന്ധത്തെയും ശിഥിലമാക്കുന്നത്. ആണിനും പെണ്ണിനും തുല്യ അവകാശമാണ് സമൂഹത്തിൽ ഉള്ളതെന്നുപറഞ്ഞു വളർത്താനുള്ള കടമ മാതാപിതാക്കൾക്കുണ്ട്, വിദ്യാഭ്യാസപദ്ധതികൾക്കുണ്ട്. താൻപോരിമയല്ല യഥാർഥ സ്വാതന്ത്ര്യം. ഭാര്യയെ ഭർത്താവ് ആശ്രയിക്കുകയും ഭർത്താവിനെ ഭാര്യ ആശ്രയിക്കുകയും ചെയ്യുന്നത് സ്വാഭാവികവും സുന്ദരവുമാണെന്ന് മനസ്സിലാക്കുമ്പോഴാണ് കുടുംബജീവിതം ആസ്വാദ്യകരമാകുന്നത്.

*(2012 ഏപ്രിൽ)*

# ഭരണാധികാരിയുടെ ധർമ്മം

ഭീതിയോ പക്ഷപാതമോ പ്രീതിയോ വിദ്വേഷമോ കൂടാതെ എല്ലാതരത്തിലുള്ള ജനങ്ങൾക്കും നീതി ചെയ്യുമെന്ന പ്രതിജ്ഞാവാചകം ചൊല്ലിക്കൊണ്ടാണ് മന്ത്രിമാർ ഭരണാധികാരം കൈയേൽക്കുന്നത്. ഒരു ഭരണാധികാരിക്ക് സംഗം ഉണ്ടാകരുതെന്നും അയാൾക്ക് കർത്തവ്യങ്ങൾ അനുഷ്ഠിക്കുമ്പോൾ ഭീതിയുണ്ടാകരുതെന്നുമുള്ള സങ്കല്പം വളരെ മഹത്തരമാണ്. സംഗമില്ലാത്തവനായി കർമ്മം ചെയ്യാനാണ് ഭാവി ഭരണാധികാരിയായ അർജുനനോട് കൃഷ്ണൻ ഉപദേശിക്കുന്നതും. ജനകീയ ഭരണകാലത്തെ സത്യപ്രതിജ്ഞയുടെ അർഥതലങ്ങളിലേക്കൊന്നും ആരും ഇന്ന് കടക്കാറില്ല; ചെയ്യുന്നവരും കേൾക്കുന്നവരും. ഒരു കീഴ്വഴക്കം എന്ന രീതിയിൽ ആ ചടങ്ങ് നടന്നുപോകുന്നു. കാലം കഴിയുന്തോറും പ്രീതിയും വിദ്വേഷവും ഭരണകാര്യങ്ങളിൽ ഏറെ പ്രതിഫലിപ്പിക്കപ്പെടുമ്പോൾ ജനങ്ങൾ അസ്വസ്ഥരാവുകയാണ്. പാർട്ടികൾ തമ്മിൽ മാത്രമല്ല മതങ്ങൾ തമ്മിലും ഏറ്റുമുട്ടലുകൾ ഏറിവരുന്നു. ഓരോ മതവും ജാതിയും പ്രത്യേകം പ്രത്യേകം ഐക്യപ്പെടുകയും ശക്തിപ്പെടുകയും പരസ്പരം ഭീതിപ്പെടുത്തുകയുമാണ്.

ഭരണാധികാരിയെ ഈശ്വരനായി കണ്ടിരുന്ന ഒരു കാലമുണ്ടായത് ഈശ്വരൻ ധർമ്മസംസ്ഥാപനാർഥമാണ് അവതരിക്കുന്നതെന്നും ഭരണാധികാരിയുടെ ചുമതലയും അതുതന്നെയാണെന്നും സങ്കല്പിച്ചുകൊണ്ടാണ്. ഒരു ഭരണാധികാരി എങ്ങനെയാണ് പെരുമാറേണ്ടതെന്ന് മഹാഭാരതം പല സന്ദർഭങ്ങളിലും ചർച്ചചെയ്യുന്നുണ്ട്. രാജ്യഭരണത്തിന്റെ മഹത്തായ ഉടമ്പടി ഗ്രന്ഥമാണ് മഹാഭാരതം. മഹാഭാരതം ഒരു ഉത്കൃഷ്ട കൃതിയായി കണക്കാക്കപ്പെടുന്നതുതന്നെ അതിൽ ധർമ്മവിചാരം വേണ്ടുവോളം ഉണ്ട് എന്നതിനാലാണ്. മഹാഭാരതം അനുശാസനപർവത്തിൽ ഒരു ഭരണാധിപന്റെ കടമയെക്കുറിച്ച് നാരദൻ പറയുന്നു: പ്രജകളുടെ താത്പര്യമായിരിക്കണം രാജാവിന്റെ താത്പര്യം. പ്രജകളുടെ ക്ഷേമമായിരിക്കണം അദ്ദേഹത്തിന്റെ ക്ഷേമം. പ്രജകളുടെ സന്തോഷമായിരിക്കണം രാജാവിന്റെ സന്തോഷം. എല്ലാം പ്രജകൾക്കുവേണ്ടിയാവണം. ഒന്നും സ്വന്തം താത്പര്യത്തിനുവേണ്ടിയാകരുത്. ശാന്തിപർവത്തിലും നാരദൻ പറയുന്നു: ഭരണാധികാരം ധർമ്മാനുസൃതമായിരിക്കണം;

സ്വേച്ഛാപരമാകരുത്. സ്വന്തം കുടുംബത്തെക്കാൾ പ്രാധാന്യം പ്രജാതാത്പര്യങ്ങൾക്കു നൽകിയതുകൊണ്ടാണ് ശ്രീരാമന് സീതയെ ഉപേക്ഷിക്കേണ്ടിവന്നത്; ഭീഷ്മർക്ക് ബ്രഹ്മചര്യവ്രതം അനുഷ്ഠിക്കേണ്ടിവന്നത്. രാമരാജ്യം എന്നാൽ ധർമ്മം പുലരുന്ന രാഷ്ട്രം എന്നാണ് സങ്കല്പം. മാനുഷരെല്ലാവരും ഒന്നുപോലെ ജീവിച്ച മാവേലിനാടിനെയാണ് മലയാളി സ്വപ്നം കാണുന്നത്.

എന്നാൽ വി ദ പീപ്പിൾ ഓഫ് ഇന്ത്യാ എന്ന ഭരണഘടനാവാക്യം അനുസരിച്ചുള്ള ഐക്യം ഈ ജനാധിപത്യക്കാലത്ത് നമുക്ക് അനുഭവിക്കാനാകുന്നുണ്ടോ? ജാതികളെയും മതങ്ങളെയും പ്രീണിപ്പിച്ച് അവരെയൊക്കെ ഭയന്നുകൊണ്ട് നടത്തുന്ന ഭരണം കടുത്ത സ്വാർഥതയ്ക്ക് വഴിയൊരുക്കുന്നു. ഇത് സമൂഹത്തിൽ അസന്തുലിതാവസ്ഥയ്ക്ക് കാരണമാവുകയും സമത്വം എന്നത് സങ്കല്പത്തിൽപോലും ഇല്ലാതാവുകയുമാണ്. ജനായത്ത സങ്കല്പത്തിൽ ഭൂരിപക്ഷത്തിന്റെ ഇഷ്ടം നോക്കി ഭരണം നേടുകയും ന്യൂനപക്ഷ സംരക്ഷണം ലക്ഷ്യമാക്കുകയും ചെയ്യുമ്പോൾ ഭൂരിപക്ഷസമുദായങ്ങളിൽ അസന്തുഷ്ടി ഉണ്ടാവുക സ്വാഭാവികം. ഭൂരിപക്ഷത്തെക്കാൾ അവകാശവും സംരക്ഷണവും ന്യൂനപക്ഷം അനുഭവിക്കുന്ന ഒരേ ഒരു രാഷ്ട്രം ഇന്ത്യയാണ്. പോപ്പ് ഭരണത്തലവനായുള്ള വത്തിക്കാനിലോ ഇറ്റലിയിലോ ഇസ്ലാം ഭരണകൂടങ്ങളിലോ മറ്റു യൂറോപ്യൻ രാഷ്ട്രങ്ങളിലോ അമേരിക്കയിലോ ന്യൂനപക്ഷാവകാശം എന്ന പ്രത്യേക പരിഗണന നിലനിൽക്കുന്നില്ല എന്നവർ നിരീക്ഷിക്കുന്നു. ഭരണഘടനയിലെ ആ അവകാശം നേടുമ്പോൾ തന്നെ ഭരണഘടന അനുശാസിക്കുന്ന വ്യക്തിനിയമങ്ങൾ ബാധകമല്ലെന്ന രീതിയിൽ ന്യൂനപക്ഷങ്ങൾ തങ്ങളുടെ മതനിയമങ്ങൾ പകരം വയ്ക്കുന്നു. ഓരോ ഭരണകർത്താവും തങ്ങളുടെ സഹപ്രവർത്തകരായും വകുപ്പധ്യക്ഷന്മാരായും നിയമിക്കുന്നത് 'സമസ്തനീതി' എന്ന തത്ത്വത്തിൽ അധിഷ്ഠിതമായാണോ എന്ന് പരിശോധിച്ചാൽ പ്രീതി എത്രത്തോളമുണ്ടെന്ന് മനസ്സിലാവും. സത്യപ്രതിജ്ഞയ്ക്ക് വിരുദ്ധമായ പ്രീതിയും വിദ്വേഷവും നിറഞ്ഞൊഴുകുകയാണ്. ഇവിടെ സ്പർധ ആരംഭിക്കുന്നു. (എന്റേയും നിന്റേയും) ഉണ്ടായാൽ യുദ്ധം ആരംഭിക്കുകയായി. ഇന്ത്യയുടെ ഐക്യം 'സംഗ'ങ്ങളിൽ തട്ടിത്തകർന്നുകൊണ്ടിരിക്കുന്നു. പ്രീതിയും സംഗങ്ങളും വിദ്വേഷങ്ങളും ഭീകരതയ്ക്ക് ജന്മം കൊടുക്കുന്നു. ഹിന്ദുഭീകരതയും ക്രിസ്ത്യൻ ഭീകരതയും ഇസ്ലാം ഭീകരതയും ഉണ്ടാകുന്നത് ഭരണകർത്താക്കൾ സത്യപ്രതിജ്ഞാലംഘനം നടത്തുന്നതുകൊണ്ടാണ്. ഒരൊറ്റ ഇന്ത്യ ഒരൊറ്റ ജനത എന്ന സ്വപ്നം അകന്നുപോകുന്നതും അതുകൊണ്ടു തന്നെ.

*(2012 മെയ്)*

# വാർദ്ധക്യം സരസമാക്കാൻ

**പി**താവിനെ നരകത്തിൽ നിന്നും രക്ഷിക്കുന്നവനാണ് പുത്രൻ. വാർധക്യത്തിൽ അമ്മയെ സംരക്ഷിക്കേണ്ടതും പുത്രനാണ്. രണ്ടും ഭാരതീയസങ്കല്പങ്ങളും വിശ്വാസങ്ങളുമാണ്. ഇങ്ങനെയുള്ള സൽപുത്രന്മാരാണ് സമൂഹത്തിൽ ഏറെയും എന്നുപറയാൻ മടിക്കുകയാണ്. കാരണം വാർത്തകളും പഠനറിപ്പോർട്ടുകളും മറിച്ചൊരു രംഗമാണ് വിടർത്തിക്കാട്ടുന്നത്. രാജ്യത്തെ മുതിർന്ന പൗരന്മാരിൽ ഭൂരിപക്ഷവും ബന്ധുക്കളിൽ നിന്ന് അവഗണനയും പീഡനങ്ങളും ഏറ്റുവാങ്ങുന്നുണ്ട് എന്ന് 'ഹെൽപേജ് ഇന്ത്യ' എന്ന സംഘടന നടത്തിയ സർവെയിൽ കണ്ടെത്തിയിരിക്കുന്നു. 44 ശതമാനം ആൺമക്കളും വൃദ്ധരായ മാതാപിതാക്കളെ കഷ്ടപ്പെടുത്തുന്നുണ്ടത്രെ. വാർധക്യത്തിലെത്തിയ മാതാപിതാക്കളെ മക്കൾ സംരക്ഷിച്ചുകൊള്ളണമെന്ന് നിയമം അനുശാസിക്കുന്നുണ്ടെങ്കിലും നിയമത്തിന്റെ വഴി തേടാൻ വൃദ്ധരായവർ അശക്തരോ മടിക്കുന്നവരോ ആണ്. മാത്രമല്ല, നിയമം മൂലം സ്നേഹം പിടിച്ചു പറ്റാൻ സാധിക്കില്ല എന്ന് അവർക്ക് അറിയുകയും ചെയ്യാം. സമ്പത്തും സൗകര്യങ്ങളുമുണ്ടെങ്കിലും മക്കളുടെ അവഗണന ഭയന്ന് വൃദ്ധസദനങ്ങളിൽ അഭയം തേടുന്നവരുടെ സംഖ്യ ഏറിവരികയാണ്. വൃദ്ധരായ മാതാപിതാക്കൾ അവഗണിക്കപ്പെടുന്നുണ്ടെങ്കിൽ മക്കളുടെ സ്വാർഥതയും ഒരളവുവരെ വാർധക്യത്തിന്റെ പ്രത്യേകതകൾ തീർക്കുന്ന പ്രശ്നങ്ങളും കാരണമാണ്. നിങ്ങൾ ഞങ്ങളെ ഡേകെയറിൽ കൊണ്ടുവിട്ടു, ഞങ്ങൾ നിങ്ങളെ വൃദ്ധസദനത്തിലും എന്ന് ന്യായം പറയുന്നവരും കുറവല്ല. ഭാര്യക്കും ഭർത്താവിനും തൊഴിലെടുക്കേണ്ട സാഹചര്യമുള്ളപ്പോൾ കുഞ്ഞുങ്ങൾക്ക് സ്നേഹലാളനകൾ നൽകുന്നതിൽ മാതാപിതാക്കൾ വീഴ്ച വരുത്തുന്നുണ്ട് എന്നത് മറക്കാവുന്നതല്ല. കൊടുക്കുംതോറും ഏറിടും എന്നത് വിദ്യയുടെ കാര്യത്തിൽ മാത്രമല്ല, സ്നേഹത്തിന്റെ കാര്യത്തിലും സത്യമാണ്. സ്നേഹിക്കാനും സ്നേഹം പങ്കിടാനും സമൂഹത്തോടും കുടുംബത്തോടുമുള്ള കടമ അറിഞ്ഞുവളരാനും കുഞ്ഞുങ്ങൾക്ക് കഴിയണം.

മറ്റൊന്ന് വാർധക്യത്തിൽ സംഭവിക്കുന്ന മാനസികമായ മാറ്റങ്ങൾ ചിലരെ ശാഠ്യക്കാരും ദുർമുഖരും നീരസക്കാരുമായി മാറ്റുന്നുണ്ട് എന്ന

നഗ്നസത്യമാണ്. ശൈശവത്തിലെ കാപട്യമില്ലായ്മ വീണ്ടും മറനീക്കി പ്രത്യക്ഷപ്പെട്ടെന്നുവരും. വാർധക്യത്തിൽ സ്വാഭാവികമായുണ്ടാകുന്ന ഓർമ്മക്കുറവുമൂലം പല നിയന്ത്രണങ്ങളുടെയും ചരട് പൊട്ടിപ്പോകുന്നു. കുട്ടിക്കാലത്ത് പ്രകടിപ്പിച്ചിരുന്ന ശാഠ്യങ്ങളും ബഹളങ്ങളും സമൂഹത്തിലെ മാന്യതയ്ക്കുവേണ്ടി മുതിർന്നവർ മൂടിവയ്ക്കുന്നുണ്ട്. പ്രായമായി മനസ്സും ശരീരവും ദുർബലമാകുമ്പോൾ ഇവയൊക്കെ യഥേഷ്ടം പ്രകടിപ്പിച്ചുതുടങ്ങും. ചിലരുടെ ജീവിതപശ്ചാത്തലം സംഘർഷങ്ങളും എതിർപ്പും നിറഞ്ഞ് വൈകല്യമുള്ളതായിരിക്കും. അങ്ങനെയുള്ളവരും വാർധക്യത്തിൽ ഒട്ടും സഹകരണമനോഭാവമില്ലാത്ത പരുക്കന്മാരായി പെരുമാറാറുണ്ട്. ഇത്തരം വൈകല്യങ്ങൾ മാറ്റിയെടുക്കാൻ ആത്മീയതയ്ക്കും യോഗവിദ്യയ്ക്കും സാധിക്കുന്നതാണ്. ഈവക യാഥാർഥ്യങ്ങൾ മനസ്സിലാക്കാനോ വൃദ്ധരോട് അനുഭാവപൂർവം പെരുമാറാനോ ഉള്ള ക്ഷമയും സാവകാശവും മക്കൾക്കോ ബന്ധുക്കൾക്കോ ഉണ്ടാവുകയില്ല. എന്നാൽ പ്രായമാകുന്തോറും സൗമ്യതയും വിവേകവും പ്രസരിപ്പും പ്രകടിപ്പിക്കുന്നവരുമുണ്ട്. അവർ കുടുംബത്തിനുമാത്രമല്ല സമൂഹത്തിനും പ്രിയപ്പെട്ടവരാകുന്നു. സരസന്മാരെയുണ്ടാക്കുന്നത് സമഷ്ടിയിലുള്ള താത്പര്യവും വിരസന്മാരെ സൃഷ്ടിക്കുന്നത് സ്വാർഥതയിലുള്ള പ്രതിഷ്ഠാപനവുമാണെന്ന് മനഃശാസ്ത്രം പറയുന്നു. നല്ല മധ്യവയസ്കതയും നല്ല വാർധക്യവും നേടുന്നതിനുള്ള പരിശീലനം ബാല്യത്തിലേ തുടങ്ങിവയ്ക്കേണ്ടതുണ്ടെന്ന് ഗുരു നിത്യചൈതന്യയതി നിർദ്ദേശിക്കുന്നത് സമൂഹം ശ്രദ്ധിക്കേണ്ടതാണ്.

*(2012 ജൂൺ)*

# ലഹരിക്കെതിരെ ജാഗ്രത

**മ**ദ്യപനായ മകനെക്കുറിച്ച് ഗാന്ധിജി തുറന്നെഴുതി: "ബുദ്ധിമാനും ധീരനും ദേശാഭിമാനിയും ത്യാഗസമ്പന്നനും ആയിരുന്ന എന്റെ മൂത്തമകൻ തന്നെ മദ്യപാനശീലത്താൽ നശിച്ച് ഇപ്പോൾ മാതാപിതാക്കൾക്കും സമുദായത്തിനും നഷ്ടപ്പെട്ടുപോയില്ലേ? ഉദാരമതികൾ ചെയ്യുന്ന അപാത്രദാനം കൊണ്ടല്ലേ അവൻ ജീവിക്കുന്നത്? ഇതു മാതൃകാപരമായ ഒരു ദൃഷ്ടാന്തമാണ്, ഒരു അപവാദമല്ല, ഉയർന്ന നിലയിൽ ജീവിക്കുന്നവരുടെ പുത്രന്മാരെപ്പറ്റിയുള്ള അറിവിൽ നിന്ന് എനിക്കിതു പറയാൻ കഴിയും"

ഗാന്ധിജി കേണതുപോലെ നാടിന്റെ സർവ ഇടങ്ങളിൽ നിന്നും മാതാപിതാക്കളുടെയും ഭാര്യമാരുടെയും വിലാപങ്ങൾ ഉയരുകയാണ്. കുടുംബത്തിനും സമൂഹത്തിനും താങ്ങാവേണ്ടവർ മദ്യത്തിനും മയക്കുമരുന്നുകൾക്കും അടിമകളായി ഭ്രാന്തമായി ജീവിതം കഴിച്ചുകൂട്ടുകയാണ്. മയക്കുമരുന്നുകൾ വിറ്റഴിക്കുന്നതിനുള്ള വലിയ കമ്പോളമായി ഭാരതം മാറിക്കഴിഞ്ഞിരിക്കുന്നു. കേരളത്തിലെ കോളേജുകളുടെയും ഹൈസ്കൂളുകളുടെയും പരിസരങ്ങളിൽ വലിയ തോതിൽ മയക്കുമരുന്നു കച്ചവടം നടക്കുന്നുണ്ട് എന്ന് പൊതുവെ അറിയാമായിരുന്നുവെങ്കിലും സേഫ് തിരുവനന്തപുരം പദ്ധതിയുടെ ഭാഗമായി സ്കൂൾ പരിസരങ്ങൾ ലഹരിവിമുക്തമാക്കുന്നതിന്റെ യത്നങ്ങൾ പുരോഗമിക്കുമ്പോഴാണ് എത്രത്തോളം ആഴത്തിലാണ് മയക്കുമരുന്നുകളുടെ വിപണനം വിദ്യാർത്ഥികളെ ബാധിച്ചിരിക്കുന്നതെന്നു മനസ്സിലായത്. 9 ലക്ഷം രൂപയുടെ പുകയില ഉത്പന്നങ്ങളാണ് വിദ്യാലയങ്ങളുടെ സമീപത്തുള്ള കടകളിൽ നിന്നും പിടിച്ചെടുത്തത്. വലിയ മാഫിയാ സംഘം തന്നെ ഈ കച്ചവടത്തിന്റെ പിന്നിലുള്ളതിനാൽ ജാഗ്രത കുറയുമ്പോൾ അവരുടെ പിടി മുറുകുമെന്നതിൽ സംശയമില്ല. ലഹരിയുടെ വഴിയിലാണ് കുറ്റകൃത്യങ്ങൾ നെഞ്ചും വിരിച്ച് സ്വാഗതമോതുന്നത്. യുവജനങ്ങളെ തങ്ങളുടെ ലക്ഷ്യങ്ങൾ നിർവഹിക്കുന്നതിലേക്ക് വഴക്കിയെടുക്കാൻ രാഷ്ട്രീയ - മാഫിയാ കൂട്ടുകെട്ടുകൾ മദ്യവും മയക്കുമരുന്നുകളും യഥേഷ്ടം ഉപയോഗിക്കുന്നുണ്ട്. കറുപ്പിൽ നിന്നും സംസ്കരിച്ചെടുക്കുന്ന ഹെറോയിൻ, ബ്രൗൺ ഷുഗർ തുടങ്ങിയ മയക്കുമരുന്നുകളും ചില ഔഷധങ്ങളും

യുവജനങ്ങൾ മാത്രമല്ല കൗമാരത്തിലേക്ക് പദമൂന്നിയവരും ഉപയോഗിച്ചുതുടങ്ങിയിരിക്കുന്നു. ലോകത്തിലെ കഞ്ചാവുകൃഷി സംസ്കരണ ഭൂപടത്തിൽ കേരളത്തിലെ ഇടുക്കി ജില്ലയ്ക്ക് സ്ഥാനം ലഭിച്ചിട്ടുണ്ട്. കഞ്ചാവു ചേർന്ന ദോശയും ഇലയപ്പവും ചായയും ഇപ്പോൾ ടൂറിസ്റ്റു കേന്ദ്രങ്ങളിൽ സുലഭമാണ്.

കൂട്ടുകാരോ സഹപാഠികളോ നിർബന്ധിക്കുകയും പ്രേരിപ്പിക്കുകയും ചെയ്യുന്നതു മൂലമാണ് പലരും ലഹരിയുടെ ലോകത്ത് എത്തപ്പെടുന്നത്. പ്രക്ഷുബ്ധമായ ഗൃഹാന്തരീക്ഷം കുട്ടിയിൽ സൃഷ്ടിക്കുന്ന അരക്ഷിതത്വം കൂടിയാകുമ്പോൾ ചിത്രം പൂർണമാകുന്നു.

മയക്കുമരുന്നുകൾക്കെതിരെയുള്ള നിയമങ്ങൾ സർക്കാർ കർശനമാക്കുകയും അധ്യാപകരും രക്ഷകർത്തൃസംഘടനകളും നിരന്തര ജാഗ്രത പാലിക്കുകയും ചെയ്താൽ വളരുന്ന സമൂഹത്തെ ബാധിക്കുന്ന ഈ അപകടപ്രവണതയെ നിയന്ത്രിക്കാനാവും. മയക്കുമരുന്നുകൾക്കെതിരായ ബോധവത്ക്കരണം പ്രൈമറി സ്കൂൾ തലം മുതൽ കോളേജുതലം വരെ നടത്തേണ്ടതുണ്ട്. മാത്രമല്ല, അത് പാഠ്യപദ്ധതിയുടെ ഭാഗമായിത്തന്നെ ഉൾപ്പെടുത്താനുള്ള ശ്രമങ്ങളും നടത്തേണ്ടിയിരിക്കുന്നു. മയക്കുമരുന്നുപയോഗിക്കുന്ന ശീലമുള്ളവരെ ശിക്ഷിക്കുവാനും പുറത്താക്കുവാനും അല്ല ശ്രമിക്കേണ്ടത്, അവർക്ക് കൃത്യമായ മാനസിക -ശാരീരിക ചികിത്സ എത്തിക്കുകയാണ് വേണ്ടത്. കുഞ്ഞുങ്ങളെ ലഹരിക്കു വിട്ടുകൊടുക്കാതിരിക്കാൻ മാതാപിതാക്കളും അധ്യാപകരും സന്നദ്ധസംഘടനകളും ആധ്യാത്മിക ആചാര്യന്മാരും ഒരുമിച്ച് പ്രവർത്തിക്കേണ്ടിയിരിക്കുന്നു.

*(2012 ജൂലൈ)*

# മാർഗദർശികൾ

സകലമതസാരവും ഏകമെന്നറിയാൻ എല്ലാമതഗ്രന്ഥങ്ങളും പഠിക്കുകയും അവയുടെ മൂല്യങ്ങൾ ഗ്രഹിക്കുകയും വേണമെന്ന് എല്ലാ ഗുരുക്കന്മാരും ഉപദേശിച്ചിട്ടുണ്ട്. സത്യം ഏകമാണ് എന്ന വെളിച്ചം ലഭിക്കുമ്പോഴേ ജാതി-മതമാത്സര്യങ്ങളുടെ അന്ധകാരം ഒഴിഞ്ഞുമാറൂ. ഭാരതത്തിന് എന്നും വലിയ വിലകൊടുക്കേണ്ടിവന്നിട്ടുള്ളത് മതമാത്സര്യങ്ങൾക്കുവേണ്ടിയാണ്. മഹാഗുരുക്കന്മാരുടെ ജന്മഭൂമിയായിട്ടും ഇവിടെ മത്സരങ്ങൾ ഒഴിയുന്നില്ല.

ലോകമതങ്ങളുടെ തത്ത്വങ്ങളിൽ വൈരുധ്യമില്ലെന്ന് താൻ ഗ്രഹിച്ചത് ഗുരു ശ്രീരാമകൃഷ്ണപരമഹംസരിൽനിന്നാണെന്ന് വിവേകാനന്ദസ്വാമികൾ രേഖപ്പെടുത്തിയിട്ടുണ്ട്. രാമകൃഷ്ണദേവൻ ക്രൈസ്തവനും മുഹമ്മദീയനും വൈഷ്ണവനുമായി ജീവിച്ചുകാണിച്ചു. മുസ്ലീങ്ങളെ താൻ സ്നേഹിക്കുന്നു എന്നും അത് രാമകൃഷ്ണദേവൻ തന്ന പരിശീലനത്തിന്റെ ഫലമാണെന്നും വിവേകാനന്ദസ്വാമി എഴുതി. ഒരു വ്യക്തിയിൽ വിശ്വാസം കർമ്മമായി പ്രത്യക്ഷമാകുന്നു. മറ്റൊരാളിൽ അത് ഭക്തിയായി, ഇനി ഒരാളിൽ മിസ്റ്റിസിസമായും മറ്റൊരാളിൽ തത്ത്വശാസ്ത്രമായിട്ടും അത് പ്രകടമായേക്കാം. നിങ്ങളുടെ ശൈലി ശരിയല്ല എന്ന് മറ്റൊരു വ്യക്തിയോടു പറയുന്നത് അസംബന്ധമാണ്. ഒരാളിന്റെ വിശ്വാസത്തെപ്പോലും അലോസരപ്പെടുത്താൻ ശ്രമിക്കരുത്. സ്വാമി വിവേകാനന്ദന്റെ ഈ വാക്കുകൾ സ്വീകരിച്ചിരുന്നുവെങ്കിൽ മതംമാറ്റങ്ങളോ മതവിരോധമോ ലോകത്തുണ്ടാകുമായിരുന്നില്ല. വിവേകാനന്ദസ്വാമിയുടെ 150-ാം ജന്മവാർഷികത്തിലും ഒന്നും പഠിച്ചില്ലല്ലോ എന്ന് നമുക്ക് ദുഃഖിക്കേണ്ടിവരുന്നു.

എല്ലാ മതഗ്രന്ഥങ്ങളും ഒരേ ശ്രദ്ധയോടെ ഉൾക്കൊള്ളണമെന്ന് നിരന്തരം പറയുകയും എഴുതുകയും ചെയ്തിരുന്നു ഗാന്ധിജി. എന്നിട്ടും ഗാന്ധിജി തെറ്റിദ്ധരിക്കപ്പെട്ടു. ഹിന്ദുവിന്റെ ശത്രുവായി ഒരുകൂട്ടം ഹിന്ദുക്കളും ഇസ്ലാമിന്റെ ശത്രുവായി ഒരുകൂട്ടരും ഗാന്ധിജിയെ സംശയിച്ചു.

ദളിത്വർഗ്ഗത്തിലെ ഒരു വിഭാഗം ഗാന്ധിജിയെ ഇന്ന് ശത്രുവായി കാണുന്നതിന്റെ അർഥശൂന്യതയെക്കുറിച്ച് എന്തുപറയാൻ! ദളിത് കവയത്രി മീനാ കന്തസാമിയുടെ അടുത്തിടെ പ്രസിദ്ധം ചെയ്ത കവിതാ

സമാഹാരത്തിൽ ഒരു കവിത ഗാന്ധിജിയെക്കുറിച്ചുള്ളതാണ്. രാഷ്ട്രം പിതാവായി അവരോധിച്ചിരിക്കുന്ന ഒരു വ്യക്തിയെ സംബോധന ചെയ്യാൻ ഈ യുവകവയിത്രി ഉപയോഗിച്ച പദങ്ങൾ ഉദ്ധരിച്ച് ഈ പേജ് മലിനപ്പെടുത്തുന്നില്ല. ദളിത് വിഭാഗത്തെ ഹരിജൻ എന്ന് ഗാന്ധിജി വിളിച്ചതിനെ അപമാനമായി അവർ കരുതുന്നു. അയിത്തം അനുഭവിച്ചി രുന്ന വിഭാഗത്തെ സ്വജനമായി കരുതി സ്വന്തം സമുദായമായ നാഗർ ബ്രാഹ്മണ സമൂഹത്തെ മുഴുവൻ ധിക്കരിച്ച മഹർഷി നരസിംഹമേത്ത ഉപയോഗിച്ച വാക്ക് ഗാന്ധിജി സ്വീകരിക്കുകയായിരുന്നു. അവർക്ക് അത് നിരാകരിക്കാം. എന്നാൽ ഗാന്ധിജിയുടെ സങ്കല്പത്തെ അധിക്ഷേപിക്കു കയും അപമാനിക്കുകയും ചെയ്യാമെന്ന് കരുതുന്നുവെങ്കിൽ അതിൽപ്പരം ബുദ്ധിശൂന്യത എന്താണ്. കാരണം ഗാന്ധിജി എല്ലാ അപമാനങ്ങൾക്കും അപ്പുറം നിൽക്കുന്ന പ്രകാശമാണ്. ലോകം പ്രതീക്ഷയോടെ നോക്കുന്ന പ്രകാശം.

*(2012 ആഗസ്റ്റ്)*

# മാനുഷികപരിമിതികളെ അതിലംഘിച്ചവർ

**അ**ഞ്ചു ഭൂഖണ്ഡങ്ങളെ പരസ്പരം കോർത്തുവച്ചിട്ടുള്ള ഒളിമ്പിക് ചിഹ്നം വസുധൈവകുടുംബകം എന്ന ഋഷിസങ്കല്പത്തെതന്നെയാണ് പ്രകാശിപ്പിക്കുന്നത്. സ്പോർട്സിലൂടെ മാനവരാശിയെ ഒരുമിപ്പിക്കാനും സൗഹൃദം പങ്കുവയ്ക്കാനുമുള്ള വലിയ സംരംഭമാണ് ഒളിമ്പിക്സ്. എല്ലാ ഒളിമ്പിക് മത്സരാഘോഷങ്ങളിലുമെന്നതുപോലെ ലോകം ഒരു പ്രദേശത്തേക്ക് സംഗമിക്കുകയായിരുന്നു 2012ലെ ലണ്ടൻ ഒളിമ്പിക്സിലും. സ്പോർട്സ് ഒരു ധ്യാനാനുഭവമാണെന്നും വിജയസാക്ഷാത്കാരത്തിന്റെ പരകോടിയിൽ ചീനനും ഇന്ത്യനും ആഫ്രിക്കക്കാരനും വെള്ളക്കാരനും ഒരേ ശരീരഭാഷയാണ് പ്രകടിപ്പിക്കുന്നതെന്നും നമുക്ക് മനസ്സിലാകുന്നു. കണ്ണീരണിഞ്ഞും ആർത്തുവിളിച്ചും ഭൂമിദേവിയെ ചുംബിച്ചും ഇഷ്ടദേവതയുടെ ചിത്രം മാറിടത്തിൽ നിന്നെടുത്ത് ചുംബന വർഷങ്ങൾ ഉതിർത്തും ഭൂമിയിൽനിന്ന് ഒരുപടി ഉയരെയാണവരുടെ നില. ഒരു സാധകന്റെ അനുഭവമാണ് അവരുടെതും. നിരന്തരമായ പരിശ്രമങ്ങളുടെ അന്ത്യത്തിൽ സ്റ്റാർട്ട് സിഗ്നലിന്റെ വെടിയൊച്ചയ്ക്ക് കാതോർത്ത് പ്രാർഥനാനിരതരായി നിൽക്കുന്ന മത്സരാർഥിയുടേത് ധ്യാനത്തിന്റെ ഭാവമാണ്. സമസ്തശക്തിയും തന്നിലേക്ക് ആവാഹിച്ചു നിർത്തുന്ന മുഹൂർത്തം. വിജയിക്കുമ്പോൾ എല്ലാം ആ മഹാശക്തിയുടെ കടാക്ഷം എന്ന സമർപ്പണമാണ് ഭൂരിഭാഗം മത്സരാർഥികളും പ്രകടിപ്പിക്കുന്നത്.

മനുഷ്യൻ ദൈവതുല്യനാകുന്നതെങ്ങനെയെന്ന് ലോകവേഗരാജാവ് ജമൈക്കൻ ഇതിഹാസം ഉസൈൻ ബോൾട്ട് അനുഭവപ്പെടുത്തി. ആത്മവിശ്വാസത്തിന്റെ പരകോടിയിൽ നിന്ന ഉസൈൻ ബോൾട്ടിനെ 'ദൈവത്തിനു പ്രിയപ്പെട്ട ചെറുപ്പക്കാരൻ' എന്നാണ് സ്പോർട്സ് പ്രേമികൾ വർണ്ണിച്ചത്. ഒരു മനുഷ്യനെ അടുത്തുകാണാൻ 20 ലക്ഷം പേർ ടിക്കറ്റെടുക്കുക - നറുക്കുവീണ 80,000 പേർക്കുമുന്നിൽ അയാൾ അവതരിക്കുക! മഹത്തായ ഇച്ഛാശക്തിയോടെ വളർന്നവൻ! മാനുഷികമായ പരിമിതികളെ അതിലംഘിച്ച ബോൾട്ടിനെപ്പോലുള്ളവരെ 'പ്രതിഭാസം' എന്നാണ് പറഞ്ഞുവയ്ക്കുന്നത്.

ഉയർന്ന ലക്ഷ്യങ്ങൾ കൈവരിക്കാനുള്ള പരിശ്രമവും ധ്യാനവും ആത്മ വിശ്വാസത്തിന്റെ നിർമിതിയും വേണ്ട അളവിൽ ഭാരതീയ സ്പോർട്സ് താരങ്ങളിൽ ഉണ്ടായിവരുന്നില്ല എന്ന് ഒളിമ്പിക്സുകളിലെ മെഡൽനിര ബോധ്യപ്പെടുത്തുന്നു. 'കൂടുതൽ വേഗത്തിൽ - കൂടുതൽ ഉയരത്തിൽ - കൂടുതൽ ശക്തിയിൽ' എന്നതാണ് ഒളിമ്പിക്സിന്റെ മുദ്രാവാക്യം. നിശ്ചയദാർഢ്യത്തോടെ നിരന്തരം ചെയ്യുന്ന കർമ്മങ്ങളുടെ ഫലമായി അമാനുഷമായ പ്രവൃത്തി ചെയ്യാൻ മനുഷ്യന് സാധിക്കുന്നു. ഒളിമ്പിക് വേദിയിൽ ജിംനാസ്റ്റുകളും അത്‌ലറ്റുകളും വിസ്മയിപ്പിക്കുന്നത് അങ്ങ നെയാണ്. മഹത്തായ ഇച്ഛാശക്തിയോടുകൂടി പിറന്നവരൊക്കെ വലിയ കർമ്മികളായി മാറിയിട്ടുണ്ട് എന്ന് വിവേകാനന്ദസ്വാമികൾ ഓർമ്മിപ്പിച്ചി രുന്നു. മനുഷ്യന്റെ ഇച്ഛാശക്തിയുടെ മൂർത്തരൂപങ്ങളാണ് റോക്കറ്റുകളും വിമാനങ്ങളും പടക്കപ്പലുകളുമെല്ലാം. നിശ്ചയദാർഢ്യവും ഇച്ഛാശക്തിയും നിരന്തരം ഊട്ടി ഉറപ്പിച്ചുവളർത്തിക്കൊണ്ടുവരുന്ന ഒരു തലമുറയ്ക്കേ ദേശത്തിന്റെ കൊടിക്കൂറ ലോകത്തിനുമുന്നിൽ ഉയർത്തിപ്പിടിക്കാനാകൂ. 130 കോടി ജനങ്ങൾക്ക് അഭിമാനിക്കാൻ ലണ്ടനിൽ ഒരു സ്വർണ്ണ പ്പതക്കമെങ്കിലും ഇന്ത്യക്കു നേടാനാകാഞ്ഞത് വ്യസനകരമാണെങ്കിലും മാനവരാശിയുടെ ഭാഗ്യമുദ്രയാണ് ഒളിമ്പിക്സ് എന്നത് സർവസമ്മത മാണ്. ഒളിമ്പിക് വേദിയെ ദേവഭൂമിയായാണ് കരുതേണ്ടത്.

*(2012 സെപ്റ്റംബർ)*

# ഭൂമിക്ക് സങ്കടകാലം

ഭൂമിദേവി അധിഷ്ഠാനദേവതയായിരിക്കുന്ന ഒരു മൃതപിണ്ഡമാണ് നാം വസിക്കുന്ന ഭൂമി എന്നാണ് പുരാണസങ്കല്പം. പല പുരാണകഥകളും ആരംഭിക്കുന്നത് ഭൂമിദേവിയുടെ പരാതിയും വിലാപങ്ങളും പറഞ്ഞു കൊണ്ടാണ്. കംസനെപ്പോലുള്ള ദുഷ്ടരാജാക്കന്മാരുടെ ഭാരം താങ്ങാനാകാതെ ഭൂമിദേവി ബ്രഹ്മാവിനോടും ശിവനോടും ഒടുവിൽ വിഷ്ണുവിനോടും സങ്കടം പറഞ്ഞതിന്റെ ഫലമായാണ് വിഷ്ണു ധർമ്മസംസ്ഥാപനത്തിനായി കൃഷ്ണനായി പിറന്നത്.

ബൃഹത്തും ശക്തവുമായ ആഗ്രഹങ്ങൾ നിരന്തരം ജനമനസ്സിൽ ഉരുത്തിരിഞ്ഞാൽ പ്രകൃതി തന്നെ ഒരു പരിഹാരമാർഗം ഉണ്ടാക്കും എന്നതാണ് ഇത്തരം കഥകളുടെ തത്ത്വം. ആധുനികകാലം ഭൂമിദേവിയുടെ സങ്കടകാലമാണ്. വസുന്ധര കഠിനമായി കേഴുന്നു, നീർച്ചാലുകൾ വറ്റിവരളുന്നു, കാടുകൾ നശിക്കുന്നു, മലകൾ ഗർത്തങ്ങളാകുന്നു, വയലുകൾ തരിശു ഭൂമികളാകുന്നു. മാഫിയകളുടെ തടങ്കലിലാണിന്ന് ഭൂമിദേവി. ഭരണം ദുഷ്ടതയാർന്നതാവുന്നതിന്റെ ആത്യന്തികഫലം.

മധ്യപ്രദേശിലെ ഖാണ്ഡ്വാ ജില്ലയിലെ ഗോഗൽ ഗ്രാമവാസികളും തമിഴ്നാട്ടിലെ കൂടംകുളത്തെ മത്സ്യത്തൊഴിലാളികളും ജലസത്യഗ്രഹത്തിലാണ്. ഓംകാരേശ്വർ അണക്കെട്ടിന്റെ ഉയരം തിട്ടപ്പെടുത്താനെടുത്ത തീരുമാനം അഞ്ചു ഗ്രാമങ്ങളെ കടപുഴക്കി എറിയുകയാണ്. ഒരു ആറ്റം ബോംബ് കണികണ്ടുണരേണ്ടിവന്നിരിക്കുന്ന കൂടംകുളത്തെ ജനങ്ങൾ സമരം തുടങ്ങിയിട്ട് 25 വർഷം കഴിയുന്നു. ഉടൻതന്നെ പ്രവർത്തനമാരംഭിക്കുമെന്ന് സർക്കാർ അറിയിച്ചിട്ടുള്ള ആണവകേന്ദ്രം തടയണമെന്ന ജനങ്ങളുടെ രോദനം അധികൃതർ ബലംപ്രയോഗിച്ച് അടിച്ചൊതുക്കുന്നു. വികസിതരാഷ്ട്രങ്ങളായ ജപ്പാനും അമേരിക്കയുമൊക്കെ ആണവപദ്ധതിയുടെ ദോഷഫലം കണ്ടറിഞ്ഞ് വേണ്ടെന്നുവയ്ക്കുമ്പോൾ ഇന്ത്യ ഊർജത്തിന്റെ ആവശ്യം പറഞ്ഞ് നാശത്തിന്റെ വിത്ത് വിതയ്ക്കുന്നു. പാമ്പിന്റെ വായിൽ അകപ്പെട്ട തവള ഭക്ഷണത്തിന് അപേക്ഷിക്കുന്നതുപോലെ പരിഹാസ്യമാണത്. കാറ്റിൽ നിന്നും സൂര്യനിൽ നിന്നും ഊർജം ലഭ്യമാക്കാമെന്നിരിക്കെ, അത്തരം ശക്തിവിശേഷങ്ങളുടെ വലിയ അനുഗ്രഹം നമുക്ക് ഉണ്ടെന്നിരിക്കെ ഇന്ത്യ ആണവലോബിക്ക് വിധേയപ്പെടുന്നത്

വരുംതലമുറയോട് കരുതൽ ഇല്ലാത്തതിനാലാണ്. ആണവമാലിന്യം നശിപ്പിച്ചുകളയാനുള്ള സാങ്കേതികത ഇല്ലാത്തതിനാൽ സഹസ്രാബ്ദങ്ങൾ കഴിഞ്ഞാലും അത് ഭൂമിയിൽ കാളകൂടമായി കിടക്കും.

തൊണ്ണൂറുകഴിഞ്ഞാലും പുരയിടത്തിൽ തൈത്തെങ്ങ് വയ്ക്കാൻ ഉത്സാഹിച്ചിരുന്നു പഴയ തറവാട്ടുകാരണവന്മാർ. തങ്ങൾക്കുവേണ്ടിയായിരുന്നില്ല ആ പ്രവൃത്തി. വരും തലമുറകളെ ഉദ്ദേശിച്ച് നടത്തുന്ന നിക്ഷേപം. മരിച്ചാൽ പട്ടടയിലും വയ്ക്കും തെങ്ങ്. അതിൽനിന്ന് ഒരു കരിക്കടർത്തി ഇളനീര് കുടിക്കുമ്പോൾ മുൻതലമുറയുടെ സ്നേഹവാത്സല്യങ്ങൾ അനുഭവിക്കുകയാണ്. ഇന്ന് നാട് ഭരിക്കുന്ന കാരണവന്മാർ ഭൂമിയിൽ കുഴിച്ചിടുന്നത് ആണവമാലിന്യം ഉൾപ്പെടെ വരുംതലമുറകളെ നശിപ്പിക്കാനുള്ള വിത്തുകളാണ്.

എന്തുണ്ട് പരിഹാരം? ജനമനസ്സുകളാകെ പ്രാർഥിക്കണം-ധർമ്മസംസ്ഥാപനാർഥം ഒരു ശക്തിവിശേഷത്തിനായി. അത്തരം ഒരു ശക്തിവിശേഷം ഭാരതത്തെ അനുഗ്രഹിച്ചുനിന്ന ഓർമ്മ ഈ ഒക്ടോബർ രണ്ടിന് - ഗാന്ധിജയന്തിയിൽ - നിറയുമ്പോൾ അദ്ദേഹം മുന്നോട്ടുവച്ച മാന്ത്രികസൂക്തം ആവർത്തിക്കട്ടെ. ഗാന്ധിജി എഴുതി: ഞാൻ നിങ്ങൾക്കൊരു മാന്ത്രികസൂക്തം തരാം. നിങ്ങൾ സംശയഗ്രസ്തനാകുമ്പോഴോ അഹന്ത അതിരുകവിയുമ്പോഴോ ഈ ഉപായം പരീക്ഷിക്കാം. നിങ്ങൾ കണ്ടിട്ടുള്ളതിൽ വച്ച് ഏറ്റവും ദരിദ്രനായ, നിസ്സഹായനായ മനുഷ്യന്റെ മുഖം സങ്കല്പിക്കുക. എന്നിട്ട് ചെയ്യാനുദ്ദേശിക്കുന്ന കാര്യം അയാൾക്ക് ഏതെങ്കിലും രീതിയിൽ പ്രയോജനപ്പെടുമോ, നേട്ടമുണ്ടാകുമോ എന്ന് സ്വയം ചോദിച്ചുനോക്കുക. ഇത്തരത്തിൽ തീരുമാനമെടുക്കാനുള്ള മനസ്സ് ഭരണാധികാരികൾക്കുണ്ടാകാൻ നമ്മുടെ പ്രാർഥന ഉതകട്ടെ.

*(2012 ഒക്ടോബർ)*

# മലാല, നീ ഒറ്റയ്ക്കല്ല

**സ്ത്രീ**സ്വാതന്ത്ര്യത്തെക്കുറിച്ച് ഉദ്ബോധിപ്പിക്കുന്ന അനേകം കവിതകൾ സുബ്രഹ്മമണ്യഭാരതി രചിച്ചിട്ടുണ്ട്. 8 ദശകങ്ങൾക്കുമുൻപ് അദ്ദേഹം രചിച്ച പുതുമൈപ്പെൺ എന്ന കവിതയിൽ നവീനയുവതിയുടെ വാക്കുകളിലൂടെ ഉത്തമമായ സ്ത്രീയെ വർണ്ണിക്കുന്നു.

(നിവർന്ന നടപ്പും നേർലക്ഷ്യവുമായി ആരെയും കൂസാതെ, ജ്ഞാനാഭിമാനത്തോടെ വർത്തിക്കുന്ന സ്ത്രീകൾ അവർ തെരഞ്ഞെടുത്ത വഴിയിൽ നിന്നും വ്യതിചലിക്കുകയില്ല. അജ്ഞാനാന്ധകാരത്തിൽ വിഷമിച്ചിരിക്കാതെ ആ ലോകത്തെ അവൾ പുച്ഛിച്ചുതള്ളുമെന്ന് നവീനയുവതി പറയുന്നത് കേൾക്കുന്നില്ലേ?)

അജ്ഞാനത്തെ കുടിയിറക്കി, അറിവിന്റെ ആനന്ദത്തെ ജീവിതത്തിലേക്ക് കൊണ്ടുവരാൻ സാഹസികമായിത്തന്നെ സമൂഹത്തിൽ ഉയർന്നുവന്ന മലാല യൂസുഫ്സായ് എന്ന പതിന്നാലുകാരി പാക് പെൺകുട്ടിയെ ഓർമ്മപ്പെടുത്തുന്നു ഭാരതിയാരുടെ വരികൾ.

സ്ത്രീകളുടെ അവകാശങ്ങൾക്കും വിദ്യാഭ്യാസത്തിനുംവേണ്ടി ജീവൻ തുലാസിൽ നിർത്തേണ്ടിവന്നിരിക്കുന്നു മലാലയ്ക്ക്. ഇസ്ലാമിക മതാന്ധസംഘടനയായ താലിബാൻ നടത്തുന്ന നിഷ്ഠുരതകളെ ഭയന്ന് മൗനിയാകാനല്ല ഇവൾ ജന്മംകൊണ്ടത്. അനീതിക്കെതിരെ നവമാധ്യമത്തിൽ (ബി.ബി.സിയുടെ ഉർദുബ്ലോഗ്) കഥയെഴുതിയതുവഴി ലോകം മലാലയെ അറിഞ്ഞു. പാകിസ്ഥാനിലെ സ്വാത് താഴ്വരയിൽ താലിബാൻ നടത്തിയ പുരുഷമേധാവിത്വഭരണം പെൺകുട്ടികളുടെ വിദ്യാഭ്യാസവും സ്വാതന്ത്ര്യവും നിരോധിക്കുകയായിരുന്നു. ഇസ്ലാമിന്റെ വേദഗ്രന്ഥമായ ഖുറാൻ എന്നാൽ വായന എന്നാണെന്നും അതിലെ പ്രഥമ വാക്യം വായിക്കൂ എന്നാണെന്നും വിജ്ഞാനസമ്പാദനം പുരുഷന്മാർക്ക് മാത്രമായി ഖുറാൻ നിജപ്പെടുത്തിയിട്ടില്ലെന്നും അറിയുന്നവർക്ക് താലിബാന്റെ പ്രാകൃതനടപടികളെ എതിർക്കാതിരിക്കാനാവില്ല. സ്ത്രീവിദ്യാഭ്യാസം തടയാൻ 75 ഓളം സ്കൂളുകളാണ് താലിബാൻ തകർത്തുകളഞ്ഞത്. മലാലയുടെ കുറിപ്പുകളിലൂടെ ലോകം ഈ വാർത്തകൾ സ്തോഭത്തോടെ കേട്ടു. ന്യൂയോർക്ക് ടൈംസ് മലാലയെപ്പറ്റി ഡോക്യുമെന്ററി

നിർമ്മിച്ചു. മാധ്യമങ്ങളിൽ അവളുടെ അഭിമുഖങ്ങൾ വന്നു. ദക്ഷിണാഫ്രിക്കയുടെ ഇന്റർനാഷണൽ ചിൽഡ്രൻസ് പീസ് പ്രൈസ്, പാകിസ്ഥാന്റെ നാഷണൽ യൂത്ത് പീസ് പ്രൈസ് എന്നിവ ഉൾപ്പെടെ നിരവധി പുരസ്കാരങ്ങൾ അവളെ തേടിയെത്തി.

തങ്ങൾക്കെതിരെ ലോകത്തിനുമുന്നിൽ വന്ന പെൺകുട്ടിയെ, സ്കൂൾ വാൻ തടഞ്ഞുനിർത്തി താലിബാൻ വെടിയുതിർത്ത് മരണമുഖത്തെത്തിച്ചെങ്കിലും ലോകത്തിന്റെ ശുശ്രൂഷയിൽ മലാല വീണ്ടും ഉയർത്തെഴുന്നേറ്റിരിക്കുന്നു.

ഒരു ജനതയെ ആ ജനതയ്ക്കെതിരായിത്തന്നെ ഉപയോഗിക്കുവാൻ ഫാസിസത്തിനും ഭീകരവാദത്തിനും സാധിക്കുന്നു. മനുഷ്യന്റെ ഇച്ഛാശക്തിയേയും മാനവികതയേയും ഉന്മൂലനം ചെയ്ത് അവരെ ആയുധങ്ങളാക്കുകയും കുറ്റബോധത്തിന്റെ കണിക പോലും അവരിൽ അവശേഷിപ്പിക്കാതെ നോക്കുകയുമാണ് ഭീകരവാദികളുടെ ശൈലി. സ്ത്രീപുരുഷസമത്വം ഇസ്ലാമികമല്ലെന്ന് താലിബാൻ വിശ്വസിക്കുന്നു. വർഗശുദ്ധി നിലനിർത്തുക എന്ന വ്യാജേന സ്ത്രീകളെ അസ്വതന്ത്രകളും അജ്ഞരുമാക്കി മാറ്റുകയാണ്. നിയമം മൂലമോ വേദഗ്രന്ഥങ്ങൾ തെറ്റായി വ്യാഖ്യാനിച്ചോ സ്ത്രീകളെ അടിമകളാക്കാൻ ഫാസിസ്റ്റുകളും ഭീകരവാദികളും എന്നും ശ്രദ്ധിച്ചിരുന്നു. പുരുഷമേധാവിത്വമുള്ള സമൂഹം എന്നെങ്കിലും തങ്ങൾക്ക് നഷ്ടപ്പെട്ടുപോകുമോ എന്ന ഉത്കണ്ഠ അവരെ ഭ്രാന്തുപിടിപ്പിക്കുന്നു. അവരുടെ ഭയം ക്രൗര്യമായി പുറത്തേക്കു വമിച്ചുകൊണ്ടിരിക്കുന്നു. ഇതിനെ നേരിടാനുള്ള ഒരു പെൺകുഞ്ഞിന്റെ ശബ്ദം പോലും ലോകത്തെ കരുത്തുള്ളതാക്കും. മലാല ഒറ്റയ്ക്കല്ല എന്ന് ലോകം വിളിച്ചുപറഞ്ഞുകൊണ്ടിരിക്കുന്നു. നമ്മുടെ ശബ്ദവും അതിൽ മുഴങ്ങട്ടെ.

*(2012 നവംബർ)*

# പരമാചാര്യ ദലൈലാമയ്ക്ക് പ്രണാമങ്ങൾ

**ബോ**ധിസത്വന്മാർ സാക്ഷാത്കാരം നേടിയവരാണ്. എങ്കിലും അവർ നിർവാണം പ്രാപിക്കാതെ പുനർജന്മങ്ങൾ സ്വീകരിക്കുന്നു, മാനവ കുലത്തെ സേവിക്കാനായി. മോക്ഷപ്രാപ്തി ആഗ്രഹിക്കുന്നതുപോലും സ്വാർഥതയായി ഗണിക്കുന്നത്രയും ആത്മീയഉന്നതിയിൽ വിരാജിക്കുന്ന ദലൈലാമമാരെ അവലോകിതേശ്വരന്റെ പ്രകടിതഭാവമായാണ് ബുദ്ധമതക്കാർ സങ്കല്പിക്കുന്നത്. 14-ാം ദലൈലാമയെ കണ്ടും അറിഞ്ഞും കേട്ടും വളരാൻ ഭാഗ്യം സിദ്ധിച്ചവരാണ് ഭാരതീയർ. ടിബറ്റിന്റെ ആത്മീയ ഗുരുവായ ദലൈലാമ പ്രേഷിതജീവിതം നയിച്ചുകൊണ്ട് ഭാരതത്തിലെ ധർമ്മശാലയിൽ (ടിബറ്റൻ രാഷ്ട്രീയഭരണസിരാകേന്ദ്രം) 1959 മുതൽ കഴിയുന്നു. ടിബറ്റിനെ ചൈനപിടിച്ചടക്കുകയും ടിബറ്റിന്റെ ഭൂമിയോടും ജനതയോടും സംസ്കാരത്തോടും ശത്രുതയോടെ പെരുമാറുകയും ചെയ്തപ്പോൾ, എല്ലാ സമാധാനചർച്ചയും പരാജയപ്പെട്ടപ്പോൾ, ദലൈലാമ ഭാരതത്തിൽ അഭയം തേടുകയായിരുന്നുവല്ലോ.

ചൈന 1949ൽ ടിബറ്റിനെ കീഴ്പ്പെടുത്തിയ കാലം മുതലുള്ള പീഡനങ്ങളും നരഹത്യകളും ബലാൽസംഗപരമ്പരകളും ദലൈലാമ തന്റെ ഫ്രീഡം ഇൻ എക്സൈൽ എന്ന ഗ്രന്ഥത്തിൽ സവിസ്തരം രേഖപ്പെടുത്തിയത് ലോകജനതയുടെ മനസ്സിനെ സ്വാധീനിച്ചിട്ടുണ്ട്. ടിബറ്റിൽ ബുദ്ധമതവിശ്വാസികളുടെ കേന്ദ്രീകരണം ശിഥിലമാക്കാനായി കാലങ്ങളായി ചൈന സ്വീകരിക്കുന്ന നടപടികൾ ടിബറ്റിന്റെ വ്യക്തിത്വത്തെ നശിപ്പിച്ചുകൊണ്ടിരിക്കുന്നു. അവിടുത്തെ ആരാധനാലയങ്ങളും മതസ്ഥാപനങ്ങളും നിരന്തരം നശിപ്പിക്കപ്പെടുന്നു. ടിബറ്റിന്റെ ഭൂമിയെ അണ്വായുധ നിർമ്മാണശാലയാക്കുകയും ആണവമാലിന്യങ്ങൾ തള്ളാനുള്ള ഇടമാക്കുകയും ചെയ്തിരിക്കുന്നു ചൈന. ഇതിനെതിരെ അഹിംസയിൽ അധിഷ്ഠിതമായ സമരമാർഗ്ഗങ്ങൾ മാത്രമാണ് ദലൈലാമ സ്വീകരിച്ചിട്ടുള്ളത്.

ചൈനയിൽ പുതിയ നേതൃത്വം ഭരണമേറ്റ ആഴ്ചയിൽ 9 ടിബറ്റുകാർ ആത്മാഹുതി നടത്തി. പുതിയ സെക്രട്ടറിയും കമ്മറ്റി അംഗങ്ങളും പൊതുവേദിയിൽ എത്തിയ നിമിഷം ഒരു തിബത്തൻ ബാലൻ അഗ്നിപ്രവേശം ചെയ്തു. ചൈനയുടെ ഭരണത്തിൽ പ്രതിഷേധിച്ചും

പ്രേഷിതനായി കഴിയുന്ന ആത്മീയ ആചാര്യൻ ദലൈലാമയെ തിരിച്ചു വിളിക്കണമെന്ന് അഭ്യർഥിച്ചുമാണ് ടിബറ്റുകാർ നിരന്തരം ആത്മാഹൂതികൾ നടത്തുന്നത്. ടിബറ്റിന്റെ കാര്യത്തിൽ ഭാരതസർക്കാർ വേണ്ടപോലെ ഇടപെടുന്നില്ല എന്നൊരു വിമർശനം ബാക്കിനില്ക്കുകയും ചെയ്യുന്നു.

ചൈനയിൽ ഇന്ന് യുവനേതൃത്വമാണ് ഭരണം നടത്തുന്നത്. പുതിയ സാരഥികളിൽ ഭൂരിഭാഗവും ടെക്നോക്രാറ്റുകളും മാനേജ്മെന്റ് വിദഗ്ധരുമാണ്. ഇവരുടെ സാരഥ്യത്തിൽ ചൈന വിസ്മയകരമായ സാമ്പത്തിക ശക്തിയായി ഉയർന്നുകഴിഞ്ഞു. എന്നാൽ തൊഴിലാളി ചൂഷണവും ധനിക-ദരിദ്ര അന്തരവും വളരെ പ്രകടമാവുന്നു. ആധുനിക അതിവിദഗ്ധർ മാനവികതയോടെയല്ല നാട് ഭരിക്കുന്നതെന്നർഥം. ആത്മീയതയിൽ നിന്നും ഒട്ടും ഭിന്നമല്ല രാഷ്ട്രതന്ത്രജ്ഞത എന്ന ദലൈലാമയുടെ തത്ത്വത്തിനു നേർവിപരീതമായ നിലപാട്. ചൈനയെപ്പോലെ ബൃഹത്തും സങ്കീർണവുമായ ഒരു സമൂഹത്തിൽ ജനാധിപത്യാവകാശങ്ങൾക്കുവേണ്ടിയുള്ള പോരാട്ടങ്ങൾ വിജയിക്കുമെന്ന് കരുതുന്ന ഒരു വിഭാഗം ചൈനയിലുണ്ട്. ഒരു ശുഭദിനം ടിബറ്റിന് വന്നുചേരുമെന്ന് ദലൈലാമയും വിശ്വസിക്കുന്നു. സമാധാനത്തിന്റെ സുന്ദരമേഖലയായി, പ്രകൃതിയുടെ മികച്ച വരദാനമായി ടിബറ്റ് മാറുമെന്ന് അദ്ദേഹം പ്രതീക്ഷിക്കുന്നു. ദശകങ്ങൾ നീണ്ട കഠിനയാതനകൾ അദ്ദേഹത്തെ നിരാശനാക്കിയിട്ടില്ല. ബുദ്ധദർശനങ്ങളുടെ നിരന്തരപഠനവും നിത്യേനയുള്ള 4 മണിക്കൂർ ധ്യാനവും അദ്ദേഹത്തെ ദയാ-ക്ഷമാമൂർത്തിയാക്കിയിരിക്കുന്നു. സമാധാനം മുൻനിർത്തിയുള്ള അദ്ദേഹത്തിന്റെ പ്രവർത്തനങ്ങളെ മാനിച്ച് അദ്ദേഹത്തിന് 1969ൽ നോബൽ സമ്മാനം നൽകുകയുണ്ടായി. ആഗോളപരിസ്ഥിതി പ്രശ്നങ്ങളിൽ ദലൈലാമ പുലർത്തുന്ന താത്പര്യം പ്രത്യേകം പരാമർശിക്കപ്പെട്ടിട്ടുണ്ട്. സമാധാനം, അഹിംസ, മതങ്ങൾ തമ്മിലുള്ള പാരസ്പര്യം, സാർവലൗകികമായ ചുമതലകളും കരുതലും തുടങ്ങിയവയാണ് അദ്ദേഹത്തിന്റെ സന്ദേശങ്ങളിലെ പ്രകാശബിന്ദുക്കൾ. ഒരു നിർദ്ദിഷ്ട നിയോഗം നടപ്പിലാക്കാൻ തെരഞ്ഞെടുക്കപ്പെട്ടവനാണ് താൻ എന്ന വിനീതഭാവം പുലർത്തുന്ന അദ്ദേഹം നിരന്തരം ലോകസഞ്ചാരം നടത്തുന്നു. 80 ഓളം ഗ്രന്ഥങ്ങൾ അദ്ദേഹം രചിച്ചിട്ടുണ്ട്.

ശിവഗിരി തീർഥാടനത്തിനു മുന്നോടിയായി തീർഥാടനവിളംബര സമ്മേളനം ഉദ്ഘാടനം ചെയ്യുവാനെത്തുന്ന മഹാനായ ബുദ്ധമതാചാര്യന് പിറവിയുടെ പ്രണാമങ്ങൾ!

*(2012 ഡിസംബർ)*

# ധനമല്ല പ്രധാനം മനമാണ്

ഇരുകൈകളിലും ഓട്ടോമാറ്റിക് റൈഫിളുകളുമായി കടന്നുവന്ന് തുരുതുരാ വെടിയുതിർക്കുന്ന ആനിമേറ്റഡ് കഥാപാത്രങ്ങളെ കണ്ണിമ വെട്ടാതെ മണിക്കൂറുകൾ ആസ്വദിക്കുന്ന പുതുതലമുറ തങ്ങളുടെ ക്ഷോഭം അടക്കാനാകാതെ വളർന്നുവരികയാണ്. ആധുനിക സാങ്കേതിക കളിക്കോപ്പുകളിൽ ഭൂരിഭാഗവും അക്രമാസക്തരായ കഥാപാത്രങ്ങളെയാണ് പ്രതിനിധീകരിക്കുന്നത്. വീഡിയോ ഗെയിമുകളിൽ ലയിച്ച് ഇയർഫോണും ചെവിയിൽ തിരുകിയിരിക്കുന്ന കുട്ടികളുടെ ശ്രദ്ധ ആകർഷിക്കാൻ ശ്രമിച്ചാൽ അവർ പ്രകടിപ്പിക്കുന്ന ഉഗ്രഭാവങ്ങൾ അവർ എന്താണ് കളിയിലൂടെ ഉൾക്കൊണ്ടിരിക്കുന്നതെന്ന് ബോധ്യമാക്കിത്തരും. സ്പൈഡർമാൻ, ബെൻടെൻ, പവർ റേഞ്ചർ, ട്രാൻസ്ഫോർമേഴ്സ്, വികൃതരൂപങ്ങളുള്ള ഭയാനക കഥാപാത്രങ്ങൾ തുടങ്ങിയവ അവതരിപ്പിക്കുന്ന സാഹസികത കുട്ടികളെ വന്യമായ ഒരു ലോകത്ത് വിരാജിപ്പിക്കുകയാണ്. അക്രമാസക്തമായ വീഡിയോ ഗെയിമുകളിൽ വേണ്ടപോലെ മുന്നേറാൻ കഴിഞ്ഞില്ലെങ്കിൽ കുട്ടികൾ നിരാശരും ക്ഷുഭിതരുമായി സാധനങ്ങൾ വലിച്ചെറിയുകയും മറ്റുള്ളവരോടു മല്ലടിക്കുകയും ചെയ്യും. ആരെയും മാനിക്കാതെ, തിരിച്ചടിയിലും പകപോക്കലിലും ശ്രദ്ധിച്ച് ശരീരം കൊണ്ടും വാക്കുകൊണ്ടും വിദ്വേഷം ഉത്സർജ്ജിക്കുന്ന കഥാപാത്രങ്ങൾ കുട്ടികളിൽ ആവേശിക്കുകയാണ്. വിനോദത്തിനുപകരം സംഘർഷങ്ങളാണ് ഹൃദയത്തിലേറ്റുവാങ്ങുന്നത്. പ്രക്ഷുബ്ധാന്തരീക്ഷം സൃഷ്ടിക്കുന്ന ഗെയിമുകളിലുള്ള താത്പര്യവും ഇടപെടലും സാധാരണ ലോകവുമായി പൊരുത്തപ്പെടാൻ കുട്ടിയെ അപ്രാപ്തനാക്കുന്നു. അവർ സ്വന്തം ലോകത്തിലേക്ക് ഉൾവലിയുന്നു; ഒരു തിരിച്ചടിക്കു മുമ്പിലെന്നപോലെ. യു.എസ്സിലെ 20 കാരൻ ആദം ലാൻസാ അത്തരത്തിലൊരു കഥാപാത്രത്തെ ഉൾക്കൊള്ളുകയായിരുന്നിരിക്കണം. 2012 കടന്നുപോകുന്നത് ഈ കടുത്ത യാഥാർഥ്യത്തിലൂടെയാണ്. അമ്മ വാങ്ങി സൂക്ഷിച്ചിരുന്ന ശക്തിയേറിയ സെമി ഓട്ടോമാറ്റിക് ബുഷ്മാസ്റ്റർ M4 റൈഫിളും ചെറുഗണ്ണുകളുമായി അവൻ താൻ മുൻപ് പഠിച്ചിരുന്നതും അമ്മ ജോലി ചെയ്തിരുന്നതുമായ ന്യൂ ടൗണിലെ പ്രാഥമിക വിദ്യാലയത്തിലേക്ക് ഡിസംബർ 14ന് ഇടിച്ചുകയറി അധ്യാപകരും പിഞ്ചുകുഞ്ഞുങ്ങളുമുൾപ്പെടെ 27 പേരെ

കൊന്നുവീഴ്ത്തിയ ശേഷം സ്വയം മരണം വരിച്ചു. മരണദൂതനായി പുറപ്പെടും മുമ്പ് ആദ്യം അമ്മയെത്തന്നെ തീർത്തിരുന്നു. സമൂഹവുമായി ഒത്തുപോകാൻ ആദം ലാൻസായ്ക്കു സാധ്യമായിരുന്നില്ലെന്നും പല തവണ സ്കൂളിൽ നിന്നും വിടുതൽ വാങ്ങിയിരുന്നു എന്നും കേൾക്കുന്നു. അക്രമത്തിന്റെ സ്ഫുലിംഗ ങ്ങളും പേറി വളർന്ന് അഗ്നിജ്വാലയായി പടർന്നുകയറിയ ആ 20 കാരന്റെ വളർച്ചാഘട്ടങ്ങൾ സഗൗരവം അന്വേഷിച്ചാൽ ഗവേഷകർ ചൂണ്ടിക്കാട്ടുന്ന പല കാര്യങ്ങളും തള്ളിക്കളയാവതല്ലെന്നു മനസ്സിലാകും.

അസോസിയേറ്റഡ് ചേംബേഴ്സ് ഓഫ് കോമേഴ്സ് ആൻഡ് ഇൻഡസ്ട്രി ഓഫ് ഇന്ത്യ (ASSOCHAM) യുടെ സോഷ്യൽ ഡെവലപ്മെന്റ് ഫൗണ്ടേഷൻ നടത്തിയ ഗവേഷണം ശ്രദ്ധേയമാണ്. വൻ നഗരങ്ങളിലെ 5നും 17നും മധ്യേ പ്രായമുള്ള കുട്ടികളിൽ 75% പേരും നിരന്തരം അക്രമ വീഡിയോ ഗെയിമുകളിൽ നിരന്തരം മുഴുകുന്നവരാണത്രെ. പ്രധാന കാരണം 65% കുട്ടികൾക്കും സ്വന്തം കമ്പ്യൂട്ടർ ഉണ്ടെന്നതാണ്. ദിവസേന 14-16 മണിക്കൂർ ഗെയിമുകളിൽ മുഴുകുന്ന കുട്ടികളുണ്ട്. തെറ്റും ശരിയും ഉൾക്കൊള്ളുന്നതിൽ ഇത്തരം ഗെയിമുകൾ നിർണായക സ്വാധീനം ചെലുത്തുന്നു. സ്വയം പ്രവർത്തിക്കുന്ന ആധുനിക കളിക്കോപ്പുകളുടെ നിരന്തര ഉപയോഗം തലച്ചോറിനെ മന്ദിപ്പിക്കുമെന്നും ജീവിതത്തോടു താത്പര്യം കുറയ്ക്കുമെന്നും ഗവേഷകർ ചൂണ്ടിക്കാട്ടുന്നു. കളിക്കോപ്പുകൾ ഭാവനയെ ഉണർത്തുകയും സൃഷ്ടിപരതയെ പോഷിപ്പിക്കുകയും ചെയ്യണം. അത്തരം ഇനങ്ങൾ തെരഞ്ഞെടുത്തു നൽകാനും കളിയിലൂടെ വിദ്യാഭ്യാസം എന്ന ആശയം പ്രാവർത്തികമാക്കാനും രക്ഷകർത്താക്കൾ ശ്രദ്ധിക്കണം. കുട്ടികളുടെ കളികളിൽ സക്രിയമായി പങ്കുചേരാനും അവരെ വീക്ഷിക്കാനും മുതിർന്നവർ തയ്യാറാകണം. കുട്ടികൾ ചൂണ്ടിക്കാട്ടുന്ന ഏതും വാങ്ങി നൽകി അവരെ സ്വൈര വിഹാരത്തിനനുവദിച്ച്, അവഗണിക്കുന്നത് ദൂരവ്യാപകമായ പെരുമാറ്റവൈകൃതങ്ങൾ അവരിൽ ഉണ്ടാക്കുവാൻ കാരണമാകും. ശാന്തവും അർഥപൂർണ്ണവുമായ ഒരു ബാല്യകാലം കുഞ്ഞുങ്ങൾ അർഹിക്കുന്നു. അവർക്ക് അതു സമ്മാനിക്കാൻ ധനമല്ല മനമാണ് സജ്ജീകരിക്കേണ്ടത്.

*(2013 ജനുവരി)*

# പൗരബോധം ക്രിയാത്മകമാക്കാൻ

മൃഗയാവിനോദത്തിന് ആശ്രമപരിസരത്തെത്തിയ ദുഷ്യന്തമഹാരാജാവ് മാനിന്റെ നേർക്ക് അമ്പ് തൊടുത്തപ്പോൾ അദ്ദേഹത്തെ നിശ്ചലനാക്കിയത് ഒരു ബാലന്റെ വാക്കാണ്. ചക്രവർത്തിയോട് അരുത്. കൊല്ലരുത്. ഇത് ആശ്രമമൃഗമാണ് എന്നു വിളിച്ചുപറയാൻ ശക്തിയും ധൈര്യവും മുനികുമാരന് ലഭിച്ചത് അവൻ ധർമ്മബോധം ഉൾക്കൊണ്ടുവളർന്നതിനാലാണ്.

അനീതി കണ്ടാൽ എതിർക്കാനും അഴിമതിയിലൂടെ ധനസമ്പാദനത്തിന് മാർഗം ഉണ്ടായാലും അതിൽ നിന്നും വിട്ടുനില്ക്കാനും ഒരുവന് സാധിക്കുന്നത് അയാളിലെ ആധ്യാത്മികത ഉണരുന്നതുകൊണ്ടാണ്. അരുത് എന്ന ഉൾവിളി ഉൾക്കൊള്ളാനുള്ള പരിശീലനം വ്യക്തി ആർജ്ജിക്കുന്നതുകൊണ്ടാണ്.

മനുഷ്യന്റെ ആന്തരവ്യക്തിത്വത്തെ രൂപപ്പെടുത്തുന്നത് കുടുംബവും തുടർന്ന് വിദ്യാഭ്യാസവുമാണ്. സദാചാരബോധം, സത്യബോധം, ധർമ്മബോധം, സൗന്ദര്യബോധം, അച്ചടക്കം, ആരോഗ്യകരങ്ങളായ ആചാരമര്യാദകൾ ഒക്കെ ആധ്യാത്മികം എന്നതിന്റെ പരിധിയിൽ ഉൾക്കൊള്ളുന്നു. അതിന് മതവുമായി ബന്ധമുണ്ടാകണമെന്നില്ല. അതുപോലെ സമൂഹത്തെ ഉയർന്ന നിലവാരത്തിലേക്കു പരിണമിപ്പിക്കുന്നതിന് സാഹിത്യത്തിനും വിശിഷ്ടകലകൾക്കും വലിയ പ്രാധാന്യവുമുണ്ട്. ഈ ചിന്ത ഇന്ന് കുടുംബത്തിൽ നിന്നും വിദ്യാഭ്യാസപദ്ധതികൾ രൂപപ്പെടുത്തുന്നവരിൽ നിന്നും അകന്നുപോകുന്നു. വിദ്യാഭ്യാസം ആധുനീകരിക്കുന്നതോടൊപ്പം വ്യക്തിയുടെ സംസ്കാരവത്കരണവും സാധിച്ചിരിക്കണം. ഈ രണ്ടു വശങ്ങൾക്കും ഒരുപോലെ പ്രാധാന്യം നൽകാത്ത പക്ഷം വിദ്യാഭ്യാസം വികലമാകും, വ്യക്തി പൂർണനാകുകയുമില്ല.

ദാരിദ്ര്യനിർമ്മാർജനം ഭാരതത്തിന്റെ പ്രഥമലക്ഷ്യമായ 1950കളുടെ തുടക്കത്തിൽ ത്വരിതഗതിയിലുള്ള വ്യവസായവത്കരണം ഭാരതത്തിന് അത്യാവശ്യമായിത്തീർന്നു. വ്യവസായവത്ക്കരണം പാശ്ചാത്യനാടുകളെ ദാരിദ്ര്യത്തിൽ നിന്നും മുക്തമാക്കിയതിന്റെ പ്രത്യക്ഷ ഉദാഹരണം നമുക്ക് മാതൃകയായുണ്ടായിരുന്നുതാനും.

പാരമ്പര്യാധിഷ്ഠിതമായ ഭാരതസമൂഹത്തെ വിവരസാങ്കേതിക ശാസ്ത്രവിജ്ഞരാക്കാനുള്ള ലക്ഷ്യത്തോടെ വിദ്യാഭ്യാസം ആധുനീകരിക്കപ്പെട്ടപ്പോൾ സാഹിത്യം, കല, ദൈവശാസ്ത്രം ഉൾപ്പെടെയുള്ള മാനവികവിഷയങ്ങൾ അവഗണിക്കപ്പെട്ടു. മാനവിക വിഷയങ്ങൾ തൊഴിൽ മേഖലയിൽ ഉപയോഗപ്പെടുകയില്ലെന്നും സാമ്പത്തികമേഖലയ്ക്ക് നേട്ടമുണ്ടാക്കുകയില്ലെന്നും വിലയിരുത്തിക്കൊണ്ടുള്ളതായിരുന്നു സർക്കാർ നയങ്ങളും തീരുമാനങ്ങളും. സാമ്പത്തികമാന്ദ്യം അനുഭവപ്പെട്ടപ്പോൾ ആഗോളമായിത്തന്നെ മാനവികവിഷയങ്ങൾ തളർന്നുപോയതായി പഠനങ്ങൾ വെളിപ്പെടുത്തുന്നു. കുടുംബങ്ങളിലും ഇതു പ്രതിഫലിച്ചു. സംഗീതത്തിലും സാഹിത്യത്തിലും ചിത്രകലയിലും അഭിനയകലകളിലും അഭിരുചിയും ശേഷിയും പ്രകടിപ്പിക്കുന്ന കുട്ടികളെ നിർബന്ധിച്ച് ഐ.റ്റി വിഷയങ്ങൾ സ്വീകരിപ്പിച്ചു. സാമ്പത്തികനേട്ടം കൂടുതലുള്ള തൊഴിലിന്റെ ആശങ്കയിൽ അകപ്പെട്ടുപോയി രക്ഷിതാക്കളും വിദ്യാർത്ഥികളും. യുക്തിക്കുമാത്രം പ്രാധാന്യം നൽകുകയും മൂല്യങ്ങൾ മാനിക്കപ്പെടാതിരിക്കുകയും ചെയ്യുമ്പോൾ ഉദാത്തചിന്തകളുണ്ടാവുകയില്ല. അരുത് എന്ന് ഗർജിക്കാനുള്ള തന്റേടം ലഭിക്കുകയില്ല. അതുകൊണ്ടാണ് ഒരു ഗാന്ധിജിയേയോ സർവ്വേപ്പള്ളി രാധാകൃഷ്ണനെയോ നമുക്കിനി ലഭിക്കുകയില്ല, ലഭിക്കുന്നത് സോഫ്റ്റ്‌വെയർ കമ്പനികളിലെ കൂലികളെയാണ് എന്ന് പറഞ്ഞുപോകുന്നത്. മാനവികവിഷയങ്ങൾ തളർന്നുപോകുന്നത് ദൂരവ്യാപകമായ ദുഷ്ഫലങ്ങൾ സൃഷ്ടിക്കുമെന്ന് അക്കാദമിഷ്യന്മാരിൽ പലരും ചൂണ്ടിക്കാട്ടുന്നു. സാങ്കേതികവൈദഗ്ധ്യത്തെ മാത്രം മാനിക്കുന്ന ഒരു ലോകത്ത് ബുദ്ധിസാമർത്ഥ്യത്തിനോ ചിന്താശീലത്തിനോ അർഹിക്കുന്ന പ്രാധാന്യം നൽകുന്നില്ല എന്നു മാത്രമല്ല അവ അഭിനന്ദിക്കപ്പെടുന്നുപോലുമില്ല. മാനവികവിഷയങ്ങളും കലകളും അവഗണിക്കപ്പെട്ടാൽ ജീവിക്കാൻ കൊള്ളാവുന്ന സമൂഹവും ഐശ്വര്യമുള്ള സാമ്പത്തികനിലയും ഉണ്ടാവില്ല എന്ന സത്യം വിദ്യാഭ്യാസപദ്ധതികൾ രൂപപ്പെടുത്തുന്നവരും സമൂഹവും രക്ഷിതാക്കളും വിദ്യാർത്ഥികളും അറിയണം. നേരായ പൗരബോധമുണ്ടാക്കാൻ, പൗരബോധം ക്രിയാത്മകമാക്കാൻ സാധിക്കണമെങ്കിൽ മാനവികവിഷയങ്ങൾക്ക് പാഠ്യപദ്ധതിയിൽ ശരിയായ പ്രാധാന്യം നൽകേണ്ടതുണ്ട്.

*(2013 ഫെബ്രുവരി)*

# കുഞ്ഞുങ്ങളുടെ നിലവിളികൾ

**കു**ഞ്ഞുങ്ങളുടെ നിലവിളികൾ ലോകമെമ്പാടും നിന്നുയരുന്നത് സംവേദനക്ഷമതയുള്ളവർക്ക് അറിയാനാകും. സാമ്പത്തികവും സാമൂഹികവും മതപരവുമായ നൂറുനൂറായിരം കാർക്കശ്യങ്ങളാണ് കുഞ്ഞുങ്ങളെ കരയിപ്പിക്കുന്നത്. സ്നേഹശൂന്യമായ ഒരു സമൂഹത്തിലേക്ക് പിറന്നുവീഴേണ്ടിവരുന്ന കോടിക്കണക്കിന് ഹതഭാഗ്യരായ കുഞ്ഞുങ്ങളും കൂടി ഉൾക്കൊള്ളുന്നതാണ് നമ്മുടെ ലോകം എന്ന് ചിന്തിക്കണം. ഇതിൽ ഏറ്റവും കഠോരമായ വാർത്ത വന്നത് ആഫ്രിക്കൻ രാജ്യങ്ങളിൽ നിന്നാണ്. അംഗഭംഗമോ മാനസികവൈകല്യങ്ങളോ ഉള്ള കുട്ടികൾ ചെകുത്താന്റെ അധീനതയിലമർന്നവരാണെന്ന വിശ്വാസത്താൽ അത്തരം കുട്ടികളുടെ വിധി നിർണ്ണയിക്കാൻ ആദ്യം ജ്യോതിഷിയുടെ അടുത്തു കൊണ്ടുപോകുന്നു. അവിടെ നിന്നും നേരെ കൊലയാളിയിലേക്ക്. കടുത്ത വിഷം ചേർത്തു തയ്യാറാക്കുന്ന ഭക്ഷണം കുട്ടിയെക്കൊണ്ട് നിർബന്ധിച്ചു കുടിപ്പിക്കുകയാണ് കൊലയുടെ രീതി. ഇത്തരത്തിൽ ലക്ഷക്കണക്കിന് കുട്ടികൾ ഘാനയിലും മറ്റും വധിക്കപ്പെടുന്നുണ്ട് എന്ന് അടുത്തകാലത്തു നടത്തിയ പഠനങ്ങൾ വെളിവാക്കുന്നു. ലോകമനസ്സാക്ഷിയെ ഞെട്ടിച്ച ഈ ആചാരത്തിനെതിരെ മനുഷ്യാവകാശ പ്രവർത്തകർ ശ്രമം തുടങ്ങിയിരിക്കുന്നു. പട്ടിണിയും പരിവട്ടവും നിറഞ്ഞ, കഠിനാധ്വാനം ഏറ്റവും ആവശ്യമായ ജീവിതചര്യയിലേക്ക് ആരോഗ്യമില്ലാത്ത കുഞ്ഞുങ്ങളെ ഉൾക്കൊള്ളാനാവാത്ത നിസ്സഹായതയിൽ നിന്നാവണം ഈ ക്രൂരമായ ആചാരം ഉടലെടുത്തത്. എന്നാൽ ധനസമ്പാദനത്തിനും നിധി ലഭിക്കുന്നതിനും കുഞ്ഞുങ്ങളെ ബലി കൊടുക്കുന്ന വാർത്തകൾ നമ്മുടെ സമൂഹത്തിലും വിരളമല്ലെന്ന് ഓർക്കുക. ഗർഭപാത്രത്തിൽ വച്ചും പിറന്ന ഉടനെയും പെൺകുഞ്ഞുങ്ങളെ നശിപ്പിക്കുന്നവരിൽ സമ്പന്നരും ധാരാളമുണ്ട്.

ലോകരാഷ്ട്രങ്ങളുടെ ഉയർന്ന പദവിയിലേക്ക് പ്രയാണം ചെയ്യുന്ന ഇന്ത്യയിൽ ലക്ഷക്കണക്കിനു കുഞ്ഞുങ്ങളാണ് തെരുവിലലയുന്നത്. വീടുകളിൽ നിന്നും അപ്രത്യക്ഷരാകുന്ന കുട്ടികൾ എവിടെയൊക്കെ എത്തപ്പെടുന്നു എന്നതിന് രേഖകളൊന്നുമില്ല. അടുത്തസമയത്ത് സുപ്രീം കോടതി സംസ്ഥാനങ്ങളോട് കടുത്ത ഭാഷയിൽ ഇതേക്കുറിച്ച്

അന്വേഷിക്കാൻ നിർദ്ദേശം നൽകിയിരുന്നു. പരീക്ഷക്കാലത്താണ് പ്രധാനമായും കുഞ്ഞുങ്ങൾ ഒളിച്ചുപോകുന്നത്. മാനസിക സംഘർഷത്തിൽ നിന്നും മോചനം നേടാൻ ഓടിയകലുന്നവർ എത്തപ്പെടുന്നത് കുറ്റവാളികളുടെ പിടിയിലാകും. ഭിക്ഷാടനത്തിനും ലൈംഗികാവശ്യങ്ങൾക്കും കുറ്റകൃത്യങ്ങൾ പരിശീലിപ്പിക്കുന്നതിനും കുഞ്ഞുങ്ങളെ ഉപയോഗിക്കുന്നു. യാത്രയ്ക്കിടയിലും വീട്ടുമുറ്റത്തുനിന്നുപോലും കുഞ്ഞുങ്ങൾ അപ്രത്യക്ഷരാകുന്നു. മരണത്തെക്കാൾ ഭയക്കേണ്ട സാഹചര്യം. കുഞ്ഞുങ്ങളെ വളർത്തുന്നവർക്ക് ഏറ്റവും ആവശ്യം വേണ്ട കാര്യങ്ങളാണ് ജാഗ്രതയും വാത്സല്യവും. രക്ഷിതാക്കളെപ്പോലെതന്നെ ഈ കാര്യത്തിൽ സർക്കാരിനും ചുമതലയുണ്ട്. രണ്ടുകൂട്ടരും കുഞ്ഞുങ്ങളെ അവഗണിക്കുമ്പോൾ നിലവിളികൾ തുടർന്നുകൊണ്ടേയിരിക്കും. സമൂഹത്തിലെ ഏറ്റവും നിസ്സഹായരുടെ നിലവിളികൾ.

സാമ്പത്തികശേഷി അനുവദിക്കുന്നവർ അഞ്ചും ആറും കുഞ്ഞുങ്ങളെ ദത്തെടുത്ത് വളർത്തുന്ന ഒരു സംസ്കാരം പാശ്ചാത്യനാടുകളിൽ കാണുന്നു. രാജ്യപരിഗണന പോലും ഇക്കാര്യത്തിൽ അവർ നോക്കാറില്ല. ആരാധനാലയങ്ങളിലെ ആർഭാടങ്ങൾക്കും വിവാഹധൂർത്തിനും കോടികൾ ചെലവഴിക്കാനൊരുങ്ങുമ്പോൾ കുഞ്ഞുങ്ങളുടെ രോദനം ശ്രവിക്കാനായെങ്കിൽ!

*(2013 മാർച്ച്)*

# അവർ കുട്ടികളാണ്

**നി**യമത്തിനു കണ്ണില്ല എന്ന് പറയാറുള്ളത് അതിന് പക്ഷഭേദമില്ലെന്ന് സൂചിപ്പിക്കാനാണ്. എന്നാൽ അക്ഷരാർഥത്തിൽ തന്നെ ആന്ധ്യം പിടിച്ച ഒരു നിയമം പാസ്സാക്കുന്നതിന്റെ അരികിലെത്തിയതിനെ ചർച്ച ചെയ്യാനാണീ കുറിപ്പ്.

21 വയസ്സിൽ താഴെ പ്രായമുള്ള ആണും 18 വയസ്സിൽ താഴെ പ്രായമുള്ള പെണ്ണും കുട്ടികളാണെന്ന് നിയമം നിർവചിക്കുന്നു. തീരുമാനം എടുക്കാനുള്ള പക്വത ആർജിക്കുമ്പോഴേ കുട്ടികൾ മുതിർന്നവരാകുന്നുള്ളു. പെൺകുട്ടികളുടെ വിവാഹപ്രായം 18 ആയി നിജപ്പെടുത്തിയതിന്റെ കാരണവും മേൽ സൂചിപ്പിച്ചതാണ്. ഇന്ത്യൻ മെജോറിറ്റി ആക്ട്, ജുവനൈൽ ജസ്റ്റിസ് ആക്ട്, ചൈൽഡ് മാര്യേജ് റെസ്ട്രെയ്ന്റ് ആക്ട് തുടങ്ങിയ നിയമങ്ങൾ പ്രാബല്യത്തിൽ കൊണ്ടുവന്നത് തന്നെയും മറ്റുള്ളവരെയും ബാധിക്കുന്ന സുപ്രധാന കാര്യങ്ങളിൽ തീരുമാനം എടുക്കാനുള്ള പക്വത 18 വയസ്സിൽ താഴെ പ്രായമുള്ള കുട്ടികൾക്കില്ല എന്നതുകൊണ്ടാണ്.

പെൺകുട്ടിയുടെ ആരോഗ്യവും അന്തസ്സും ഉയർത്തിക്കൊണ്ടുവരുന്നതിനാണ് ശൈശവ വിവാഹനിരോധനആക്ട് 2006ൽ പാസാക്കിയത്. മാറിവന്ന ലോകത്തിൽ സാമൂഹിക-മാനസിക അന്തരീക്ഷത്തിൽ പെൺകുട്ടി കൂടുതൽ അറിവുനേടി, ആരോഗ്യവും വിദ്യാഭ്യാസവും ആർജിച്ചശേഷം മാത്രം വിവാഹം എന്ന് തീരുമാനം എടുത്തത് നിയമവിദഗ്ധർ മാത്രം ആലോചിച്ചല്ല. മനഃശാസ്ത്രജ്ഞരും ഭിഷഗ്വരന്മാരും സാമൂഹിക പ്രവർത്തകരും എല്ലാം ചേർന്നാണ്. ചെറുപ്രായത്തിൽ തന്നെ കുടുംബ പ്രാരാബ്ധങ്ങളും പ്രസവങ്ങളും മറ്റുമായി സ്ത്രീ തളച്ചിടപ്പെട്ട ഒരു കാലത്തിൽ നിന്നുള്ള വിടുതിക്കുവേണ്ടിയാണിത് ചെയ്തത്. ദേവതയ്ക്കു തുല്യം സ്ഥാനം നൽകേണ്ട സ്ത്രീയെ വെറും പ്രസവിക്കുന്ന ഉപകരണമാക്കി മാറ്ററുത് എന്ന് സ്വാമി വിവേകാനന്ദൻ പറഞ്ഞിരുന്നു. എന്നാൽ ഈ ഫെബ്രുവരി ആദ്യവാരത്തിൽ പ്രഖ്യാപിച്ച സ്ത്രീസുരക്ഷാനിയമഭേദഗതി ബില്ലിൽ ഏറ്റവും ലജ്ജാകരവും അയുക്തികവും സ്ത്രീവിരുദ്ധവുമായ ഒരു വ്യവസ്ഥ എഴുതിച്ചേർത്തിരിക്കുന്നു. പെൺകുട്ടിയുടെ സമ്മതത്തോടെയുള്ള ലൈംഗിക ബന്ധത്തിനുള്ള

പ്രായം 18ൽ നിന്ന് 16 ആക്കി കുറച്ചിരിക്കുന്നു. ഭാരതീയസംസ്കാരത്തിനു തന്നെ അവഹേളനമായ ഈ വ്യവസ്ഥയെ എതിർക്കാൻ എല്ലാ രാഷ്ട്രീയ പാർട്ടികളും ഒന്നിച്ചില്ല എന്നതാണ് ഏറെ ഖേദകരം. കന്യാദാനം എന്ന സങ്കല്പത്തെ തന്നെ അപഹസിക്കുന്ന ചിന്തയാണിത്. വിവാഹത്തിനു മുൻപ് 16 വയസ്സിൽ ഇഷ്ടപ്രകാരം വേഴ്ചയായാൽ നിയമ നിഷേധമല്ല! പാശ്ചാത്യനാടുകളിൽ നിലവിലുള്ള ഡേറ്റിങ്ങിന് ഇവിടെയും നിയമ സാധുതയും പ്രോത്സാഹനവും നൽകുകയാണോ?

ലൈംഗികാതിക്രമങ്ങളിൽ നിന്നും കുട്ടികളെ സംരക്ഷിക്കുന്നതിൽ വിള്ളൽ വീഴ്ത്തുന്ന നിയമമാണിത്. 18 വയസ്സ് തികയാത്ത പെൺകുട്ടി കളുമായി ബന്ധപ്പെടുന്നത് അവളുടെ സമ്മതത്തോടെയായാൽപോലും കുറ്റമാണ് എന്ന വ്യവസ്ഥയാണ് അട്ടിമറിക്കപ്പെടുന്നത്. നല്ല അന്തരീ ക്ഷത്തിൽ വളരാൻ സാഹചര്യമില്ലാത്ത കുട്ടികൾ വളരെ വേഗം പ്രലോ ഭനങ്ങളിൽ പെട്ടുപോകാം. അത്തരം കുട്ടികളും പരിരക്ഷിക്കപ്പെടേണ്ടതു കൊണ്ടാണ് മേൽപ്പറഞ്ഞ രീതിയിലുള്ള നിയമം നിലനിന്നത്. എന്നാൽ സമ്മതം ആകാമെന്ന വ്യവസ്ഥ വന്നാൽ പീഡിപ്പിക്കപ്പെട്ട പെൺകുട്ടി യിൽ നിന്നുപോലും 'സമ്മതം' നേടിയെടുക്കാനും കേസിൽ ശിക്ഷിക്ക പ്പെടാതെ പോകാനുമുള്ള സാഹചര്യമാണ് ഉണ്ടാകുന്നത്.

വാസ്തവത്തിൽ ചില സമുദായങ്ങളെ പ്രീണിപ്പിക്കുന്നതിനുവേണ്ടി യുണ്ടാക്കിയിട്ടുള്ളതായിരുന്നു ഈ ഭേദഗതി. ഉദാഹരണത്തിന് മുസ്ലിം സമുദായത്തിൽ ശൈശവവിവാഹം സാധാരണമാണ്. കേരളത്തിലെ ചില ജില്ലകളിൽ 12ഉം 14ഉം വയസ്സുള്ളവർ ഗർഭം ധരിക്കുന്നു പോലുമുണ്ട്. ഇന്ത്യയിലെ പല ഭാഗങ്ങളിലും ചില സമുദായങ്ങളിൽ ശൈശവ വിവാഹം എന്ന നിയമനിഷേധം നടന്നുവരുന്നു. ഇവരെ ശിക്ഷിക്കാതിരിക്കാനുള്ള ഒരു മാർഗമായിട്ടാണ് ഈ 'സമ്മത' വ്യവസ്ഥയെ കാണേണ്ടത്. അനാ ചാരവും നിയമനിഷേധവും നടത്തുന്നവരെ ബോധവൽക്കരിക്കുകയും മുഖ്യധാരയിലേക്കെത്തിക്കുകയും ചെയ്യുന്നതിനുപകരം സ്ത്രീയെ ഒന്നാകെ അപഹസിക്കുന്ന ഇത്തരം നീക്കങ്ങൾക്കെതിരെ നിര ന്തരജാഗ്രത പുലർത്തേണ്ടതാണ്.

*(2013 ഏപ്രിൽ)*

# ചില പദങ്ങൾ നമുക്കു മായ്ച്ചുകളയാം

'നല്ല വാക്കോതുവാൻ ത്രാണിയുണ്ടാകണം' ഈ വരി ഒരു പഴയകാല പ്രാർഥനയുടെ ഭാഗമാണ്. പുതിയ തലമുറ കേട്ടിട്ടുതന്നെയുണ്ടാവില്ല. ശാസ്ത്രീയമായ അടിത്തറയുണ്ട് ഈ അഭ്യർഥനയ്ക്ക്. കാരണം വാക്കിന് മനസ്സിനെ സ്വാധീനിക്കാനുള്ള ഊർജ്ജമുണ്ട്. അപ്പോൾ വാക്ക് നല്ലതാവണം, പ്രചോദിപ്പിക്കുന്നതാവണം, പ്രസരിപ്പുണ്ടാക്കുന്നതാവണം.

ഒരു വ്യക്തിയുടെ വാക്കുകൾ മറ്റൊരു വ്യക്തിയെ മാത്രമല്ല, ഒരു സമൂഹത്തെത്തന്നെ പ്രചോദിപ്പിക്കാറുണ്ട്. ഉപനിഷത്തിലെ *ഉത്തിഷ്ഠത ജാഗ്രത* എന്ന നിർദ്ദേശം സ്വാമി വിവേകാനന്ദന്റെ കണ്ഠത്തിലൂടെ പ്രതിധ്വനിച്ചപ്പോൾ ഭാരതീയർക്ക് നവ്യമായ ഉന്മേഷമുണ്ടായി. *ഇങ്കിലാബ് സിന്ദാബാദി*ന്റെ അർഥം അറിയാത്ത തൊഴിലാളികൾ പോലും ആ ഗർജ്ജനത്തിൽ ഉത്തേജിതരാകുന്നു. സാമ്പത്തിക മാന്ദ്യത്താലും തീവ്രവാദി ആക്രമണത്താലും ഒന്നു തളർന്നുനിന്ന അമേരിക്കൻ ജനതയെ *യെസ് വി ക്യാൻ* എന്ന് ഒബാമ ഉദ്ബോധിപ്പിച്ചപ്പോൾ അവർക്കത് ഉണർത്തുപാട്ടായി. ലോകത്തെ നയിച്ച മഹാരഥന്മാരൊക്കെ അനുയായികളോട് പ്രചോദനമന്ത്രങ്ങൾ ഉരുവിട്ടിട്ടുണ്ട്. സവിശേഷരീതിയിലുള്ള പെരുമാറ്റശൈലി അവരിൽ നിന്നും ഉത്പാദിപ്പിച്ചെടുത്തിട്ടുണ്ട്. ധ്യാനമന്ത്രങ്ങളും ശരണമന്ത്രങ്ങളും തുടങ്ങി രാഷ്ട്രത്തെയും സംഘടനയേയും പ്രചോദിപ്പിക്കാനുദ്ദേശിച്ചുകൊണ്ട് മുഴക്കിയ മുദ്രാവാക്യങ്ങളും വരെ അടിസ്ഥാനമാക്കിയിട്ടുള്ളത് വാക്കിന്റെ ഊർജ്ജത്തെയാണ്. നന്മ പകർച്ചവ്യാധിയാണെന്നു പറയാറുണ്ട്. തിന്മയ്ക്കും ഇതേ വ്യാപനസ്വഭാവമുണ്ടെന്ന് ഒപ്പം ചേർത്തറിയണം. അതുകൊണ്ടാണ് നല്ല വാക്കോതുവാൻ ത്രാണിയുണ്ടാവണം എന്ന പ്രാർഥന കുരുന്നിലേ ശീലിപ്പിച്ചുപോന്നത്. നല്ലതു മാത്രം പകർന്നു പകർന്നു വ്യാപിക്കട്ടെ! എന്ന ആശീർവാദം. ജലത്തിൽ ഒരു ചലനമുണ്ടായാൽ അത് വലയങ്ങളെ സൃഷ്ടിക്കുന്നതുപോലെ നല്ല വാക്കുകൾ സമൂഹത്തിൽ ഓളങ്ങൾ പടർത്തണം.

ഫ്രാങ്ക് ഔട്ട്ലോ ഉപനിഷത്ത് പഠിച്ചിട്ടുണ്ടോ എന്നറിയില്ല. എന്നാൽ അദ്ദേഹം പറഞ്ഞുവച്ചതിൽ ഉപനിഷത്തിന്റെ സ്വാദുണ്ട്. അദ്ദേഹം പറയുന്നു: ചിന്തയെ നിരീക്ഷിക്കൂ, അവ വാക്കുകളാകുന്നു; വാക്കുകളെ നിരീക്ഷിക്കൂ, അവ പ്രവൃത്തികളാകുന്നു; പ്രവൃത്തികളെ നിരീക്ഷിക്കൂ,

അവ ശീലമായി മാറുന്നു; ശീലങ്ങളെ നിരീക്ഷിക്കൂ, അവ സ്വഭാവമായിത്തീരുന്നു. സ്വഭാവങ്ങൾ നിരീക്ഷിക്കൂ അത് വിധിയായി മാറുന്നു. (ഈ ഉദ്ധരണി 12-ാം ശതകത്തിൽ ജീവിച്ചിരുന്ന ഒരു തായ് സന്ന്യാസിയുടെതാണെന്നും പക്ഷമുണ്ട്.) ചിന്തയും വാക്കും പ്രവൃത്തിയും ശീലവും സ്വഭാവവും സശ്രദ്ധം രൂപപ്പെടുത്തുമ്പോൾ ഒരുവൻ പൂർണ്ണമനുഷ്യനായിത്തീരുക എന്ന വിധി നടപ്പിലാവുകയാണ്.

നല്ല വാക്കുകൊണ്ട് മനുഷ്യനെ മനുഷ്യത്വത്തിലേക്ക് ഉയർത്തിയ മഹാത്മാവാണ് ശ്രീബുദ്ധൻ. പ്രചണ്ഡമായ കോപത്തിന്റെ നേർക്ക് ക്ഷമയുടെയും യുക്തിയുടെയും ശീതളിമ പരത്തിയ അനവധി സംഭവങ്ങൾ ശ്രീബുദ്ധന്റെ ജീവിതത്തിന്റെ ഏടുകളിൽ നിന്നും ശേഖരിക്കപ്പെട്ടിട്ടുണ്ട്. ഭിക്ഷാപാത്രവുമായി ചെന്ന ബുദ്ധന്റെ നേർക്ക് അസഭ്യവാക്കുകൾ വർഷിച്ച ഗൃഹസ്ഥനോട് ബുദ്ധൻ ഒരു ചോദ്യം ചോദിച്ചു. 'സുഹൃത്തേ!' ഒരു ഗൃഹസ്ഥൻ ഒരു യാചകന് ഭക്ഷണം വച്ചുനീട്ടുകയും യാചകൻ അത് നിരസിക്കുകയും ചെയ്താൽ ആ ഭക്ഷണം ആരുടേതാണ്? സംശയമില്ല, ഗൃഹസ്ഥന്റേതുതന്നെ അയാൾ പറഞ്ഞു. ബുദ്ധൻ പ്രതിവചിച്ചു: "താങ്കൾ വർഷിച്ച വാക്കുകൾ ഞാൻ സ്വീകരിക്കാത്ത പക്ഷം അത് താങ്കളിലേക്കുതന്നെ മടങ്ങുകയില്ലേ? എന്നാൽ ഞാനാകട്ടെ കൂടുതൽ ദരിദ്രനായി മടങ്ങുകയാണ്. കാരണം എനിക്ക് ഒരു സുഹൃത്തിനെ നഷ്ടപ്പെട്ടിരിക്കുന്നു."

ഒരു കരണത്ത് അടിച്ചാൽ മറുകരണം കാട്ടിക്കൊടുക്കാൻ കഴിയുന്നത്ര പ്രകോപിതമല്ലാത്ത ഒരു മനസ്സുണ്ടായിവരണമെങ്കിൽ നീണ്ട നാളത്തെ തപസ്സാവശ്യമാണ്. അതൊരു തയ്യാറെടുപ്പാണ്. ശരീരത്തിന്റെ ഓരോ കോശത്തെയും വശപ്പെടുത്തി നിയന്ത്രിക്കാനുള്ള തയ്യാറെടുപ്പ്. അതാർജിച്ച മഹാത്മാക്കളാണ് പൈഡ് പൈപ്പറെപ്പോലെ ജനങ്ങളെ ആകർഷിച്ചവർ. ശ്രീബുദ്ധനും രമണമഹർഷിയും ശ്രീനാരായണഗുരുവും ഗാന്ധിജിയുമൊക്കെ അത്തരം ജീവിതം നയിച്ചവരായിരുന്നു. മാതൃകകൾ ഇല്ലാതായിക്കൊണ്ടിരിക്കുന്ന ഒരു കാലത്താണ് പുതിയ തലമുറ വളർന്നുകൊണ്ടിരിക്കുന്നത്. നിർദ്ദയവും പരുഷവും പൊള്ളയുമായ വാക്കുകളുടെ ഉദ്ഘോഷമാണ് അന്തരീക്ഷമാകെ. ഉഷ്ണത്തെ ഉഷ്ണം കൊണ്ടുതന്നെ നേരിടാനുള്ള പരാക്രമങ്ങൾ. സാധാരണ സംഭവങ്ങൾ പോലും നുണകളുടെ തൊങ്ങലുകൾ ചാർത്തി അസാധാരണത്വം ഏല്പിച്ചുകൊടുത്തുകൊണ്ട് അതീവ സെൻസേഷണലിസത്തിലേക്ക് കൂപ്പുകുത്തുന്ന മാധ്യമപ്രവർത്തനത്തിന്റെ ദൂഷിതകാലം. ഇവിടെ സ്നേഹം ഭയത്തിനു വഴിമാറിക്കൊടുത്തുകൂടാ. അമേരിക്കയിലെ ചില ഗോത്രവർഗക്കാരുടെ ഭാഷയിൽ കള്ളത്തരം എന്ന് അർഥമുള്ള പദങ്ങൾ ഇല്ലത്രെ. കാരണം അങ്ങനെയൊരു പ്രവൃത്തി അവർക്കറിയില്ല. നമുക്കും മോഹമില്ലേ നമ്മുടെ ശബ്ദകോശത്തിൽ നിന്ന് ഭയം, പീഡനം, അഴിമതി, കൊള്ള, മാഫിയ തുടങ്ങിയ പദങ്ങൾ മായ്ച്ചുകളയാൻ? നല്ല പദങ്ങൾ പ്രതിസ്ഥാപിക്കാൻ?

*(2013 മെയ്)*

# എത്ര വിചിത്രം

നിഷ്കളങ്കവും അതിരുകളില്ലാത്തതുമായ ബാല കൗതുകത്തിന് എന്റേതും നിന്റേതും ഭേദമില്ല. മാതൃരാജ്യത്തിന്റെ മണ്ണുപോലെയാണ് അയൽ രാജ്യത്തെ മണ്ണും. അവിടെ ശത്രുതയില്ല. ഇന്ത്യയും പാകിസ്ഥാനും തമ്മിൽ ഒരു കുഞ്ഞിന്റെ കണ്ണിൽ എന്തു വൈജാത്യമാണുള്ളത്. ഒരേ ഭൂപ്രകൃതി, ഒരേ നിറവും ആകൃതിയുമുള്ള മനുഷ്യർ. ഭാഷയും വസ്ത്രധാരണവുംപോലും വ്യത്യസ്തമല്ല. തന്റെ ഗ്രാമത്തിലുള്ള ജനങ്ങളുമായി നേരിയ വ്യത്യാസംപോലും ഏഴു വയസ്സുകാരി പൂജയ്ക്ക് പാകിസ്ഥാനിൽ അനുഭവപ്പെട്ടിരിക്കില്ല. അതാണല്ലോ തരിമ്പും പേടിയില്ലാതെ അവൾ അതിർത്തി കടന്നു നടന്നുപോയത്. ഒരൊറ്റ ജനത വിഭജിച്ച് രണ്ടു രാജ്യമായിത്തീർന്നതും ഇരുവശത്തുമുള്ള കാവൽപടയാളികൾ തോക്കു ചൂണ്ടിനിൽക്കുന്നതും പൂജയുടെ കുറ്റംകൊണ്ടല്ല. ഏപ്രിൽ ആദ്യവാരത്തിൽ രാജസ്ഥാനിലെ അതിർത്തിഗ്രാമമായ ഖജുവാലയിലെ തന്റെ വീട്ടിൽനിന്നും പൂജ കാഴ്ച കണ്ടങ്ങിറങ്ങിപ്പോയി. ഒരു കുയിൽ പാട്ടോ പാറിപ്പറന്ന ഒരു ചിത്രശലഭമോ അവളെ ആകർഷിച്ചിരിക്കാം. കുയിലിനും ചിത്രശലഭത്തിനും പാകിസ്ഥാനിലേക്ക് പറക്കാനും തിരിച്ചുവരാനും ഒരു വിസയും ആവശ്യമില്ല. എന്നാൽ മനുഷ്യക്കുഞ്ഞിന് ആ സ്വാതന്ത്ര്യം നിഷേധിച്ചത് മനുഷ്യൻതന്നെയാണ്. അതിർത്തികൾ അടച്ചുകെട്ടി പരസ്പരം ഭയപ്പെടാൻ വിധിക്കപ്പെട്ട മനുഷ്യകുലം. ഇന്ത്യാക്കാരൻ സരബ്ജിത്ത്സിങ്ങ് പാകിസ്ഥാന്റെ ജയിലിലിലടയ്ക്കപ്പെട്ടത് അറിയാതൊന്ന് അതിർത്തി കടന്നതിനാലായിരുന്നുവല്ലൊ.

പൂജയെ കാണാനില്ല എന്നറിഞ്ഞ രക്ഷിതാക്കൾ അവളുടെ കുരുന്നു കാലടികൾ വിലക്കപ്പെട്ട ഭൂമിയിലൂടെ കടന്നിരിക്കുന്നു എന്നു മനസ്സിലായപ്പോൾ ആകെ പരിഭ്രമിച്ചു. അവർ ബി.എസ്.എഫ്. ജവാന്മാരോട് കാര്യം പറയുകയും ഇന്ത്യൻ ജവാന്മാർ പാകിസ്ഥാൻ അതിർത്തി കാക്കുന്ന പട്ടാളക്കാരെ അറിയിക്കുകയുമായിരുന്നു. ഇവിടെ പിന്നീട് സംഭവിച്ചത് ഹൃദയാനന്ദമുളവാക്കുന്ന കാര്യങ്ങളാണ്. കൊച്ചു സന്ദർശകയെ അവർ കണ്ടെത്തി വാത്സല്യത്തോടെ അവൾക്ക് പാവക്കുട്ടിയും ഉടുപ്പും ചെരുപ്പും സമ്മാനിച്ച് ഇന്ത്യൻ മണ്ണിലേക്കു കൈമാറി. രണ്ടു രാജ്യങ്ങളും തമ്മിൽ പുലർത്തേണ്ട ഊഷ്മള ബന്ധത്തിന്റെ ഒരു സൽക്കാഴ്ച.

എന്നാൽ ഈ സന്തോഷം അധികം നീണ്ടില്ല. പാക് ജയിലിൽ വച്ച് സഹതടവുകാരുടെ മർദ്ദനമേറ്റ് സരബ്ജിത്ത്സിങ്ങ് മൃതപ്രായനായി. ചുടുകട്ടകൊണ്ട് സിങ്ങിന്റെ തലയോട്ടി അടിച്ചു തകർത്തിരുന്നു അവർ. മരണത്തിനും ജീവിതത്തിനും ഇടയിൽ ഏതാനും നാൾ പൊരുതിയ സരബ്ജിത്ത്സിങ്ങ് മരണപ്പെട്ടു. അദ്ദേഹത്തെ ഇന്ത്യ രക്തസാക്ഷിയായി പ്രഖ്യാപിച്ചു. പിന്നീടോ? ഇന്ത്യൻ ജയിലിലും അതേ സംഭവം അരങ്ങേറി. പാക് തടവുകാരൻ സഹനുള്ള ജമ്മുവിലെ കൊത്തുവാൾ ജയിലിൽവച്ച് ചുടുകട്ടയ്ക്ക് അടിയേറ്റ് നിലംപതിച്ചു. തുടർന്ന് മരണപ്പെടുകയും ചെയ്തു. സരബ്ജിത്തിന്റെ മൃതദേഹം ഇന്ത്യൻ മണ്ണിലും സഹനുള്ളയുടെ മൃതദേഹം പാക് മണ്ണിലും ലയിച്ചു. എത്ര വിചിത്രമായാണ് മനുഷ്യർ ചിന്തിക്കുന്നതും പെരുമാറുന്നതും. യുദ്ധവും സമാധാനവും അവരുടെ പ്രവർത്തിയിലൂടെ ഉണ്ടാവുകയും ചെയ്യുന്നു.

*(2013 ജൂൺ)*

# ആകാശത്തിലെ പറവകളെപ്പോലെ

ജനിതകകോശങ്ങളിലെവിടെയോ മൃതിയുടെ ദിനം കുറിച്ചുവച്ചിട്ടുണ്ടത്രെ. സർവജ്ഞനെന്നു ഭാവിക്കുന്ന മനുഷ്യനിന്നേവരെ അത് മുൻകൂട്ടി അറിയാൻ കഴിഞ്ഞിട്ടില്ല. മരണം ഈ നിമിഷത്തിലുണ്ടാവാം. വർഷങ്ങൾ ഏറെ കഴിഞ്ഞുമാവാം. ശൈശവത്തിലോ? യൗവനത്തിലോ? വാർധക്യത്തിലോ? ഒരു നിശ്ചയവുമില്ല. എന്നിട്ടും മരണമില്ലാത്തവനെപ്പോലെയാണ് മനുഷ്യൻ പെരുമാറുന്നത്. ലോകത്തിൽവച്ച് ഏറ്റവും വലിയ അദ്ഭുതം എന്താണ് എന്ന യക്ഷന്റെ ചോദ്യത്തിന് യുധിഷ്ഠിരനിൽ നിന്നും ലഭിച്ച ഉത്തരത്തിന്റെ പൊരുളും അതുതന്നെയാണല്ലോ.

*അഹന്യഹനിഭൂതാനി ഗച്ഛന്തീഹ യമാലയം*
*നരാഃ സ്ഥാവരമിച്ഛന്തി കിമാശ്ചര്യമതഃ പരം*

ഇന്നലെയുടെ ഓർമ്മകളിലും നാളെയുടെ മോഹങ്ങളിലും ഊയലാടി വർത്തമാനത്തെ മറന്നുകൊണ്ടുള്ള ജീവിതപ്രയാണത്തിലാണ് മനുഷ്യൻ. ധൃതിപിടിച്ച ഈ പാച്ചിലിൽ സ്വസ്ഥവും സുന്ദരവുമായ ഏറെ മുഹൂർത്തങ്ങൾ നമ്മൾ നഷ്ടപ്പെടുത്തുന്നു. കുഞ്ഞുങ്ങളുടെ ശൈശവമനോഹാരിത ആസ്വദിക്കാൻ സമയമില്ലാത്ത മാതാപിതാക്കൾ അവർ പറക്കമുറ്റി പറന്നകലുമ്പോൾ പഴയ ചിത്രങ്ങൾ പേർത്തും പേർത്തും നോക്കി ഭൂതകാലസ്മരണകളിൽ നീറിയിരിക്കും.

എക്സ്പയറി ഡേറ്റുമായി ജീവിക്കുന്ന നമ്മൾ ഈ ഓട്ടപ്പന്തയത്തിൽ ജീവിതത്തിന്റെ നല്ല മുഹൂർത്തങ്ങൾ നഷ്ടപ്പെടുത്തുന്നത് അറിയുന്നില്ല എന്ന് മനസ്സിലാക്കിത്തരുന്ന ഒരു പരീക്ഷണം കുറച്ചുകാലം മുൻപ് അമേരിക്കയിൽ നടന്നു.

വാഷിങ്ടൺ ഡിസിയിലെ മെട്രോ സ്റ്റേഷനിൽ ഒരു തണുത്ത പ്രഭാതത്തിലാണ് സംഭവം അരങ്ങേറിയത്. ഒരാൾ വയലിൻ വായിക്കുകയാണ്. തൊട്ടുമുന്നിൽ തന്റെ തൊപ്പി മലർത്തിവച്ചിട്ടുണ്ട്; ഒരു ഭിക്ഷാപാത്രം പോലെ. ഒരു മണിക്കൂർ വാദനം നടന്നു. ആകെ രണ്ടായിരത്തോളം ജനങ്ങൾ അതുവഴി കടന്നുപോയി. അധികവും ജോലിക്കു ധൃതിയിൽ പോകുന്നവർ. വായന ആരംഭിച്ച് മൂന്നു മിനിറ്റ് ആയപ്പോൾ ഒരു മധ്യവയസ്കൻ

ഒരു നിമിഷം നിന്നു ശ്രദ്ധിച്ചു - പിന്നെ ധൃതിയിൽ നടന്നകന്നു. 4 മിനിറ്റ് കഴിഞ്ഞപ്പോൾ ഒരു സ്ത്രീ വന്ന് തൊപ്പിയിലേക്ക് ഒരു ഡോളർ ഇട്ട ശേഷം കടന്നുപോയി. 10 മിനിറ്റായപ്പോൾ വന്നത് ഒരു മൂന്നു വയസ്സു കാരനാണ്. അവൻ ഗാനത്തിൽ ആകൃഷ്ടനായി. പക്ഷേ, അമ്മ സമ്മതിച്ചില്ല. എന്നിട്ടും അവൻ നിൽക്കാൻ ശ്രമിച്ചു. അമ്മ ബലമായി അവനെ കൂട്ടിക്കൊണ്ടുപോകുമ്പോൾ തലതിരിച്ച് അവൻ നോക്കിക്കൊണ്ടേയിരുന്നു. നിരവധി കുട്ടികൾ ആകൃഷ്ടരായി. എന്നാൽ മാതാപിതാക്കൾ അവർക്കാ സംഗീതം നിഷേധിച്ചു. അവർക്ക് ധൃതിയായിരുന്നു. 45 മിനിറ്റായപ്പോൾ കണക്കിങ്ങനെ. 6 പേർ തെല്ലിട നിന്ന് ഗാനം ശ്രദ്ധിച്ചു. 20 പേർ പണം നൽകിയിട്ട് കടന്നുപോയി. വയലിനിസ്റ്റിന് ആകെ ലഭിച്ചത് 32 ഡോളർ. അയാൾ കച്ചേരി അവസാനിപ്പിച്ചപ്പോൾ ആരും കൈയടിച്ചില്ല! ആരായിരുന്നു ഗായകൻ? വിഖ്യാത വയലിനിസ്റ്റ് ജോഷ്വാ ബെൽ. ലോകത്തേക്കുംവച്ച് സവിശേഷമായ രീതിയിൽ നിർമ്മിച്ച വയലിനാണുപയോഗിച്ചത്. അതീവ ശ്രദ്ധയോടെ ചിട്ടപ്പെടുത്തിയ ഗാനമാണ് അദ്ദേഹം വായിച്ചത്. വാഷിങ്ടൺ പോസ്റ്റ് നടത്തിയ ഈ പരീക്ഷണത്തിൽ വേഷം മാറിയെത്തി സഹകരിക്കുകയായിരുന്ന ജോഷ്വാ ബെൽ. ആളുകളുടെ അഭിരുചി, ഗ്രഹണം, അവർ കാര്യങ്ങൾക്കു നൽകുന്ന മുൻഗണന ഒക്കെ അറിയുകയായിരുന്നു ലക്ഷ്യം.

ഒരു പൊതുസ്ഥലത്ത് യുക്തമല്ലാത്ത സമയത്ത് നാം സൗന്ദര്യം ആസ്വദിക്കുമോ? അപ്രതീക്ഷിത സന്ദർഭത്തിൽ പ്രതിഭയെ നാം തിരിച്ചറിയുമോ? *വീണപൂവിൽ* കുമാരനാശാൻ എഴുതി:

*നേരെ വിടർന്നു വിലസീടിന നിന്നെ നോക്കി-*
*യാരാകിലെന്തു മിഴിയുള്ളവർ നിന്നിരിക്കാം*

എന്ന്. 'മിഴിയുള്ളവർ' എന്ന പ്രയോഗമാണ് ശ്രദ്ധിക്കേണ്ടത്. യാന്ത്രികമായ നോട്ടം ഉത്പാദിപ്പിക്കുന്ന നയനങ്ങളെയല്ല ആശാൻ ഇവിടെ ഉദ്ദേശിച്ചത്. ഇത്രയും മനോഹരമായ ഒരു കച്ചേരി അല്ലെങ്കിൽ ഒരു കാഴ്ച മുമ്പിൽ ഒരുക്കിയിട്ടും അത് കണ്ടില്ലെങ്കിൽ - അതിനു സമയമില്ലെങ്കിൽ - അതു നമുക്ക് മുൻഗണനയല്ലെങ്കിൽ? ഈ അവസ്ഥയാണ് മിഴിയില്ലായ്മ. ആ അവസ്ഥയെ ഓഷോ ശവാവസ്ഥ എന്നു വിളിക്കുന്നു. നടക്കുകയും സംസാരിക്കുകയും മറ്റു ജോലികളിൽ ഏർപ്പെടുകയും ചെയ്യുന്ന വെറും റോബോട്ടുകൾ മാത്രം. ഒരുവനിൽ ഭാവിയുടെ പിടിവിട്ടാൽ അയാൾ ആകാശത്തിലെ പറവകളെപ്പോലെ ആയിമാറുന്നു. വയലിലെ ലില്ലിപൂക്കളെപ്പോലെയാകും എന്നൊക്കെ പറയുന്നതിന്റെ പൊരുൾ ഉൾക്കൊള്ളണം. 'ഇന്നി'ൽ പൂർണ്ണമായ സാന്നിധ്യം - അതാണ് ദിവ്യത്വം!

*(2013 ജൂലൈ)*

## ഒരിറ്റു കരുണ

പ്രായമാവുമ്പോൾ വികാരം നിയന്ത്രിക്കാനാകാതെ മനസ്സ് ദുർബല മായിപ്പോകും. മനസ്സിൽ അടച്ചുപൂട്ടിവച്ച സംഭവങ്ങൾ ബലമായി പുറ ത്തേക്കു വന്നെന്നിരിക്കും. ദുർബലശരീരവും മനസ്സുമായി ഒരു വൃദ്ധ കണ്ണീർ വാർത്തുകൊണ്ട് പറഞ്ഞുപോയ കഥ ഓർമ്മയിൽ വരികയാണ്. "എന്റെ മോൻ, എനിക്കാദ്യം ജനിച്ച കുഞ്ഞ്, അവൻ മരിച്ചതല്ല. അവനെ കൊന്നതാണ്." അവർക്ക് പതിനാറോ പതിനേഴോ വയസ്സ് പ്രായമുള്ള സമയത്ത് പ്രസവിച്ച കുഞ്ഞിനെ ബാല്യത്തിൽ അവന്റെ അമ്മാവൻ അടിച്ചുകൊന്ന സംഭവമാണ് മനസ്സിന്റെ ബന്ധനം പൊട്ടിച്ച് വെളിയിലേക്ക് വന്നത്. 'മിണ്ടാൻ പറ്റുമോ കുഞ്ഞേ? പനിയായിരുന്നു, സന്നി വന്നു എന്നു പറഞ്ഞേക്കണം എന്നായിരുന്നു ആജ്ഞ!' അടിമത്തം അനുസരണയുടെ പേരിൽ നിലനിന്ന അക്കാലത്ത് അവർ മറിച്ചൊന്നു ശബ്ദിച്ചതേയില്ല. ബാലവികൃതികൾക്ക് കിട്ടിയ 'സമ്മാന'മാണ് അവന്റെ ജീവനെടുത്തത്. കംസൻ പല രൂപത്തിൽ പുനർജനിച്ചുകൊണ്ടിരിക്കുന്നു. അച്ഛനായി, രണ്ടാനമ്മയായി, രണ്ടാനച്ഛനായി, അധ്യാപകനായി, ഉറ്റ സുഹൃത്തായി. ദിവ്യത്വമില്ലാത്തതിനാൽ ആരും കൃഷ്ണനെപ്പോലെ ദുരിതങ്ങൾ അതി ജീവിക്കുന്നില്ല. നേരത്തേ സൂചിപ്പിച്ച വൃദ്ധ നെടുനിശ്വാസങ്ങൾ ഉയർത്തി തോളിലിട്ടിരുന്ന തോർത്തുമുണ്ട് എടുത്ത് കണ്ണീർ തുടച്ചുകൊണ്ടിരുന്നത് ഒരു വിഷാദചിത്രമായി വീണ്ടും ഓർമ്മയിൽ തെളിഞ്ഞത് പിതാവിന്റെയും രണ്ടാനമ്മയുടെയും നിരന്തരപീഡനത്തെ തുടർന്ന് അബോധാവസ്ഥയിൽ കഴിയുന്ന അഞ്ചു വയസ്സുകാരൻ ഷെഫീക്കിന്റെ ആശുപത്രിദൃശ്യങ്ങൾ കണ്ടപ്പോഴാണ്. മൂന്നുമാസങ്ങൾക്കുമുൻപായിരുന്നുവല്ലോ രണ്ടാം ക്ലാസ്സു കാരി അദിതിയും ഇതേ വിധിയിൽ പിടഞ്ഞതും പിന്നീട് മരിച്ചതും. ഇവി ടെയും പ്രതികൾ അച്ഛനും രണ്ടാനമ്മയും തന്നെ.

ഷെഫീക്കിന്റെ ജീവൻ നിലനിർത്തുവാൻ സ്പെഷ്യലിസ്റ്റുകൾ ശ്രമി ക്കുന്നുണ്ട്. സർക്കാർ എല്ലാ സഹായവും നൽകുന്നു. പൊലീസ് പ്രതി കളെ അറസ്റ്റു ചെയ്തിരിക്കുന്നു. മനുഷ്യാവകാശ വിഭാഗവും രംഗത്തുണ്ട്. അച്ചടി മാധ്യമം എഡിറ്റോറിയലുകളെഴുതിയിരിക്കുന്നു. ദൃശ്യമാധ്യമം ചർച്ചകൾ നടത്തി സജീവമായുണ്ട്; കുട്ടികളുടെ അവകാശങ്ങളെ ക്കുറിച്ച്, നിയമങ്ങളെക്കുറിച്ച്, പുതിയ നിയമങ്ങൾ നിർമ്മിക്കേണ്ടതിനെ

ക്കുറിച്ച്. മിണ്ടാനാകാത്ത ആ പഴയ കാലത്തെക്കാൾ ചോദിക്കാൻ ആളുണ്ടായിരിക്കുന്ന പുതിയ കാലം മെച്ചപ്പെട്ടതെന്ന് പറയേണ്ടിയിരിക്കുന്നില്ലേ! എന്നാൽ അങ്ങനെയാണോ സ്ഥിതി? എല്ലാ നിയമങ്ങളുടെയും സൗകര്യങ്ങളുടെയും നടുവിൽ പോലും കുഞ്ഞുങ്ങൾ പീഡിപ്പിക്കപ്പെടുകയാണ് എന്ന കാര്യമാണ് ശ്രദ്ധിക്കേണ്ടത്. നീതിക്കപ്പുറം കുഞ്ഞുങ്ങൾക്ക് സ്നേഹവും കാരുണ്യവും ലഭിക്കാനുള്ള അന്തരീക്ഷം ഇന്നുണ്ടോ? അവന്റെ കുസൃതികളോ മണ്ടത്തരങ്ങളോ സംഘർഷങ്ങളോ കരുതലോടെയും വാത്സല്യത്തോടെയും കാണാൻ കണ്ണുകളുണ്ടോ? അവന്റെ തോരാത്ത ചോദ്യത്തിന് ഉത്തരം കൊടുക്കാനും തേങ്ങിക്കരയുമ്പോൾ നെഞ്ചോടുചേർത്ത് ശിരസ്സിൽ മുത്തം കൊടുക്കാനും ഒരു മുത്തശ്ശിയുണ്ടോ?

ലോകത്ത് ഏറ്റവും കൊടിയ പീഡനം ഏൽക്കേണ്ടിവന്ന ശിശുവും ഏറ്റവും അധികം ലാളന ഏറ്റുവാങ്ങിയ ശിശുവും കണ്ണനാണ്. മാതൃഭാവത്തിൽ വന്ന് വിഷപ്പാൽ നൽകിയ പൂതന മുതൽ മഹാസർപ്പമായ കാളിയൻ വരെ എത്രപേർ ആ പിഞ്ചുമേനിയിൽ മർദ്ദനങ്ങൾ അഴിച്ചുവിട്ടു. എന്നാൽ അവനെ സ്നേഹിക്കാനും ലാളിക്കാനും ഈ പ്രപഞ്ചം മുഴുവൻ മത്സരിക്കുകയായിരുന്നു. അവതാരം എന്ന പരിവേഷം മാറ്റിവച്ച് ചിന്തിക്കുമ്പോൾ ഒരു കാര്യം വ്യക്തമാണ്. വൈഷമ്യങ്ങൾ ഉള്ളപ്പോൾ തന്നെ ലാളന അതിനെയൊക്കെ അതിശയിച്ചിരുന്നു എന്ന കാര്യം.

ഇന്നത്തെ ശിശുവിന് അങ്ങനെയൊരു ആശ്വാസം ലഭിക്കുന്നില്ല. ശാരീരിക, ലൈംഗിക പീഡനങ്ങൾ മാത്രമല്ല കുഞ്ഞിനെ മുരടിപ്പിക്കുന്നത്. മാനസിക സംഘർഷങ്ങളുമാണ്. ബന്ധുക്കളും ഉറ്റവരും പീഡിതരുടെ നിരയിലുണ്ട്. ആശ്വസിപ്പിക്കാൻ മറ്റൊരു ലോകം അവന്റെ മുന്നിലില്ല. കളിക്കൂട്ടുകാരെ മത്സരാർഥികളായെണ്ണാം എന്ന പാഠമാണ് കുഞ്ഞിനു ലഭിക്കുന്നത്. അധ്യാപകരാകട്ടെ മനസ്സിനെയല്ല ബുദ്ധിയെ മാത്രമാണ് ശ്രദ്ധിക്കുന്നത്. ഇവിടെ വീണ്ടും കുഞ്ഞ് മാനസികമായി മുരടിക്കുകയാണ്.

എല്ലാ ദുഃഖങ്ങളെയും മായ്ച്ചുകളയാൻ സ്നേഹത്തിനു ശക്തിയുണ്ട്. ആ ശക്തി ഉള്ളിൽ അടക്കിവയ്ക്കേണ്ടതല്ല. ചുറ്റുപാടുകളിലേക്ക് പരന്നൊഴുകാനുള്ളതാണ്. കരുണയുള്ള ഒരയൽക്കാരനോ അധ്യാപകനോ ഉണ്ടായിരുന്നെങ്കിൽ ഷെഫീക്കുമാർക്ക് ഈ ദുർഗതി ഉണ്ടാവുകയില്ലായിരുന്നു.

*(2013 ആഗസ്റ്റ്)*

# കൊലയ്ക്കു പരിഹാരം കൊലയാണോ?

**കാ**ണ്ണിനു കണ്ണ്, പല്ലിനു പല്ല് എന്ന പ്രതികാരനീതി ഒരിക്കൽ സമൂഹം അംഗീകരിക്കുകയും നടപ്പിലാക്കുകയും ചെയ്തുപോന്നു. അങ്ങനെ ജീവനുപകരം ജീവനെടുക്കുന്ന ശിക്ഷ സാർവത്രികമായി. രാജഭരണ കാലത്ത് ഇന്ത്യയിൽ ജീവനുപകരമായിട്ട് മാത്രമല്ല ജീവനെടുത്തിരുന്നത്. പ്രണയം മുതൽ കൊലപാതകം വരെ അനേകം കുറ്റങ്ങൾക്ക് വധശിക്ഷ വിധിച്ചിരുന്നു. ജാതിക്രമമനുസരിച്ച് ശിക്ഷാവിധികളിൽ മാറ്റവുമുണ്ടായി. ബ്രാഹ്മണർ കൊലക്കുറ്റം നടത്തിയാൽപ്പോലും ബ്രഹ്മഹത്യാപാപം ഭയന്ന് അവരെ വധശിക്ഷയ്ക്ക് വിധേയമാക്കിയിരുന്നില്ല. വധശിക്ഷയാവട്ടെ ഏറ്റവും പൈശാചികമായ ശൈലിയിൽ കഠിന വേദന അനുഭവിപ്പിച്ചുകൊണ്ടുനടത്തുകയായിരുന്നു പതിവ്. കുറ്റവാളിയെ വളരെ ഉയരത്തിൽ കൂട്ടിൽ അടച്ചിട്ട് ദീർഘനാൾ വിശപ്പും ദാഹവും അനുഭവിപ്പിച്ച് കൊല്ലുക, ആസനത്തിലൂടെ കമ്പി കയറ്റിനിർത്തി ചിത്രവധം ചെയ്യുക, ഉരിച്ചെടുത്ത പച്ച മൃഗത്തോലിൽ പൊതിഞ്ഞുവച്ച് അതിസാവധാനം വലിഞ്ഞുമുറുകി മരിക്കാൻ വിടുക, ഇങ്ങനെ ശിക്ഷ വിധിക്കുന്നവരുടെ മനോധർമ്മവും പരപീഡാദാഹവും അനുസരിച്ചായിരുന്നു കുറ്റവാളി മരിക്കേണ്ടിയിരുന്നത്. രാജഭരണകാലത്തും ബ്രിട്ടീഷ് ഭരണകാലത്തും നിരത്തുകളിൽ കെട്ടിത്തൂക്കപ്പെട്ട ശവശരീരങ്ങൾ നിത്യക്കാഴ്ചയായിരുന്നു. ആരാച്ചാരുടെ കയറിന്റെ കുടുക്കിലോ വാളിന്റെ തലപ്പത്തോ തോക്കിന്റെ കുഴലിലോ ഒരു മനുഷ്യൻ പിടഞ്ഞുതീരുമ്പോൾ നീതി നടപ്പാക്കി എന്ന ചിന്തയിൽ സമൂഹം ആശ്വസിച്ചിരുന്നു. ക്രൂരമായ ഇത്തരം ആചാരങ്ങളൊന്നും വേണ്ടാത്തതാണെന്ന് ബഹുഭൂരിപക്ഷത്തിനും തോന്നിയിരുന്നുമില്ല. ചില വികസിതരാജ്യങ്ങളിൽ കുറ്റവാളിക്ക് മനോഹരദൃശ്യങ്ങൾ ആസ്വദിച്ചുകിടന്നുകൊണ്ട് ഒരു കുത്തിവയ്പിലൂടെ മരണത്തെ ഞരമ്പിലേറ്റുവാങ്ങി വിടപറയാം എന്ന സൗജന്യമുണ്ട്. ഇവിടെയെല്ലാം തന്നെ മറ്റൊരു വ്യക്തി കൊല നടത്താൻ സന്നിഹിതനാകേണ്ടതുണ്ട്. കുടുക്കിടാൻ, വാൾ വീശാൻ, പിസ്റ്റൾ അമർത്താൻ, കുത്തിവയ്ക്കാൻ എല്ലാ കർമ്മത്തിനും ഒരാൾ വേണം. അപ്പോൾ ആ വ്യക്തിയും ശിക്ഷ വിധിക്കുന്ന ന്യായാധിപനും കൊല ചെയ്യുന്നില്ല എന്നു പറയാനാകുമോ? പ്രാണൻ കൊടുക്കാൻ കഴിയാത്തവർക്ക് പ്രാണനെടുക്കാൻ അവകാശമുണ്ടോ? രോഗം പോലും കുറ്റമായി കണ്ടിരുന്നു ഇരുണ്ട യുഗങ്ങളിൽ. മനോവിഭ്രാന്തി, കുഷ്ഠം ഇവയൊക്കെ കുറ്റങ്ങളുടെ പട്ടികയിൽ പെടുത്തുകയും രോഗികളെ കല്ലെറിഞ്ഞോ കെട്ടിയിട്ടു ചുട്ടോ ശിക്ഷിക്കുകയും ചെയ്തിരുന്നു. ഇവിടെയും പൊതുസമൂഹം ശിക്ഷയുടെ

കൂടെ നിന്നു, ചിന്താശീലരായ മനുഷ്യസ്നേഹികൾ ഇടപെടുംവരെ. പ്രതി കുറ്റക്കാരനായിരുന്നില്ല എന്ന് വധശിക്ഷ നടപ്പിലാക്കിയശേഷം തെളിഞ്ഞ സംഭവങ്ങളും ഉണ്ടായിട്ടുണ്ട്.

കൊല്ലുക എന്ന കൃത്യം പരിഷ്കൃതസമൂഹത്തിനു ചേർന്ന ശിക്ഷാ രീതിയല്ല എന്ന ആശയം ദീർഘകാലമായി ചർച്ച ചെയ്യപ്പെട്ടുവരുന്നുണ്ട്. പല രാഷ്ട്രങ്ങളിലും വധശിക്ഷ നിർത്തലാക്കിയിട്ടുമുണ്ട്. അഹിംസാ തത്ത്വം ഉയർത്തിപ്പിടിക്കുന്ന ഭാരതം പക്ഷേ, വധശിക്ഷ നടപ്പാക്കുന്നത് തുടരുന്നു എന്നു മാത്രമല്ല, പല കേസുകളിലും പൊതുസമൂഹം പ്രതിയുടെ കൊലയ്ക്കായി വലിയ പ്രക്ഷോഭങ്ങൾ തന്നെ നടത്തുകയും ചെയ്യുന്നു. കൊല ചെയ്യുന്നവരുടെ മനസ്സിന്റെ തീവ്രഭാവം സമൂഹവും പ്രകടിപ്പിക്കുന്നത് വിചിത്രവും നീതീകരിക്കാനാവാത്തതുമാണെന്ന് തോന്നാറുണ്ട്. പൈശാചികമായ രീതിയിൽ കൊല നടത്തിയ കുറ്റവാളിയെ കാണുമ്പോൾ പിച്ചിചീന്താനുള്ള ആവേശത്തോടെ സമൂഹം പാഞ്ഞടുക്കുന്നു. എന്റെ കുട്ടിയെ കൊന്നവനെ ഇഞ്ചിഞ്ചായി കൊന്നാലേ എനിക്കു സമാധാനമാവൂ എന്ന് മാറത്തടിച്ച് വിലപിക്കുന്നു മാതാപിതാക്കൾ. കൊലപ്പുള്ളിക്ക് വധശിക്ഷ ലഭിച്ചതറിയുമ്പോൾ സമാധാനമായി, സന്തോഷമായി എന്ന് പ്രതികരിക്കുന്നത് ഇരയുടെ ബന്ധുക്കൾ മാത്രമല്ല സമൂഹവും കൂടിയാണ്. ഈ പ്രതികരണം സ്വാഭാവികം എന്ന് വിലയിരുത്തുമ്പോഴും സമൂഹത്തിൽ നിന്നുയരുന്ന കൊലവിളിയുടെ മനഃശാസ്ത്രം അവലോകനം ചെയ്യേണ്ടതുണ്ട്. കൊലയ്ക്കു കൊല എന്ന അതിപുരാതനനീതി ജന്മജന്മാന്തരങ്ങളിലൂടെ മനുഷ്യമനസ്സിൽ നിർലീനമായിരിക്കുകയാണ് എന്നുവേണം ഇതിൽ നിന്നും മനസ്സിലാക്കാൻ. ആ ആഗ്രഹം മനസ്സിൽ നിന്നും മാറിയിട്ടേയില്ല എന്നതിന്റെ ബാഹ്യപ്രകടനമാണിത്. പരിണാമപ്രക്രിയകൾ ഒട്ടും പൂർത്തിയാകാത്തവർ, മൃഗജീവിതഘട്ടത്തിൽ നിന്നും വളരെ പരിണമിക്കാത്തവർ, സമ്പൂർണ്ണമായി പരിണമിച്ചവർ ഇങ്ങനെ പലതലത്തിൽ നിൽക്കുന്നവരാണ് സമൂഹത്തിലുള്ളത്. പരിണാമപ്രക്രിയയിലെ വേറിട്ട പ്രതിഭാസങ്ങളായി ജന്മമെടുത്തവരെ നമ്മൾ ദൈവങ്ങളായി ആരാധിക്കുന്നു. ആത്മബോധത്തിന്റെ വികാസം അവരെ പ്രപഞ്ചപ്രേമികളും ജ്ഞാനികളുമാക്കുന്നു. ശ്രീബുദ്ധനും ക്രിസ്തുവിനും രമണമഹർഷിക്കും മറ്റുമുള്ള കാരുണ്യം ബറാബസിനും ഹിറ്റ്ലർക്കുമുണ്ടാകാഞ്ഞത് ജന്മവൈകല്യം കൊണ്ടോ സാഹചര്യത്തിന്റെ പ്രതികൂലാവസ്ഥകൾ കൊണ്ടോ ആണ് എന്ന് സമൂഹം അംഗീകരിക്കേണ്ടതുണ്ട്. സഹജീവികളെ കൊല്ലാനുള്ള വാസന ചികിത്സിച്ചു ഭേദമാക്കാവുന്ന ഒരു രോഗാവസ്ഥയാണെന്ന് ജനിതകപഠനങ്ങൾ വരും കാലങ്ങളിൽ കണ്ടെത്തിയേക്കാം. കുറ്റവാളികളെ സമൂഹത്തിനു പാകമാക്കിയെടുക്കേണ്ട ചുമതലയിൽ നിന്നും ഒഴിയുകയാണ് വധശിക്ഷ നടപ്പാക്കുന്നതിലൂടെ ചെയ്യുന്നത്. കുറ്റവാളികളെ ബന്ധുക്കളായി പരിഗണിക്കുകയും അതവരെ ബോധ്യപ്പെടുത്തുകയും ചെയ്യുക എന്ന അതീവ ശ്രമകരമായ പ്രയത്നം തുടരുകതന്നെവേണം അവരെ മാറ്റിയെടുക്കാൻ എന്ന ഗാന്ധിജിയുടെ ചിന്തയും ഇവിടെ പങ്കുവയ്ക്കുകയാണ്. ഇതാണ് അഹിംസയുടെ ശൈലി എന്നും ഗാന്ധിജി നിർദ്ദേശിച്ചിട്ടുണ്ട്.

*(2013 ഒക്ടോബർ)*

# ഭാരതം ലജ്ജിക്കുന്നു

ഭാരതം വിവേകാനന്ദസ്വാമികളുടെ 150-ാം ജന്മവാർഷികം ആഘോഷിക്കുന്നു. സ്വാമിജിയുടെ പൂർണകായപ്രതിമകൾ ഇന്ത്യയിലെ പ്രധാന ഭാഗങ്ങളിൽ അനാച്ഛാദനം ചെയ്യുന്നത് ഭരണത്തിന്റെ ഉന്നതതലങ്ങളിൽ പ്രതിഷ്ഠ നേടിയവരാണ്. അതിഗംഭീരമായ ഒരു പൂർണകായപ്രതിമ കേരളത്തിന്റെ തലസ്ഥാനത്ത് അനാച്ഛാദനം ചെയ്തത് വൈസ് പ്രസിഡന്റ് ഹമീദ് അൻസാരിയാണ്. പ്രതിമാപ്രതിഷ്ഠയും ആഘോഷങ്ങളും നടക്കുമ്പോൾ തന്നെ വിവേകാനന്ദൻ പകർന്ന ജ്ഞാനവും നിർദ്ദേശങ്ങളും ഭാരതം ഉൾക്കൊള്ളു ന്നുണ്ടോ? സ്ത്രീകളെ നിയമങ്ങളിലും നീതികളിലും കെട്ടിയിട്ട് അവരെ വെറും സന്താനോൽപ്പാദനയന്ത്രങ്ങളാക്കി മാറ്റിയിരിക്കുകയാണെന്നും ജഗദംബയുടെ സാക്ഷാത് വിഗ്രഹങ്ങളായ സ്ത്രീകളെ ഉയർത്തിക്കൊണ്ടുവരാതെ നിങ്ങൾക്ക് വേറെ ഗതിയില്ലെന്നും മനസ്സിലാക്കൂ എന്ന് മുന്നറിയിപ്പുതന്ന സ്വാമി വിവേകാനന്ദന്റെ ഭൂമിയിലാണ് ശൈശവ വിവാഹത്തെ എതിർക്കാതെപോയതെന്നറിയുമ്പോൾ എന്താണ് നമ്മൾ വിവേകാനന്ദസ്വാമിയിൽ നിന്നും പഠിച്ചത് എന്ന് ചോദിക്കേണ്ടതുണ്ട്. ഭാരതത്തിന്റെ അധഃപതനകാലത്ത് ബ്രാഹ്മണരല്ലാത്തവരെ വേദാധ്യയനത്തിന്നധികാരികളല്ലെന്നു പുരോഹിതസമൂഹം വിധിച്ച കാലം മുതൽ അവർ സ്ത്രീകളുടെ അവകാശങ്ങളും നിഷേധിച്ചു കളഞ്ഞു എന്ന് സ്വാമിജി ചൂണ്ടിക്കാട്ടിയത് 1901ലാണ്. 2013ലും ഇതാവർത്തിക്കുന്നു. ചില മതങ്ങളിലും സമുദായങ്ങളിലും സ്ത്രീയെ നിലയ്ക്ക് നിർത്തുക എന്ന ലക്ഷ്യത്തോടെ അവരുടെ അവകാശങ്ങളെയും സ്വാതന്ത്ര്യത്തെയും നിഷേധിക്കുകയാണ്. ഭാരതത്തിൽ പെൺകുട്ടികളുടെ വിവാഹപ്രായം 18 ആയി നിജപ്പെടുത്തിയിട്ടുണ്ടെങ്കിലും മുസ്ലിം പുരോഹിതന്മാരിൽ ഒരു വിഭാഗം ഇതിനെ എതിർക്കുകയാണ്. കേരളത്തിന്റെ വടക്കൻ ജില്ലകളിൽ 12 വയസ്സിൽ വിവാഹങ്ങൾ നടക്കുന്നുണ്ട്. ഉല്പതിഷ്ണുക്കളായ മുസ്ലിങ്ങൾ ഇതിനെതിരെ ബോധവൽക്കരണം നടത്തുന്നുണ്ടെങ്കിലും അതിനെ പിൻതുണയ്ക്കാനുള്ള ഇച്ഛാശക്തി ഭരണാധികാരികൾ പ്രകടമാക്കുന്നില്ല. ഉത്തരേന്ത്യയിൽ പല ഭാഗങ്ങളിലും ഹിന്ദുക്കളുടെ ഇടയിലും ശൈശവവിവാഹവും നിർബന്ധിച്ചുള്ള വിവാഹവും ധാരാളം നടക്കുന്നു. ലോകത്ത് പല ആഫ്രിക്കൻ രാജ്യങ്ങളിലും മലേഷ്യയിലും ഇതുതന്നെയാണ് സ്ഥിതി. സ്ത്രീകളുടെ ആരോഗ്യവും

സാമൂഹികപദവിയും ഉയർത്തിക്കൊണ്ടുവരിക എന്ന ലക്ഷ്യത്തിലാണ് യു.എന്നിന്റെ മനുഷ്യാവകാശസമിതി ഇക്കഴിഞ്ഞമാസം ശൈശവ വിവാഹത്തെയും നിർബന്ധിച്ചുള്ള വിവാഹത്തെയും എതിർക്കുന്ന പ്രമേയം കൊണ്ടുവന്നത്. ചരിത്രത്തിലിതാദ്യമായാണ് ഇങ്ങനെ ഒരു പ്രമേയം അവതരിപ്പിക്കപ്പെട്ടത്. എത്യോപ്യ, വെനിസ്വേല, ഘാന തുടങ്ങിയവ ഉൾപ്പെടെ 107 രാഷ്ട്രങ്ങൾ പ്രമേയത്തെ അനുകൂലിച്ച് ഒപ്പുവച്ചുവെങ്കിലും ഇന്ത്യ അതിൽ ഒപ്പിട്ടില്ല; ഒപ്പിടാൻ കേന്ദ്രസർക്കാർ തയ്യാറായില്ല. തികഞ്ഞ മനഃക്ഷോഭത്തോടെയും ലജ്ജയോടെയുമാണ് ഈ വാർത്ത ബഹുജനങ്ങൾ കേട്ടത്. ഇന്ത്യ എന്നും ലോകരാഷ്ട്രങ്ങളുടെ മുന്നിൽ തലയുയർത്തി നിന്നത് അതിന്റെ ആധ്യാത്മിക പാരമ്പര്യവും മഹാത്മാക്കളായ പൂർവികരുടെ തത്ത്വങ്ങളും മുൻനിർത്തിയാണ്. സ്ത്രീകളെ മാനിക്കാത്ത ദേശവും ജനതയും ഒരിക്കലും ഉന്നതി പ്രാപിച്ചിട്ടില്ല, ഇനി പ്രാപിക്കുകയുമില്ല എന്ന് വിവേകാനന്ദ സ്വാമികളുടെ വാക്കുകൾ ഇവിടെ പങ്കുവയ്ക്കുകയാണ്.

*(2013 നവംബർ)*

# തമസ്കരിക്കപ്പെട്ട ചരിത്രസത്യങ്ങൾ കണ്ടെത്തട്ടെ

ചരിത്രം ഉറങ്ങുകയാണോ? അതോ സ്വാർഥികൾ ചരിത്രത്തെ ഉറക്കിക്കിടത്തുകയാണോ? ചരിത്രത്തിന്റെ ഗുഹാകവാടത്തിൽ നിന്ന് തലമുറകളെ തട്ടിയുണർത്തി ഉന്മേഷിതരാക്കുവാനുള്ള ഇടിമുഴക്കങ്ങൾ ഉണ്ടാകുന്നില്ല. ചരിത്രം രചിച്ച മഹാരഥന്മാരോട് കാട്ടുന്ന അവഗണനയും നന്ദികേടും തുടർന്നുകൊണ്ടേയിരിക്കുന്നു. ഒരാളെ മറക്കാൻ എത്രനാൾ വേണം എന്നത് ഒരു ചോദ്യമാണ്. ഓരോ വ്യക്തിയുടെയും സംഭാവനയ്ക്കും അവർ സമൂഹത്തിൽ ഇടപെട്ട രീതിക്കുമൊക്കെ സ്മരണ നീട്ടാനും കുറയ്ക്കാനും കഴിയും എന്നാവും ഉത്തരം. ഭക്തിയോടെ സ്മരിക്കാം; ഭീതിയോടെയും സ്മരിക്കാം. വ്യക്തിയുടെ നിലപാടുകൾക്കനുസരിച്ച് വികാരങ്ങളും മാറിവരും. എന്നാൽ നമ്മെ നമ്മളാക്കിത്തീർത്തവരെ ബഹുമാനിക്കാനും മാതൃകയാക്കാനും മറന്നുതുടങ്ങിയിരിക്കുന്നു എന്നത് ദൗർഭാഗ്യകരമായ സത്യമാണ്. ഇന്ത്യൻ സ്വാതന്ത്ര്യസമരത്തിന്റെ കഥകൾ പോലും വിസ്മരിക്കപ്പെട്ടുകൊണ്ടിരിക്കുന്നു; ചരിത്രസത്യങ്ങൾ തമസ്കരിക്കപ്പെടുകയോ വളച്ചൊടിക്കപ്പെടുകയോ ചെയ്യുന്നു. ഒന്നൊന്നര നൂറ്റാണ്ടു കാലം പാരതന്ത്ര്യത്തിൽ കഴിഞ്ഞ ഭാരതം സ്വാതന്ത്ര്യം പ്രാപ്തമാക്കിയതിനുപിന്നിൽ ആയുധമെടുത്തു പോരാടുകയും തടവറകളിൽ നരകജീവിതം അനുഭവിച്ചു മരിക്കുകയും ചെയ്ത ധീരദേശാഭിമാനികൾ എത്രയോ ആയിരങ്ങളാണ്. രക്തപങ്കിലമായ ഒരു സ്വാതന്ത്ര്യസമരചരിത്രം ഇന്ത്യക്കുണ്ട്. സഹനസമരത്തിലൂടെ, രക്തച്ചൊരിച്ചിലില്ലാതെ നേടിയെടുത്തതാണ് ഇന്ത്യയുടെ സ്വാതന്ത്ര്യം എന്ന് മഹത്വവൽക്കരിച്ച് പ്രഖ്യാപിക്കുമ്പോൾ ആൻഡമാനിലെ സെല്ലുലാർ ജയിലിലും മറ്റും മരിച്ചുവീണ ആയിരക്കണക്കിന് ധീരദേശാഭിമാനികളുടെ രക്തസാക്ഷിത്വത്തെ മറന്നുകളയുകയാണ്, മറച്ചുവയ്ക്കുകയാണ്. പോകട്ടെ, ഗാന്ധിജിക്കൊപ്പം പ്രവർത്തിച്ച മഹാരഥന്മാരിൽ എത്രപേരെ പുതുതലമുറയ്ക്ക് മാതൃകയാക്കാനായി രാജ്യം ഉയർത്തിക്കാട്ടുന്നുണ്ട്? ഗാന്ധി-നെഹ്റു സ്മരണകൾക്കു പുറമെ ഇന്ദിര സ്മരണയും രാജീവ് സ്മരണയും മാത്രമാണ് വാർഷിക വാർത്തകളായി പ്രധാനമായും ജനങ്ങളിൽ എത്തുന്നത്. സർദാർ വല്ലഭായ് പട്ടേലിന്റെ

പടുകൂറ്റൻ പ്രതിമ സ്ഥാപിക്കാനുള്ള തയ്യാറെടുപ്പ് നടത്തുകയും രാഷ്ട്രീയ കക്ഷികൾ പട്ടേലിൽ അവകാശത്തിനു മത്സരിക്കുകയും ചെയ്തപ്പോഴാണ് കുറെ ചരിത്രസത്യങ്ങൾ മറനീക്കി പുറത്തുവന്നു തുടങ്ങിയത്.

യുക്തിഭദ്രമായ രീതിയിൽ മുൻഗണനാക്രമം പാലിക്കുന്നതിലും രാഷ്ട്രം പരാജയപ്പെടുകയാണ്. സച്ചിൻ ടെൻഡുൽക്കറെ ഭാരതരത്നം നൽകി ആദരിക്കുന്നത് ആഹ്ലാദമുയർത്തി എന്നതു സമ്മതിച്ചുകൊണ്ടു പറയട്ടെ വാജ്പേയിക്ക് ഭാരതരത്നം സമ്മാനിക്കാൻ താമസിച്ചു പോകുന്നതെന്തുകൊണ്ടാണ്?മരണാനന്തര ബഹുമതിയായി സർദാർ വല്ലഭായ് പട്ടേലിന് ഭാരതരത്നം നൽകാൻ 41 വർഷത്തെ കാലവിളംബം ഉണ്ടായതെന്തുകൊണ്ട് (രാജീവ് ഗാന്ധിക്കും ശേഷമാണ് ആ കർമ്മം നടന്നത്).

സച്ചിൻ ചൂണ്ടിക്കാണിക്കുന്ന ബൂസ്റ്റും പേസ്റ്റും കോളയും പേനയും ആവേശത്തോടെ നേടുന്ന കുട്ടികളെ കുറ്റപ്പെടുത്താനാവുമോ? വ്യക്തിയെ ഉയരത്തിലെത്തിക്കാനും ആ ഉയരം മുതലെടുക്കാനും കോർപ്പറേറ്റ് ശക്തികൾ അതിസമർഥരാണ്. ഒരു സച്ചിനായി വളരാൻ കുട്ടികൾ ആഗ്രഹിച്ചാൽ പ്രോത്സാഹിപ്പിക്കുക തന്നെ വേണം. എന്നാൽ ഒരു മംഗൾ പാണ്ഡേയും അരബിന്ദോയും സുഭാഷ് ചന്ദ്രബോസും സർദാർ വല്ലഭായ് പട്ടേലും രാജാറാം മോഹൻ റോയിയും.... അങ്ങനെയുള്ള മഹാത്മാക്കളെ മാതൃകകളാക്കേണ്ടതാണെന്നും അവരാണീ സ്വതന്ത്രഭൂമി നിങ്ങൾക്ക് സമ്മാനിച്ചതെന്നും പറഞ്ഞുകൊടുക്കാനും കടപ്പാടുണ്ട്. സ്വാതന്ത്ര്യലബ്ധിക്കുശേഷം വന്ന മൂല്യത്തകർച്ച മനസ്സിലാക്കി ധർമ്മത്തിലേക്കു തിരിച്ചുപോകാനും തമസ്കരിക്കപ്പെട്ട സത്യങ്ങൾ കണ്ടെത്താനും പുതിയ തലമുറയ്ക്ക് പ്രാപ്തിയുണ്ടാകണം.

*(2013 ഡിസംബർ)*

# മരിക്കാത്ത മൂല്യങ്ങൾ

സമദർശിത്വമാണ് ആത്മീയതയുടെ കാമ്പ്. അതുകൊണ്ടു തന്നെ നെൽസൺ മണ്ഡേല ആത്മീയതയുടെ ഉയരങ്ങളിൽ വിഹരിച്ച വ്യക്തിയായിരുന്നു. കറുത്തവന് പുതിയ പ്രഭാതം തുറന്നു കൊടുത്ത മണ്ഡേല അറിയപ്പെട്ടിരുന്നത് ദക്ഷിണാഫ്രിക്കൻ ഗാന്ധി എന്നാണ്. മണ്ഡേലയുടെ പ്രവർത്തനങ്ങളുടെ ഗുണഭോക്താവാണ് താൻ എന്ന് അമേരിക്കൻ പ്രസിഡന്റ് ബറാക് ഒബാമ അഭിമാനത്തോടെ പറയുകയുണ്ടായി. കോളനിവത്കരണത്തിനും അടിമത്തത്തിനും വർണ്ണവിവേചനത്തിനുമെതിരെ ഗാന്ധിജിയുടെ അഹിംസാമാർഗം പിൻതുടർന്നാണ് മണ്ഡേല പ്രവർത്തിച്ചത്. മണ്ഡേലയുടെ ശവസംസ്കാര ചടങ്ങിൽ കറുത്തവനും വെളുത്തവനും ഇരുനിറക്കാരനും സമഭാവനയോടെ അണിനിരന്നുകൊണ്ട് 'ലോകം എന്നും മണ്ഡേലയെ ഓർമ്മിക്കും' എന്ന് പ്രഖ്യാപിച്ചു. 90 രാഷ്ട്രത്തലവന്മാരും ഒരു ലക്ഷത്തിലധികം ദക്ഷിണാഫ്രിക്കക്കാരും പെരുമഴ വകവയ്ക്കാതെ ജോഹന്നാസ്ബർഗിലെ ഫോക്കസ് സ്റ്റേഡിയത്തിൽ സർവമത പ്രാർഥനയിൽ മനസ്സർപ്പിച്ചുനിന്നപ്പോൾ മണ്ഡേലയുടെ സ്വപ്നമാണ് യാഥാർഥ്യമായത്. സത്യമാണ് ഈശ്വരൻ; അഹിംസയാണതിന്റെ ഭാവം എന്ന ഗാന്ധിജിയുടെ പ്രഖ്യാപനമാണവിടെ ശാന്തമായി മുഴങ്ങിയത്.

ജീവിതത്തിന്റെ ഏറ്റവും പരുക്കൻ സാഹചര്യത്തിൽ നിന്ന് ലോകാരാധ്യനായി മണ്ഡേല പരിണമിച്ചതിന്റെ ക്രിയാശക്തി ഗാന്ധിജിയുടെ സമദർശിത്വത്തിലധിഷ്ഠിതമായ ജീവിതശൈലിയായിരുന്നു. സ്വാതന്ത്ര്യത്തിനും സമത്വത്തിനും നീതിക്കും ജനാധിപത്യത്തിനും വേണ്ടിയാണ് മണ്ഡേല ജീവിതം സമർപ്പിച്ചത്. ഈ നാലു ഘടകങ്ങളാണ് മനുഷ്യരെ സമന്മാരാക്കുന്നത്; അന്തസ്സുള്ളവരാക്കുന്നത്. ഗാന്ധിജിയെ മണ്ഡേല രാഷ്ട്രീയഗുരുവായി സ്വീകരിച്ചു, മാതൃകാപുരുഷനായി ആരാധിച്ചു. ഗാന്ധിദർശനങ്ങളെ മണ്ഡേല പിൻതുടർന്നു. സത്യവും അഹിംസയും ജീവിതത്തിന്റെ അടിസ്ഥാനമൂല്യങ്ങളായി സ്വീകരിച്ചു. ക്ഷമയുടെയും സഹനത്തിന്റെയും പാഠങ്ങൾ ഉൾക്കൊണ്ടു. അധികാരത്തിലേക്ക് എത്തുന്നതിന് മണ്ഡേലയേയും രാജ്യത്തെയും സഹായിച്ചത് ഗാന്ധിയൻ മൂല്യങ്ങളാണെന്ന് ചരിത്രകാരന്മാർ സമ്മതിക്കുന്നു. ഗാന്ധിസം എന്നൊന്നില്ലെന്ന് ഗാന്ധിജി എപ്പോഴും പറഞ്ഞിരുന്നു. അത്തരം

സംജ്ഞകളെ ഗാന്ധിജി വിലക്കിയിരുന്നു. താൻ പിൻതുടരുന്ന മൂല്യങ്ങളായ സത്യവും ധർമ്മവും അഹിംസയും ഭാരതത്തിന്റെ പവിത്രമൂല്യങ്ങളാണ് എന്ന് ഗാന്ധിജി പ്രഖ്യാപിച്ചു - തന്റേതായി ഒന്നും കൊണ്ടുവന്നതല്ല. സത്യവും ജ്ഞാനവും ആനന്ദവും ഈശ്വരനിൽ ഒരുമിക്കുന്നു. അതുകൊണ്ടാണ് ഈശ്വരൻ സച്ചിദാനന്ദനായിത്തീരുന്നത്- ഗാന്ധിജി പറഞ്ഞു. മണ്ഡേലയുടെ ചരമാനന്തര ദിനങ്ങളിൽ ഉണർത്തപ്പെട്ടത് ഗാന്ധിജിയുടെ പ്രസക്തി കൂടിയാണ്. മറ്റൊരർഥത്തിൽ ഭാരതീയ സംസ്കൃതിയുടെ ചൈതന്യം.

*(2014 ജനുവരി)*

# യന്ത്രങ്ങൾ സ്മാർട്ടാകുമ്പോൾ

ഗീതാകാരനും ആധുനിക ശാസ്ത്രജ്ഞനും ഇതാ യോജിക്കുന്നൊരിടം. രജോഗുണം മുന്നിട്ടു നിൽക്കുന്നവരുടെ ലക്ഷണങ്ങളും അവർ ചുറ്റും നിൽക്കുന്നവർക്കുണ്ടാക്കുന്ന ദുരിതങ്ങളും ഭഗവദ്ഗീതയിലെ ഗുണത്രയ വിഭാഗയോഗത്തിൽ പ്രസ്താവിച്ചിട്ടുണ്ട്. ഈ സ്വഭാവ വിശേഷങ്ങൾ തന്നെയാണ് ഭൗതികതയിൽ അഭിരമിച്ച് അവിശ്രമം ക്ലേശിക്കുന്ന മനുഷ്യരിൽ ന്യൂറോശാസ്ത്രജ്ഞരും കണ്ടെത്തിയിരിക്കുന്നത്. ഭക്ഷണത്തിന്റെ രുചി പോലും ആസ്വദിക്കാനാകാതെ, ഒരു പദ്ധതിയിൽ നിന്ന് മറ്റൊന്നിലേക്ക് ധൃതിപ്പെട്ടുഴലുന്നവരുടെ തലച്ചോർ സ്കാൻ ചെയ്തു നിരീക്ഷിച്ച പ്രൊഫസർ മാർക് വില്യംസ് പറയുന്നത് അവരുടെ തലച്ചോറിന്റെ വികാരമേഖലയാകെ സദാസമയവും അതിവ്യഗ്രതയിൽ ജ്വലിക്കുന്നു എന്നാണ്. ജാഗ്രത മികച്ച ഗുണമാണ്. എന്നാൽ അത്യുത്സാഹികൾ അനുഭവിക്കുന്ന വ്യഗ്രത അപകടകാരിയാണ്. ആക്രമണകാരിയായ ഇരപിടിയനിൽ നിന്നും രക്ഷപ്പെടാൻ ശ്രമിക്കുന്നവന്റെ സംഘർഷമാണ് അവിശ്രമം ഒന്നിൽ നിന്ന് മറ്റൊന്നിലേക്ക് വ്യാപരിക്കുന്നവരുടേതത്രെ. ജോലിയുടെ രസമോ തൃപ്തിയോ അവർ ആസ്വദിക്കുന്നില്ല. അത്യുത്സാഹികളായ വ്യഗ്രതക്കാർ ഭൗതികനേട്ടങ്ങൾക്കുവേണ്ടി സ്വാർഥതയോടെ പ്രവർത്തിക്കുമ്പോൾ കുടുംബജീവിതത്തിനും സാമൂഹിക കടപ്പാടുകൾക്കും ശ്രദ്ധ കൊടുക്കാനാകാതെ ചുറ്റുമുള്ളവരുടെ ജീവിതവും സംഘർഷഭരിതമാക്കുന്നു.

എല്ലുമുറിയെ പണിയെടുത്തിരുന്ന ഒരു കാലത്തുനിന്നും മനുഷ്യൻ സ്വാതന്ത്ര്യവും വിശ്രമവും നേടിയത് യന്ത്രങ്ങളുടെ സഹായത്താലാണ്. കൂടുതൽ മാനസിക വികസനത്തിനുതകുന്ന കാര്യങ്ങളിലേക്ക് മനുഷ്യന് പ്രവേശിക്കാനും കഴിഞ്ഞു. എന്നാൽ കാര്യങ്ങൾ യന്ത്രങ്ങൾ കൈയടക്കുകയാണിപ്പോൾ. ആധുനിക സാങ്കേതികവിദ്യയോട് മനുഷ്യൻ പുലർത്തുന്ന ആശ്രിതത്വം വിവേകമാണോ വിധേയത്വമാണോ ഉണ്ടാക്കുന്നതെന്ന ചോദ്യം ശാസ്ത്രലോകം ഏറ്റെടുത്തുതുടങ്ങി. ഇന്ന് സാങ്കേതികതയോട് ആസക്തിമാത്രമല്ല ജനിച്ചിരിക്കുന്നത്. സാങ്കേതികത നമ്മെ കെണിയിൽ വീഴ്ത്തുകയുമാണ്. ഈ കെണിയിൽ നിന്നും മോചിതരാകാനും സ്വയം നവീകരിക്കാനും നമുക്കാകാതെപോയാൽ ഭാവിയിൽ

വലിയ പിന്നോട്ടുപോക്കിനു കാരണമായേക്കും. യന്ത്രങ്ങൾ സ്മാർട്ടാവുകയും മനുഷ്യർ മന്ദരാവുകയും! ഇന്ന് സാങ്കേതികമേഖലയിൽ പണിയെടുക്കുന്ന ചെറുപ്പക്കാരുടെ ശരീരം വിയർക്കുന്നില്ല. എന്നാൽ എ.സി. മുറികളിൽ അവരുടെ തലച്ചോറ് വേവുകയാണ്. ലാപ്ടോപ്പിൽനിന്നു കണ്ണെടുക്കാതെ ഭക്ഷണം കഴിക്കുന്നവർ, മൊബൈൽ ഫോണിൽ ജീവിതം കുടുക്കുന്നവർ എല്ലാം രജോഗുണം മുന്നിട്ടു നിൽക്കുന്നവർ തന്നെ. ഇടതുകൈ മാത്രം ഉപയോഗിച്ചു ഭക്ഷണം കഴിക്കാനുള്ള സംവിധാനങ്ങൾ ഹോട്ടലുകാർ ഇത്തരക്കാർക്കുവേണ്ടി ഒരുക്കിത്തുടങ്ങിയിരിക്കുന്നു. വിവരശേഖരത്താൽ വീർത്തുകൊണ്ടിരിക്കുന്ന ആധുനികമനുഷ്യന്റെ തലച്ചോറ് വിവേകത്തിന് ദാഹിക്കുകയാണ്. പുതിയ തലമുറ അനുഭവിക്കുന്നതും അവർ അനുഭവിപ്പിക്കുന്നതും ഈ സൈ്വര്യക്കേടാണ്. എന്തുകൊണ്ടിങ്ങനെ എന്ന് കുറ്റപ്പെടുത്തുന്നതിനുപകരം എന്താണിതിന് പരിഹാരം എന്ന് മുതിർന്ന തലമുറയും മനുഷ്യസ്നേഹികളും ഒരുമിച്ച് ചർച്ച ചെയ്യേണ്ടതുണ്ട്. ചെയ്യുന്ന കർമ്മം ആസ്വദിച്ചു ചെയ്യാനുള്ള കഴിവ് ചെറുപ്പത്തിൽ തന്നെ വളർത്തിയെടുക്കേണ്ടതുണ്ട്. ബോധവാനാണ് എന്ന ബോധമാണ് ഉണ്ടാക്കിയെടുക്കേണ്ടത്.

*(2014 ഫെബ്രുവരി)*

# പുതിയ ആസക്തികൾ

ഭർത്താവ് ഒഴിവുനേരങ്ങളിൽ മുറി അടച്ചിരിക്കുന്നത് പതിവാക്കിയപ്പോൾ നവവധുവിന് ഉത്കണ്ഠയേറി. എന്താവും ഇയാൾ രഹസ്യമായി ചെയ്യുന്നത്? യുവതി കുറ്റാന്വേഷണ കുപ്പായമണിഞ്ഞപ്പോൾ കണ്ടെത്തിയത് ഭർത്താവിന്റെ വിചിത്രമായ സ്വഭാവമാണ്. അയാൾ നിരന്തരം മെയിൽ അയയ്ക്കുകയാണ്. ജീവിച്ചിരിക്കുന്ന ആർക്കുമായിരുന്നില്ല അയാൾ കത്തയച്ചുകൊണ്ടിരുന്നത്. മരിച്ചുപോയ തന്റെ കൂട്ടുകാരിക്കായിരുന്നു. ഭാര്യാഭർത്തൃബന്ധത്തിൽ വിള്ളലുണ്ടാക്കാനും തുടർന്ന് വേർപിരിയലിനും ഇതു കാരണമായി.

മെയിൽ നോക്കലും ഫേസ്ബുക്ക് ഇടപെടലും മെസ്സേജ് അയയ്ക്കലുമായി നിരന്തരം ഫോണും കമ്പ്യൂട്ടറുമായി ബന്ധപ്പെടുന്നവർ യുവജനങ്ങളിൽ ഏറിവരികയാണ്. അവർ ബാഹ്യലോകത്തുനിന്നും ഏറെ അകലെയാണ്. ആകാശസൗഹൃദങ്ങൾക്ക് കാതും മനസ്സും കൊടുക്കുന്നവർ തൊട്ടുസമീപമുള്ള മാതാപിതാക്കളുമായോ കുടുംബാംഗങ്ങളുമായോ മുഖാമുഖം ഇടപെടാൻ തയ്യാറല്ലതാനും.

ഫേസ്ബുക്ക് സൗഹൃദം നല്ല കൂട്ടായ്മയ്ക്കും മനുഷ്യസേവനത്തിനും ഉപകാരപ്പെടുന്നുണ്ടെന്ന കാര്യം ഉൾക്കൊണ്ടുതന്നെപറയട്ടെ അത് ശാരീരികവും മാനസികവുമായ വൈകല്യങ്ങൾക്കും ആരോഗ്യപ്രശ്നങ്ങൾക്കും കാരണമാകുന്നുണ്ട്. മെയിലിലൂടെയും സെൽഫോണിലൂടെയും ഫേസ്ബുക്കിലൂടെയുമൊക്കെയുണ്ടാക്കുന്ന സൗഹൃദങ്ങൾ ലൈംഗികചൂഷണങ്ങൾക്കും സാമ്പത്തികചൂഷണങ്ങൾക്കും ഇടയാക്കുന്നു. യുവതികൾ മാത്രമല്ല ഇതിന് ഇരയാകുന്നത്, കുട്ടികളെ തട്ടിക്കൊണ്ടുപോകുന്ന ആകാശറാഞ്ചികളുമുണ്ട്. കുട്ടികളുമായി ചാറ്റ് ചെയ്യുകയും (അവർ അക്കൗണ്ട് തുറക്കാൻ പാടില്ലെങ്കിലും) അവരെ ഭയപ്പെടുത്തുകയും വൈകാരികമായി തളർത്തുകയും ചെയ്യുന്ന അജ്ഞാത ഗ്യാങ്ങുകളുണ്ട്. ഇവരുടെ സാഡിസത്തിനു വിധേയനായ ഒരു കുട്ടി അടുത്തകാലത്ത് ആത്മഹത്യയിൽ അഭയം തേടുകയായിരുന്നു. മിസ്ഡ് കോളിൽ കൊരുത്ത് സൗഹൃദത്തിൽ കുടുക്കി തീവ്രവാദപ്രവർത്തനങ്ങൾക്കും ഗുണ്ടാപ്രവർത്തനങ്ങൾക്കും കൗമാരപ്രായക്കാരെ ഉപയോഗിക്കുന്ന സംഘങ്ങളുമുണ്ട്. ജ്ഞാനത്തിന്റെ അമൃതും ദുർവാസനയുടെ

കാളകൂടവും നിറഞ്ഞതാണ് സൈബർലോകം. ട്രാഫിക് നിയമങ്ങൾ പഠിപ്പിച്ചു കൊടുക്കുന്ന ജാഗ്രതയോടെ കുഞ്ഞുങ്ങളെ ആ ലോകത്തേക്കു നയിക്കാനാവണം രക്ഷാകർത്താക്കൾക്കും അധ്യാപകർക്കും.

സെൽഫോൺ നിരന്തരം ഉപയോഗിക്കുന്നവർക്ക് കാൻസർ ബാധിക്കാനുള്ള സാധ്യത ഡോക്ടർമാർ തള്ളിക്കളഞ്ഞിട്ടില്ല. അതുകൊണ്ടുതന്നെ അതിന്റെ ഉപയോഗം മിതപ്പെടുത്തണമെന്ന നിർദ്ദേശമാണ് പലരും നൽകുന്നത്. ചെവിയിലുണ്ടാകുന്ന മൂളലിനും മുഴക്കത്തിനും ഒരു കാരണം സെൽഫോണിന്റെ നിരന്തരമായ ഉപയോഗമാണ്. എപ്പോഴും മെയിൽ ചെയ്യുന്നതും ഫേസ്ബുക്ക് സന്ദേശങ്ങൾ നോക്കുന്നതും തുടരുമ്പോൾ ഒരാൾ മൈക്രോ ആസക്തിയിലേക്ക് വഴുതിവീഴുകയാണ് എന്ന് മനസ്സിലാക്കണം. ഈ പരക്കംപായൽ മാനസികപിരിമുറുക്കത്തിനും ശ്രദ്ധക്കുറവിനും ഓർമ്മക്കുറവിനും ജാഗ്രത നഷ്ടപ്പെടുന്നതിനും മറ്റും ഇടയാക്കുന്നുവെന്ന് പഠനങ്ങൾ തെളിയിച്ചിട്ടുണ്ട്. ഈ ആസക്തിക്കാർക്ക് ഫോൺ കൈയിലില്ലെങ്കിൽ ഒരു അവയവം നഷ്ടപ്പെട്ടാലത്തെ അസ്വസ്ഥതയാണ്. ഏകാന്തതയിലെ ലോകം, സുഖം ഒക്കെ അവർക്ക് അന്യമാണ്.

സെൽഫോൺ മര്യാദകൾ ശീലിക്കുന്നതിലും നമ്മൾ പിറകോട്ടാണ്. ഭക്ഷണം കഴിക്കുമ്പോൾ, മീറ്റിംഗിൽ പങ്കുകൊള്ളുമ്പോൾ, തിയേറ്ററിൽ ഇരിക്കുമ്പോൾ, ട്രെയിനിൽ യാത്രചെയ്യുമ്പോൾ - അങ്ങനെ എത്രയെത്ര സ്ഥലങ്ങളിൽ നമ്മൾ പരസ്പരം അലോസരപ്പെടുത്തുന്നുണ്ട് എന്ന് ആത്മപരിശോധന നടത്തുമെങ്കിൽ സ്വസ്ഥതയ്ക്കുവേണ്ടി കുറച്ചുസമയം ഫോൺ ഓഫ് ചെയ്യാനും ശീലിക്കേണ്ടതാണ്.

*(2014 മാർച്ച്)*

# വിഷമവൃത്തത്തിൽ നിന്ന് പുറത്തുവരാൻ

ഒരു കൊച്ചു പൂമ്പാറ്റയുടെ നാശം മനുഷ്യവർഗത്തെ തന്നെ ഇല്ലാതാക്കും എന്നു പറയുമ്പോൾ അത് വിശ്വാസയോഗ്യമായ ഒരു പ്രസ്താവന അല്ലെന്ന് ആദ്യം തോന്നാം. പൂമ്പാറ്റകളും തേനീച്ചകളും തേൻകുരുവികളും പൂക്കളിൽ നിന്ന് തേൻ നുകരുന്നതിനോടൊപ്പം നടത്തുന്ന പരാഗവിതരണമാണ് സസ്യങ്ങളെ ഫലസമൃദ്ധമാക്കുന്നതെന്ന് അറിയുമ്പോഴും അവയുടെ നാശം ഫലസമൃദ്ധി ഇല്ലാതാക്കുമെന്നും അങ്ങനെ ഭക്ഷ്യക്ഷാമം ജീവിച്ചങ്ങലയുടെ അങ്ങേയറ്റത്തുള്ള മനുഷ്യരെയും ഇല്ലാതാക്കുമെന്നും നമ്മൾ ചിന്തിക്കാറില്ല. ഒരു പുൽനാമ്പിനു നോവുമ്പോൾ നക്ഷത്രങ്ങൾ വിറയ്ക്കുമെന്ന് എഴുതിയതിൽ കവിതയുടെ സൗന്ദര്യം മാത്രമല്ല, സത്യത്തിന്റെ ഓർമ്മപ്പെടുത്തലുമുണ്ട്.

മനുഷ്യന്റെ ജീവിതശൈലിയുടെ മാറ്റം അവന്റെ മാത്രമല്ല ചുറ്റുപാടുമുള്ള ജീവജാലങ്ങളുടെയും ജീവിതത്തെ മാറ്റിമറിക്കുകയാണ്. അറുതിയില്ലാത്ത ആവശ്യങ്ങൾ സാധിച്ചുകൊടുത്തുകൊണ്ടിരിക്കുന്ന ഭൂമിയിൽ നിന്നും അസഹ്യതയുടെ നിശ്വാസങ്ങൾ ഉയരുന്നതുപോലും അവഗണിക്കപ്പെടുന്നു.

ഭൂലോകത്തുനിന്നും വീട്ടുകുരുവികൾ അതിവേഗം അപ്രത്യക്ഷമായിക്കൊണ്ടിരിക്കുന്നതിനെക്കുറിച്ചു പഠനം നടത്തിയവർ ക്ഷോഭത്തോടെ പറയുന്നു: എല്ലാം മനുഷ്യന്റെ കൈക്കുറ്റപ്പാട്. കഴിക്കാൻ ഭക്ഷണമില്ലാതെ, പാർക്കാൻ കൂടില്ലാതെ അവ നമ്മുടെ ദൃഷ്ടിയിൽ നിന്നും മാഞ്ഞുപോകുന്നതിനെക്കുറിച്ച് നമ്മൾ അറിയുന്നുപോലുമില്ല. കൃഷിക്കുപയോഗിക്കുന്ന രാസവളങ്ങളും ശക്തമായ കീടനാശിനികളും ചെറുപ്രാണികളെയും മണ്ണിരകളെയും നശിപ്പിക്കുന്നതുകൊണ്ട് പറവകൾക്ക് ഭക്ഷണം മുട്ടുന്നു. നിത്യവും ഉയർന്നുകൊണ്ടിരിക്കുന്ന മൊബൈൽ ടവറുകളും ഒരു മരക്കാലുപോലുമില്ലാത്ത ചുറ്റുപാടുകളും! ഒരു വൃക്ഷശിഖരം പോലും കാണാത്ത നഗരവീഥികളിലെ കൊടുംചൂടിൽ സൺപാനലുകളുടെ അടിയിൽ കൂടൊരുക്കുന്ന കിളികളുടെ ദൃശ്യം നമ്മെ കൗതുകപ്പെടുത്തുന്നുണ്ട് - പക്ഷേ, സങ്കടപ്പെടുത്തുന്നില്ല. ഒന്നു ജീവിച്ചുപോകാൻ എത്ര കിണഞ്ഞാണവർ ശ്രമിക്കുന്നത്!

പശ്ചിമഘട്ടത്തിലെ നൂറു കണക്കിനു ഹെക്ടർ വനങ്ങളിൽ അഗ്നി പടർന്നു കത്തുന്നു. സൈലന്റ് വാലിയുടെ അതിർത്തിയിലും തീയാളു കയാണ്. ഇതിനുപിന്നിൽ ക്രിമിനലുകളും അവരെ പോറ്റുന്ന മാഫിയ കളുമുണ്ടെന്ന സംശയം ബലപ്പെടുന്നു. കാടിനൊപ്പം നശിക്കുന്നത് അപൂർവ ഇനം സസ്യങ്ങളും അനേകം വന്യജീവികളും അനന്തകോടി സൂക്ഷ്മജീവികളുമാണ്. ഈ ഭൂമിയെ സുന്ദരവും വാസയോഗ്യവുമാക്കി തീർക്കുന്നതിൽ പങ്കുള്ളവർ. തണ്ണീർത്തടങ്ങളും വയലുകളും നികത്തി അംബരചുംബികൾ നിർമ്മിക്കാൻ മത്സരിക്കുന്നവരെ ഭരണ-രാഷ്ട്രീയ രംഗത്തുള്ളവർ വണങ്ങിനിൽക്കുന്നു. മത-ജാതി സംഘടനകൾക്കും കപട ആത്മീയവാദികൾക്കും നിയമങ്ങൾ ബാധകമാകുന്നില്ല. മണ്ണി നോടും സസ്യജന്തുജാലങ്ങളോടും കൂറില്ലാതെ മനുഷ്യൻ മത്സരിക്കു മ്പോൾ വരുംതലമുറ അനുഭവിക്കേണ്ടിവരുന്നത് കൊടുംയാതനയാണ്.

കുരുവികളുടെ ആവാസവ്യവസ്ഥിതിയിലുണ്ടാകുന്ന അസ്വസ്ഥത കൾ പക്ഷിസ്നേഹികളെ ഒന്നിച്ചുകൂട്ടുകയും പരിഹാരമാർഗങ്ങൾക്ക് കൂട്ടായ്മ സംഘടിപ്പിക്കുകയും ചെയ്യുന്നുണ്ട്. ജീവിച്ചങ്ങലയുടെ മുകൾ ഭാഗത്തു ജീവിക്കുന്ന മനുഷ്യക്കുഞ്ഞുങ്ങളും അസ്വസ്ഥരാണ്. അവന്റെ ചുറ്റുപാടുകളിലെ പച്ചപ്പുകളും നഷ്ടപ്പെടുകയാണ്. സ്നേഹശൂന്യമായ ഗൃഹാന്തരീക്ഷവും ദുർവാസനകളുടെ പ്രലോഭനങ്ങളുള്ള ചുറ്റുപാടുകളും പഠനഭാരവും എല്ലാം ചേർന്ന് കുഞ്ഞുങ്ങളുടെ ജീവിതം വരണ്ടതാ ക്കുന്നു. വരണ്ട മനസ്സുകൾക്ക് പ്രകൃതിയുടെ സൗന്ദര്യവും സജീവതയും ആസ്വദിക്കാനോ പ്രോത്സാഹിപ്പിക്കാനോ കഴിയുകയില്ല. ഈ വിഷമ വൃത്തത്തിൽ നിന്ന് ജീവജാലങ്ങളെയും മനുഷ്യരെയും പുറത്തുകൊണ്ടു വരാൻ ചുമതലപ്പെട്ടവർ മനുഷ്യർ തന്നെയാണ്. തൊഴിൽ നേടുന്നതു മാത്രമല്ല, അവനവനിലെ വെളിച്ചം അറിയുക കൂടിയാണ് വിദ്യാഭ്യാസ ത്തിന്റെ ലക്ഷ്യം എന്നുവന്നാലേ മാറ്റം ആരംഭിക്കുകയുള്ളു.

*(2014 ഏപ്രിൽ)*

# പരിധിയില്ലാത്ത സ്നേഹം

എന്റെ സുഹൃത്ത് എനിക്കൊരു ചെറിയ വൃത്താന്തം മെയിൽ ചെയ്തു തന്നു. വിസ്മയിപ്പിക്കുന്ന ഒന്ന്. വലിയൊരു തപസ്സിന്റെ വാർത്ത. മനുഷ്യരാരും അനുഷ്ഠിച്ച തപസ്സായിരുന്നില്ല അത്. ഒരു ഇണപ്പല്ലിയുടെ കഠിന വ്രതം.

വീടൊന്നു പുതുക്കിപ്പണിയാനൊരുമ്പെട്ട ജപ്പാൻകാരൻ ഒരു ഭിത്തി പൊളിച്ചുമാറ്റിയപ്പോൾ കണ്ടത് തടിപ്പാളികൾക്കിടയിലെ പൊള്ളയായ ഭാഗത്ത് കുടുങ്ങിയിരിക്കുന്ന ഒരു പല്ലിയേയാണ്. പുറത്തുനിന്നും അടിച്ചുകയറ്റിയ ആണിയുടെ ഭാഗം പല്ലിയുടെ ഒരു കാലിലൂടെ തറഞ്ഞുകയറിയതിനാൽ അതിന് ഓടിപ്പോകാൻ കഴിയുന്നില്ല. കൃപയും ഒപ്പം കൗതുകവും പൂണ്ട അയാൾ സൂക്ഷ്മനിരീക്ഷണം നടത്തിയപ്പോൾ മനസ്സിലായി അഞ്ചു കൊല്ലം മുൻപ് ആ വീട് നിർമ്മിച്ചപ്പോൾ അടിച്ചുകയറ്റിയതാണ് ഈ ആണി എന്ന്. അപ്പോൾ 5 വർഷമായി ഈ പല്ലി ബന്ധനത്തിലാണ്! അവിശ്വസനീയം. അയാൾ വീടുപണിയൊക്കെ മാറ്റിവച്ചിട്ട് പല്ലിയുടെ അവസ്ഥ നിരീക്ഷിച്ചു. ഇതെങ്ങനെ ജീവൻ നിലനിർത്തി? ഈ അഞ്ചു വർഷക്കാലമായി? ഉത്തരം വളരെ പെട്ടെന്ന് ദൃശ്യപഥത്തിലേക്കു വന്നു. അന്നദാതാവും സഹായിയുമായ ഇണപ്പല്ലി വരുന്നു - വായ്ക്കകത്ത് ഏതോ പ്രാണിയെ കടിച്ചുപിടിച്ചുകൊണ്ട്. തന്റെ ഇണയ്ക്ക് അന്നം വായിൽ വച്ചുകൊടുത്തിട്ട് അത് സമീപത്തു വസിക്കുകയാണ്. എന്താവും അവർ പരസ്പരം പറഞ്ഞിട്ടുണ്ടാവുക? 'നാമിങ്ങറിയുവതല്പം' എന്ന കവിവചനം ഉദ്ധരിക്കുകയേ മാർഗമുള്ളു. ഇക്കാലമത്രയും തന്റെ ഇണയുടെ ജീവൻ നിലനിർത്താൻ വ്രതം അനുഷ്ഠിക്കുന്ന ഈ ചെറുജീവിയുടെ മനസ്സറിയാൻ, അത് പകർത്താൻ മനുഷ്യരായ നമ്മിൽ എത്രപേർക്ക് സാധിക്കും? പാലുവറ്റിയ പശുക്കളെ അറവുകാരനു കൊടുക്കുംപോലെ, വൃദ്ധമാതാപിതാക്കളെ നാൽക്കവലകളിലോ വഴിയമ്പലങ്ങളിലോ വൃദ്ധസദനങ്ങളിലോ ഉപേക്ഷിക്കുന്നവരുടെ എണ്ണം വർധിക്കുന്നു. സ്വന്തം കുഞ്ഞിന് കാൻസറോ അതുപോലുള്ള മാരകരോഗമോ പിടിപെട്ടെന്നറിഞ്ഞാൽ ഭാര്യയേയും കുട്ടിയേയും കൈയൊഴിഞ്ഞ് മറ്റൊരിണയെ തേടിപ്പോകുന്നവർ ഏറെയുണ്ടെന്ന് ഡോക്ടർമാർ വെളിപ്പെടുത്തുന്നു.

പരിധിയില്ലാതെ സ്നേഹിക്കാൻ കഴിയുക - തിരിച്ചൊന്നും പ്രതീക്ഷിക്കാതെ. അതാണ് ദൈവികസ്നേഹം, നമുക്ക് സഹജീവികൾക്ക് നൽകാൻ കഴിയുന്ന ഏറ്റവും വലിയ സമ്മാനം. നേരത്തെ കുറിച്ച കഥ ഒരറിവാണ് നമുക്ക് പകർന്നുനൽകുന്നത്. എങ്ങനെ സ്നേഹിക്കണമെന്ന അറിവ്. അറിവാണ് ഏറ്റവും വലിയ ധനം എന്നത് പഴഞ്ചൊല്ലായി ഉരുവിടാനുള്ളതല്ല. നമ്മുടെ ദുഃഖങ്ങൾ ഇല്ലാതാകുന്നതുപോലും അറിവിലൂടെയാണ്. ജീവിതത്തെ നേരിടാൻ, അതിജീവിക്കാൻ അറിവ് വേണം. ജീവിതമാർഗം കണ്ടെത്താൻ അറിവ് വേണം. വന്നുഭവിച്ച ദുരിതത്തെ സ്വീകരിക്കാനും അറിഞ്ഞനുഭവിക്കാനും അറിവ് വേണം. അറിവ് എവിടെ നിന്നാണ് കിട്ടുക? സ്വഗൃഹത്തിൽ നിന്നതു കിട്ടണം. നല്ല പുസ്തകങ്ങളിൽ നിന്ന്, അധ്യാപകരിൽ നിന്ന്, സത്സംഗങ്ങളിൽ നിന്ന്, പിന്നെ മുന്നെ സൂചിപ്പിച്ച കഥയിലെപ്പോലെ അറിവുപകരുന്ന ചുറ്റുപാടുകളിൽ നിന്ന്. സ്നേഹിക്കൂ പരിധിയില്ലാതെ!

*(2014 മെയ്)*

# സരസന്മാരാകാൻ -
# വിരസന്മാരാകാതിരിക്കാൻ

**ചൊ**ട്ട മുതൽ ചുടല വരെ എന്നു പറയുന്നതിൽ അർഥമുണ്ടോ? ബാല്യത്തിൽ കാണുന്നതും ഉൾക്കൊള്ളുന്നതും ഒക്കെ മരണം വരെ നിലനിൽക്കുമോ? വികാരങ്ങൾക്ക് - കോപത്തിനും സ്നേഹത്തിനും ഇത്തരത്തിൽ ഗാഢമായ അടയാളങ്ങൾ മനസ്സിലേല്പിക്കാനാകുമോ? സ്വന്തം മാനസികാവസ്ഥയ്ക്കനുസരിച്ച് കുഞ്ഞുങ്ങളോടു കോപതാപങ്ങളും സ്നേഹവാത്സല്യങ്ങളും പ്രകടിപ്പിക്കുന്ന അമ്മമാരും അച്ഛന്മാരുമുണ്ട്. തൊട്ടയൽപ്പക്കത്തെ വീട്ടിൽ താമസിച്ചിരുന്ന ഒരമ്മ തന്റെ മൂന്നു വയസ്സുകാരൻ മകനുമായി വീട്ടിലേക്കു പടികടന്നുവന്നത് ഓർക്കുകയാണ്. ആ കുഞ്ഞ് ആദ്യമായി ഞങ്ങളെ പരിചയപ്പെടാൻ തുടങ്ങുകയായിരുന്നു. കുട്ടിയെ അടുത്തേക്ക് വിളിക്കുമ്പോൾതന്നെ അമ്മ മുന്നറിയിപ്പു നൽകി - മഹാവികൃതിയാണ്! മോന്റെ പേരെന്താ? എന്നു ചോദിച്ചപ്പോൾ ഉത്തരം പറയാനവൻ വാതുറക്കുമ്പോൾ തന്നെ അമ്മ പറഞ്ഞു ഞങ്ങളിവനെ കുട്ടിച്ചാത്തനെന്നാ വിളിക്കുന്നത്. അമ്മ തന്നെപ്പറ്റി പറഞ്ഞ കമന്റ് അവനെ വല്ലാതെ നോവിച്ചു. ഒരു പരിചയവുമില്ലാത്തവരുടെ മുന്നിൽവച്ച് അവൻ അപമാനിക്കപ്പെട്ടിരിക്കുന്നു. അവൻ ബലം പിടിച്ചു. കണ്ണു നിറഞ്ഞു തുളുമ്പി. തിരിച്ചുപോകണം എന്നായി. അത് വാശിയായി. അമ്മ അപ്പോൾ അവനെ നെഞ്ചോടു ചേർത്തുകൊണ്ടു പറഞ്ഞു അമ്മ ചുമ്മാ പറഞ്ഞതല്ലേ! തങ്കക്കുട്ടനല്ലേ, അമ്മേടെ പൊന്നാരയല്ലേ കുട്ടി ഈ സ്നേഹപ്രകടനത്തിൽ ഒതുങ്ങി തേങ്ങിക്കരയുകയും കണ്ണീരു തുടയ്ക്കുകയും ചെയ്തുകൊണ്ടിരുന്നു. തികച്ചും വ്യത്യസ്തമായ രണ്ടു മുഖങ്ങളാണ് കുട്ടി കാണുന്നത്, മിനിറ്റുകളുടെ വ്യത്യാസത്തിൽ. അവനു നേരിട്ട അപമാനം പലതവണ ആവർത്തിച്ചിരിക്കാം. അവന്റെ മനസ്സിൽ ഉണ്ടാകുന്ന വടുക്കൾ ലളിതമല്ല. ഈ ആഘാതങ്ങൾ അവനിൽ ഒരു നിഷേധിയെ സൃഷ്ടിക്കാം. ഇവിടെ അതു സംഭവിക്കുകയും ചെയ്തു. വർഷങ്ങൾക്കുശേഷം അവന്റെ അമ്മയെ കണ്ടപ്പോൾ അവരുടെ പരാതി ഇതായിരുന്നു - അവന് മൂക്കത്താ ദേഷ്യം. എന്തെങ്കിലുമൊക്കെ വിളിച്ചു പറയും, കണ്ണും മൂക്കുമില്ലാതെ, പിന്നെ തണുക്കും. ബാല്യകാല അനുഭവങ്ങൾ അവനിൽ ഏല്പിച്ച ആഘാതത്തിന്റെ ഫലം! പലപ്പോഴും

അമ്മയിൽ നിന്ന് വിരുദ്ധവികാരങ്ങൾ മിന്നിമാറുന്നത് അനുഭവിച്ചതിന്റെ ഫലം. താൻ തന്നെയാണ്, അല്ലെങ്കിൽ തന്നിലൂടെയാണ് ഈ സ്വഭാവം അവൻ പകർത്തിയതെന്ന് അമ്മ തിരിച്ചറിഞ്ഞിരുന്നുവെങ്കിൽ അവർക്ക് പശ്ചാത്താപമുണ്ടായേനെ. സ്വയം ആശ്വസിക്കാനായേനെ. എന്നാൽ മകൻ വിവാഹിതനാകുമ്പോൾ ഭാര്യയോടും ഇതേ രീതി ആവർത്തിക്കും. ഒട്ടും പ്രതീക്ഷിക്കാത്ത തരത്തിൽ തീവ്രകോപങ്ങൾ ജ്വലിക്കുന്നതും പിന്നെ ആറിത്തണുക്കുന്നതും കണ്ട് ഭാര്യയുടെ ജീവിതം സംഘർഷ ഭരിതമാവും. വിദ്വേഷത്തിന്റെയും സ്നേഹത്തിന്റെയും വശങ്ങളിലേക്ക് ജീവിത പെൻഡുലം മാറിമാറി ചലിക്കുന്നത് ജീവിതത്തിന്റെ ഭാഗമാണെ ങ്കിലും തീവ്രമായ ബഹിർസ്ഫുരണങ്ങൾ അസഹ്യമാണ്.

നല്ല വാക്കുകളും നല്ല പെരുമാറ്റവും മാത്രം പുറത്തെടുത്ത്, വളരെ അടുക്കും ചിട്ടയോടുംകൂടി ജീവിക്കുന്നവരിലും കാണാം അപാകതകൾ. അരുതാത്ത ഒരു പദംപോലും ഉച്ചരിക്കുന്നത് പാപമായിക്കണ്ട് കുടുംബ ത്തിനോ സമൂഹത്തിനോ വേണ്ടി സമർപ്പണം ചെയ്തു കഴിയുന്നവർ. ഇവർ ഭദ്രമായി അടക്കിവച്ച പ്രതിഷേധങ്ങളും ക്ഷോഭവും മുഴുവൻ വാർധക്യത്തിൽ വെറുപ്പായി പുറത്തേക്കൊഴുകാറുണ്ട്. ഒരിക്കലും കേൾക്കാത്ത ഭർത്സനങ്ങൾ കേട്ട് ബന്ധുക്കൾ വലഞ്ഞുപോകും. വ്യക്തി ത്വത്തിനുതന്നെ ശൈഥില്യം സംഭവിക്കുമ്പോഴുണ്ടാകുന്ന സംഘർഷം ചുറ്റുപാടിലുള്ളവരിലേക്ക് അവർ പ്രസരിപ്പിക്കുന്നു. മക്കൾക്ക് മാതാപിതാ ക്കളോടും തിരിച്ചും പൊരുത്തപ്പെടാനാകാത്ത സ്ഥിതിയുണ്ടാകുന്നത് ഇങ്ങനെയുള്ള മാറ്റങ്ങൾ കൊണ്ടുകൂടിയാണ്. നിത്യചൈതന്യയതി വാർധക്യത്തെ മാമ്പഴത്തോടുപമിക്കാറുണ്ട്. അകത്തു പുഴുക്കൾ ഒളി ഞ്ഞിരിക്കുന്ന മാങ്ങകൾ പാകമാകുമ്പോഴേക്കും വികൃതമാകുന്നു. എന്നാൽ ചിലവ സൗഹൃദത്തിന്റെ സുഗന്ധം പരത്തി ചുറ്റും നിൽക്കുന്ന വർക്ക് അറിവും ആശ്വാസവും പകർന്ന് എന്നും നല്ല ഓർമ്മയായി അവസാനിക്കുന്നു എന്നദ്ദേഹം പറയുന്നു. സരസന്മാരെ സൃഷ്ടിക്കുന്നത് സമഷ്ടിയിലുള്ള താത്പര്യമാണ്, എന്നാൽ വിരസന്മാർ സ്വാർഥതയിൽ പ്രതിഷ്ഠിക്കപ്പെട്ടവരാണ്.

*(2014 ജൂൺ)*

# നീ മാത്രമല്ല, അവനും ഉണ്ട്

അയല്പക്കത്തുള്ള ചന്ദ്രനു ലോട്ടറി അടിച്ച വിവരം അമ്മ മകനെ അറിയിക്കുമ്പോൾ 'അതുകൊണ്ട് നമുക്കെന്താണമ്മേ പ്രയോജനം'? എന്ന് ഉദാസീനമായി മറുപടി പറയുന്ന ടിവി പരസ്യത്തിലെ ചെറുപ്പക്കാരൻ പുതുതലമുറയുടെ പ്രതിനിധിയാണ്. എനിക്ക് അല്ലെങ്കിൽ എന്റെ കുടുംബത്തിനു പ്രയോജനപ്പെടാത്ത ഒന്നും എന്നിൽ ആഹ്ലാദമോ, പോട്ടെ ശ്രദ്ധയോപോലും ജനിപ്പിക്കുന്നില്ല. രക്തം വാർന്നൊഴുകി നിരത്തിൽ കിടന്ന് അന്ത്യശ്വാസത്തിനു പിടയുന്നവനെ കണ്ടാൽ മൊബൈൽ ക്യാമറയിൽ ആ ദൃശ്യം പകർത്തുന്നതിന് തിക്കും തിരക്കും കൂട്ടുന്നവരും പുതിയ ലോകത്തെ മനുഷ്യരാണ്! തനിക്ക് തീർത്തും അപരിചിതനായ ഒരുവന്റെ ജീവൻ രക്ഷിക്കാൻ ശ്രമിക്കുന്നതുകൊണ്ട് തനിക്കെന്തു നേട്ടം? അവനും ഞാനും ചേർന്നതാണ് ഈ ലോകമെന്നും അവന്റെ സന്തോഷത്തിലോ ദുഃഖത്തിലോ പങ്കുചേരാൻ എനിക്കും കഴിയേണ്ടതാണ് എന്നുമൊക്കെയുള്ള വിവേകത്തെ ജീവിക്കാനുള്ള മത്സരം അടിച്ചു പായിക്കുകയാണ്. നിങ്ങൾക്കുവേണ്ടി എനിക്കെന്തു ചെയ്യാൻ കഴിയും എന്ന ഹൃദയപൂർവകമായ അന്വേഷണശൈലി വളരാൻ അനുവദിക്കപ്പെടുന്നില്ല. ആഗോളീകരണത്തിന്റെ സ്വാർഥ സന്തതികൾ ലോകം വരണ്ടതാക്കിമാറ്റുകയാണ്. ദീനാനുകമ്പ, മനുഷ്യസേവ, അഹിംസ തുടങ്ങിയ സ്നേഹഘടകങ്ങൾക്ക് വലിയ മൂല്യം കല്പിച്ചിരുന്ന ഭാരതത്തിൽ കച്ചവട സംസ്കാരം എല്ലാ മാനുഷികമൂല്യങ്ങളെയും തകർത്തെറിഞ്ഞുകൊണ്ട് മറ്റുള്ളവരെ ദ്രോഹിച്ചിട്ടും സ്വയം നേട്ടം കൊയ്യാം എന്ന പദ്ധതി സ്വീകരിച്ചിരിക്കുകയാണ്. വ്യവസായ രംഗത്തും രാഷ്ട്രീയരംഗത്തും പ്രകടമായിക്കഴിഞ്ഞ അവനവനിസമാണ് ആദ്യം പറഞ്ഞ പരസ്യചിത്രത്തിലെ ചെറുപ്പക്കാരനിലൂടെ പ്രേക്ഷകസമൂഹം ഉൾക്കൊള്ളുന്നത്.

കാരുണ്യംപോലും ഇന്ന് വൻ വ്യവസായമാണ്. അനാഥാലയ നടത്തിപ്പിന്റെയും വിദ്യാഭ്യാസ കച്ചവടത്തിന്റെയും മൂലധനം ദരിദ്ര കുടുംബത്തിലെ കുഞ്ഞുങ്ങളാണ്. പറഞ്ഞുകേൾക്കുന്നതിനെ കേട്ടുകേൾവി എന്ന പേരിൽ നമുക്കു തള്ളിക്കളയാം. എന്നാൽ കണ്ണുകൊണ്ടു കാണാൻ കഴിഞ്ഞ സത്യത്തിനു മുന്നിൽ നമ്മൾ വിറങ്ങലിച്ചു നിൽക്കുന്നു. ഝാർഖണ്ഡിൽ നിന്നും ഒരു ട്രെയിനിൽ കുഞ്ഞുങ്ങളെ

കുത്തിനിറച്ച് മുക്കം യത്തീംഖാനയ്ക്കുവേണ്ടി കൊണ്ടുവന്നത് പൊതുജനശ്രദ്ധയ്ക്ക് വിധേയമായപ്പോഴാണ് വർഷങ്ങളായി തുടരുന്ന ഈ കച്ചവടം വലിയ കോലാഹലത്തിനു വഴിതെളിച്ചത്. അനാഥാലയത്തിൽ തലയെണ്ണി സർക്കാരിന്റെ ഗ്രാന്റ് തരപ്പെടുത്തുകയും വിദേശങ്ങളിൽ നിന്ന് കോടികൾ സമ്പാദിക്കുകയും ചെയ്യുന്ന കാരുണ്യക്കച്ചവടത്തെക്കുറിച്ചുള്ള കണക്കുകൾ മാധ്യമങ്ങളിൽ പ്രത്യക്ഷപ്പെട്ടതോടെ ഒന്നു വ്യക്തമാകുന്നു, ഇത് വ്യവസായം മാത്രമാണ്. ആരുടെയൊക്കെയോ സ്വാർഥതാത്പര്യത്തിന് പിഞ്ചുകുഞ്ഞുങ്ങളുടെ ബാല്യം അനാഥമാക്കപ്പെടുകയാണ്. 5 വയസ്സു മുതൽ 12 വയസ്സുവരെയുള്ള കുഞ്ഞുങ്ങൾ ഉൾപ്പെടുന്നതായിരുന്നു കുട്ടിക്കൂട്ടം. 225 പേർക്കുമാത്രം കയറാവുന്ന സ്ഥലത്ത് 486 പേരെ കുത്തിനിറച്ചുകൊണ്ടാണ് ട്രെയിൻ എത്തിയത്. വേണ്ടത്ര ഭക്ഷണമോ വെള്ളമോ പോലും ലഭിക്കാതെ പലരും ബോധരഹിതരായിപ്പോയി. സ്വന്തം അമ്മയിൽനിന്നും മണ്ണിൽ നിന്നും മാതൃഭാഷയിൽ നിന്നും പിഴുതെടുത്ത് അനാഥരുടെ എണ്ണം തികയ്ക്കാനും സ്കൂളുകളിൽ ഡിവിഷൻ ഫാളുണ്ടാകാതെ കാക്കാനും ഇവരെ ഉപയോഗിക്കുകയാണ്. ഊരും പേരും മാറ്റപ്പെട്ട് കേരളത്തിൽ വന്നുചേരുന്നവർ പഠിച്ചോ പഠിക്കാതെയോ എങ്ങോട്ടുപോകുന്നു എന്നതും ഇപ്പോൾ അന്വേഷണവിധേയമായിരിക്കുന്നു. ഇവർ സെക്സ് റാക്കറ്റിൽ പെടാം, വിധ്വംസക പ്രവർത്തനങ്ങളിൽ ഏർപ്പെടാം. ഝാർഖണ്ഡ്, ബീഹാർ, ബംഗാൾ തുടങ്ങിയ സംസ്ഥാനങ്ങളിൽ നിന്നുമാണ് ഏജന്റന്മാർ ഇവരെ എത്തിക്കുന്നത്. ഝാർഖണ്ഡിൽ പ്രായപൂർത്തിയാകാത്ത പെൺകുട്ടികളെയും വലിയ തോതിൽ കടത്തിക്കൊണ്ടു പോകുന്നു. ഒന്നോ രണ്ടോ വർഷങ്ങൾ കഴിയുന്നതോടെ പിന്നെ വീട്ടുകാർക്ക് ഇവരെക്കുറിച്ച് ഒരു വിവരവും ലഭ്യമല്ലാതാകുന്നു.

കുട്ടികളെയും യുവതികളെയും വിൽക്കുന്ന രാജ്യമാണ് ഇന്ത്യ എന്ന വാർത്ത ലോകത്തിനു മുന്നിൽ നമ്മെ ലജ്ജിതരാക്കുകയാണ്. ജലം അന്വേഷിച്ച് ചന്ദ്രനിലും ചൊവ്വയിലും പോകാൻ പ്രാപ്തിയുള്ളവരാണ് നമ്മൾ എന്ന വീരവാദമാകുമോ ഇതിനോടു ചേർത്തുവയ്ക്കപ്പെടുന്നത്?

*(2014 ജൂലൈ)*

# വ്യാജ സിദ്ധന്മാരും മന്ത്രവാദികളും സജീവം

ഒരു പൂച്ച കുറുകെ ചാടിയാൽ, നായ് ഓരിയിട്ടാൽ, ബലിക്കാക്ക കരഞ്ഞാൽ, ശാസ്ത്രം പഠിച്ചവർ പോലും അസ്വസ്ഥരാകുന്നു. ചരിത്രാതീത കാലത്തെ ഭയം ഇന്നും മനുഷ്യരുടെ ജനിതക കോശങ്ങളിൽ കുടിയിരിക്കുന്നു. പ്രകൃതിശക്തിയെ ഭയപ്പെട്ടും അതിനോടു പൊരുത്തപ്പെട്ടും പൊരുതിയും ജീവിച്ച ആദിമനുഷ്യന്റെ ഭയം. എത്ര ശാസ്ത്രബോധം ആർജ്ജിച്ചിട്ടും യുക്തിബോധത്തിന്റെ അസാന്നിധ്യത്തിൽ ഭൂരിഭാഗം പേരെയും ഈ ഭയം വിട്ടൊഴിയുന്നില്ല. ഇത് ഇന്ത്യയിലെ മാത്രം കാര്യമല്ല. ലോകത്തെ ഏറ്റവും ആധുനികരെന്നു ഗണിക്കപ്പെടുന്ന ഇംഗ്ലീഷുകാരിലും ഫ്രഞ്ചുജനതയിലും ധാരാളം അന്ധവിശ്വാസികളുണ്ട്. എലിസബത്ത് രാജ്ഞിയുടെ മകൻ ചാൾസ് രാജകുമാരൻ സാത്താൻ ആരാധനയിലും അനുഷ്ഠാനങ്ങളിലും പങ്കെടുക്കുന്നുണ്ട് എന്ന് വാർത്തയിലൂടെ അറിയുന്നു.

ഭയം ഉണ്ടാകുന്നത് രണ്ടുണ്ട് എന്ന ഭ്രമത്തിൽ നിന്നാണെന്ന് ജ്ഞാനികൾ പറയുന്നു. ഞാനും നീയും വേറിട്ടതല്ലെങ്കിൽ ആരെ ഭയപ്പെടണം? തന്നത്താൻ ആരും ഭയപ്പെടുകയില്ലല്ലോ. ഇതു വേദാന്തമാണ്. ഭയരഹിതനായി സമ്പൂർണത അനുഭവിക്കാനുള്ള ശാസ്ത്രം. കാലക്രമത്തിൽ അത്തരം ജ്ഞാനങ്ങൾ ക്ഷയിക്കുകയും സ്വാർത്ഥരായ പുരോഹിതവർഗം മനുഷ്യരെ അന്ധവിശ്വാസങ്ങളിൽ തളച്ചിടുകയും ചെയ്തു. അവർ മന്ത്രവാദികളിലും ചാത്തനിലും യക്ഷിയിലും അഭയമന്വേഷിക്കുന്നവരായി. ഇത് ഹിന്ദുമതത്തിൽ മാത്രമല്ല ഉണ്ടായത്. മറ്റു മതങ്ങളിലും ഈ പിന്നോട്ടുപോക്കാണ് സംഭവിച്ചത്. തട്ടിപ്പുകാർ മനുഷ്യരെ ആകർഷിക്കുകയും ആളു കൂടുന്നിടത്ത് രാഷ്ട്രീയക്കാർ വോട്ടു മോഹവുമായി തമ്പടിക്കുകയും ചെയ്യും. അതോടെ മതം എന്ന തൊട്ടാൽ പൊള്ളുന്ന രാഷ്ട്രീയത്തിന് ബലം ഉണ്ടാകുന്നു; പിന്നെ മുറിച്ചു കളയുക പ്രയാസമാകുന്നു.

സമീപ കാലത്ത് കരുനാഗപ്പള്ളിയിൽ ഒരു മുസ്ലീം യുവതിയിൽ കുടിയേറിയ ജിന്നിനെ ഒഴിപ്പിക്കാൻ മുസ്ലീം മന്ത്രവാദി നടത്തിയ കൊടിയ മർദ്ദനം യുവതിയുടെ ദാരുണമായ മരണത്തിലാണ് ഒടുങ്ങിയത്. നട്ടെല്ലു

നുറുങ്ങി, ആന്തരാവയവങ്ങൾ വിണ്ടുകീറി, മരണപ്പെട്ട യുവതിയെ പരിശോധിച്ച ഡോക്ടറും മരണകാരണം ഒളിപ്പിച്ചു കൂട്ടുനിന്നു. ഇവിടെ മന്ത്രവാദിയോടൊപ്പം ചേർന്നത് കുടുംബാംഗങ്ങളും ഒപ്പം ശാസ്ത്ര ബോധമുള്ള ഡോക്ടറും കൂടിയാണ്.

പരാജയഭീതികൊണ്ടും ആത്മവിശ്വാസമില്ലായ്മകൊണ്ടും, ഒരു പക്ഷേ, അത്തരം ശക്തികളുണ്ടെങ്കിലോ എന്ന സംശയം അലട്ടുന്നതുകൊണ്ടും അഭ്യസ്തവിദ്യരും ശാസ്ത്രകാരന്മാർ പോലും അന്ധവിശ്വാസത്തിന്റെ പിന്നാലെ പോകുന്നുണ്ട്. ആചാരങ്ങളെല്ലാം വ്യാപാരവൽക്കരിക്കപ്പെടുകയാണ്. വിശ്വാസത്തെ ഉപയോഗിച്ചുകൊണ്ട് വിപണി കൈയടക്കിയതിന്റെ ഏറ്റവും വലിയ ഉദാഹരണങ്ങളാണ് അക്ഷയതൃതീയയും വലംപിരിശംഖുമൊക്കെ. കച്ചവടക്കാരുടെ കൗശലത്തിൽ അകപ്പെടുന്നത് മിക്കവാറും ഇടത്തരം വിഭാഗക്കാരാണ്. അവരാണ് ഉയർന്ന ജീവിത നിലവാരം കൈയെത്തിപ്പിടിക്കാൻ സംഘർഷമനുഭവിക്കുന്നത്. അതിനുള്ള എളുപ്പവഴി തേടി എല്ലാവിധ തട്ടിപ്പുകാരുടെയും കെണിയിൽ അവരാണ് അധികവും കുരുങ്ങുന്നത്. ജീവിതം നയിച്ചുകൊണ്ടു പോകാനുള്ള ധനത്തിന്റെ നല്ലൊരു ഭാഗമാണ് അവർ നഷ്ടപ്പെടുത്തുന്നതും. ഇടത്തരക്കാരന്റെ ഏറ്റവും വലിയ വിനോദോപാധിയായ ടെലിവിഷനിലൂടെ പ്രവഹിക്കുന്ന പരമ്പരകളിലൂടെയും പരസ്യങ്ങളിലൂടെയും പകർന്നുകിട്ടുന്നതും മറ്റൊന്നല്ല. ഭൂരിപക്ഷം സീരിയലുകളിലും മന്ത്രവാദങ്ങളും ആഭിചാരപ്രയോഗങ്ങളും വളരെ വിശ്വസനീയമായ തരത്തിൽ വിളക്കിച്ചേർത്തിട്ടുണ്ട്. ചലച്ചിത്രങ്ങളിൽ ഈ വക കാര്യങ്ങൾ ഒട്ടു തമാശയോടെയോ അല്ലെങ്കിൽ അതിന്റെ അർഥശൂന്യതയും കൂടി ചേർത്തുകൊണ്ടോ ആണ് ചിത്രീകരിക്കുക. കാരണം, അവിടെ സെൻസർ ബോർഡിന്റെ സാന്നിധ്യമുണ്ട്. സീരിയലുകൾ യാതൊരു നിയന്ത്രണവുമില്ലാതെ ഒഴുകുകയാണ്. കേരളത്തിൽ നവോത്ഥാന കാലഘട്ടത്തിൽ അനാചാരങ്ങൾക്കും അന്ധവിശ്വാസങ്ങൾക്കുമെതിരെ വലിയ സാമൂഹ്യ മുന്നേറ്റങ്ങൾ ഉണ്ടായിട്ടുണ്ട്. ദുർമ്മന്ത്രവാദവും മൃഗബലിയും ചാത്തൻ സേവയും തുടങ്ങി അനേകം അനാചാരങ്ങൾ ഇല്ലാതാക്കാൻ ശ്രീനാരായണഗുരുവിന്റെ ആത്മീയപ്രവർത്തനത്തിലൂടെ സാധിച്ചിരുന്നു. എന്നാൽ ഇന്ന് എല്ലാ കെടുതികളും മടങ്ങിയെത്തിയിരിക്കുന്നു. കേരളത്തിൽ നടത്തിയ ചില പഠനങ്ങളിൽ ജന്തുബലിയും ബാധ ഒഴിപ്പിക്കലും ദുർമന്ത്രവാദവുമൊക്കെ ധാരാളമായി നടക്കുന്നു എന്ന് തെളിഞ്ഞിരിക്കുന്നു. ബ്ലാക് മാജിക്കിനെതിരെ മഹാരാഷ്ട്രയിൽ നിയമനിർമ്മാണം നടത്തിയിട്ടുണ്ട്. കേരളത്തിലും എത്രയും വേഗം ആ രീതിയിൽ നിയമനിർമ്മാണം നടത്തുകയും മാധ്യമങ്ങളും ജ്ഞാനികളായ മതാചാര്യന്മാരും ഇടപെട്ട് അന്ധവിശ്വാസങ്ങൾക്കെതിരെ ജനങ്ങളെ ബോധവൽക്കരിക്കുകയും ചെയ്യേണ്ടിയിരിക്കുന്നു.

*(2014 ആഗസ്റ്റ്)*

# അതൊരു കുടുക്കാണ്!

റഷീല വാധർ! പുരുഷാധിപത്യസമൂഹം സ്ത്രീയെ 'ഔദാര്യത്തോടെ' മാറ്റിനിർത്തുന്ന മേഖലകളിലൊന്നിൽ പ്രവർത്തിച്ചു വിജയിക്കുന്ന സ്ത്രീയാണ് റഷീല വാധർ. സ്ത്രീകളെ സംബന്ധിക്കുമ്പോൾ ഔദാര്യം, കരുണ, കരുതൽ, സുരക്ഷ തുടങ്ങിയ പല മധുരപദങ്ങളും സമൂഹത്തിൽ നിന്നും പിടഞ്ഞുണരുന്നു. ഈ പദങ്ങളൊക്കെ യുഗങ്ങളായി സ്ത്രീകളെ സമൂഹത്തിൽ രണ്ടാംതരം പൗരന്മാരാക്കി മാറ്റി നിർത്തുവാനാണ് ഉപയോഗിച്ചിട്ടുള്ളത് എന്ന് സൂക്ഷ്മാവലോകനത്തിൽ നിന്നു മനസ്സിലാക്കാം. മോഹനിദ്രയിൽ അകപ്പെട്ടവരെപ്പോലെ സ്ത്രീസമൂഹം അതിൽ കുടുങ്ങുകയും ചെയ്തു. ഇതിഹാസങ്ങളിലും പുരാണകഥകളിലും ആധുനിക കാലത്തും അപൂർവ സിദ്ധികളുള്ള സ്ത്രീകൾ തിളങ്ങി നിൽക്കുന്നുണ്ടെങ്കിലും 'അപൂർവം'എന്ന വാക്കുകൊണ്ടുതന്നെ അത് എത്തിപ്പിടിക്കാനാകാത്ത ഒന്നായി സ്ത്രീസമൂഹം വിശ്വസിക്കുകയും ചെയ്തു. റഷീല വാധറുടെ കഥ പറയാൻ ആഗ്രഹിക്കുന്നത് മുൻപു പറഞ്ഞ ഒഴിച്ചുനിർത്തലിന്റെ ഉദാഹരണമായാണ്.

ഏഷ്യൻ സിംഹങ്ങളുടെ ഭൂമികയായ ഗുജറാത്തിലെ സസാൻ ഗിർ നാഷണൽ പാർക്കിൽ 6 കൊല്ലമായി ഫോറസ്റ്ററാണ് റഷീല. തികച്ചും പൗരുഷത്വത്തിന്റേതായി ഉയർത്തിനിർത്തിയിരിക്കുന്ന പ്രവൃത്തിരംഗം. റഷീലയെക്കുറിച്ചുള്ള കഥ ഇങ്ങനെ ആരംഭിക്കട്ടെ. ഒരു വേനൽക്കാലത്ത് ഇരതേടിയിറങ്ങിയ പുള്ളിപ്പുലി, കാട്ടുപൂച്ചയെ പിടിക്കാനോടി 40 അടി ആഴമുള്ള കിണറ്റിലേക്ക് വീണുപോയി. അവിടെക്കിടന്ന് ഭീകരമായി പുലി മുരളുകയാണ്. പുലിയെ വലിച്ചുകയറ്റാനുള്ള ശ്രമങ്ങൾ വിഫലമായപ്പോൾ മയക്കുവെടി വയ്ക്കാൻ തീരുമാനമായി. ഇതിനായി ഒരു കൂട്ടിൽ കയറി പുലിയുടെ സമീപത്തേക്ക് പോകേണ്ടിയിരുന്നു റഷീലയ്ക്ക്. രക്ഷിക്കാനിട്ട കയറൊക്കെ പുലി ചവച്ചരച്ചു കളഞ്ഞിരുന്നു. റഷീലയാണെങ്കിൽ ആദ്യമായാണ് കിണറിൽ ഇറങ്ങുന്നത്. ഇതുപോലെയും ഇത്തരം അനേകം സാഹസിക മാർഗ്ഗങ്ങളിലൂടെയും 800ലധികം വന്യജന്തുക്കളെ റഷീല രക്ഷപ്പെടുത്തിയിട്ടുണ്ട്. ഇവയിൽ സിംഹങ്ങളും പുലികളും മലമ്പാമ്പുകളും പെടുന്നു. ആദ്യം ഭയം തോന്നിയിരുന്നുവെങ്കിലും ഇപ്പോൾ ഭയമെന്ന വികാരം എന്താണെന്ന് തനിക്കറിയില്ല എന്നാണ് റഷീല പറയുന്നത്.

2007ലാണ് റഷീലയടങ്ങുന്ന 44 സ്ത്രീകളുടെ ടീമിനെ ആദ്യമായി ഫോറസ്റ്റർമാരും ഗാർഡുകളുമായി ഗുജറാത്തു സർക്കാർ നിയമിച്ചത്. അന്ന് മുഖ്യമന്ത്രിയായിരുന്ന നരേന്ദ്രമോഡി എല്ലാ മേഖലകളിലും സ്ത്രീകൾക്ക് 33% ക്വാട്ടാ അനുവദിക്കണമെന്നു നിർദ്ദേശിച്ചതിന്റെ ഫലമായിരുന്നു ഈ നിയമനവും. എന്നാൽ ഫോറസ്റ്റ് സർവീസിൽ സ്ത്രീകളെക്കൊണ്ട് പ്രയോജനമില്ലെന്ന വിശ്വാസത്തിൽ പുരുഷ ഓഫീസറന്മാർ ഇവർക്ക് 'ഔദാര്യപൂർവം'ഓഫീസുജോലിയാണ് നൽകിയത്. തനിക്ക് പുരുഷന്മാർ ചെയ്യുന്ന ഏതു ജോലിയും ചെയ്യാനാവുമെന്നു തെളിയിക്കാനുള്ള ഉറച്ച തീരുമാനമാണ് റഷീല കൈക്കൊണ്ടത്. വൈകാതെ നരേന്ദ്ര മോഡിയിൽ നിന്നുതന്നെ റഷീല പാരിതോഷികം ഏറ്റുവാങ്ങി. റഷീലയുടെ വാർഷിക വരുമാനത്തെക്കാൾ അധികം പണം പാരിതോഷികമായി അവർക്കു ലഭിക്കുന്നുണ്ട്. ഒരു പുലിക്ക് മൈക്രോ ചിപ്പു വയ്ക്കുന്നതിനിടയിൽ പുലി നൽകിയ മുറിവിന്റെ പാട് ഒരു അഭിമാന മുദ്രയായി റഷീലയുടെ കൈത്തണ്ടയിൽ കാണാം.

വീട്ടിൽ നിന്നും അകലെ, പുരുഷന്മാരോടൊത്തു സ്ത്രീ പ്രവൃത്തിയെടുക്കുന്നത് ഇപ്പോഴും ഇന്ത്യൻ സമൂഹം ഇഷ്ടപ്പെടുന്നില്ല. പല ജോലികളും വേണ്ടെന്നു വയ്ക്കാൻ സ്ത്രീ നിർബന്ധിതയാകുന്നു. സ്ത്രീകളുടെ സൗകര്യത്തിനുവേണ്ടി രാത്രികാലങ്ങളിൽ മീറ്റിംഗുകൾ വേണ്ടെന്നു വയ്ക്കുന്ന വിപ്ലവ പാർട്ടികൾ പോലുമുണ്ട്! മണ്ണിനെ സ്നേഹിക്കുകയും ആരാധിക്കുകയും ചെയ്യുന്നവർ തന്നെ മണ്ണിനെ ചൂഷണം ചെയ്യുന്നതുപോലെതന്നെയാണ് സ്ത്രീയോടുള്ള സമീപനവും. യുഗങ്ങളായി അടങ്ങിയും ഒതുങ്ങിയും പരുങ്ങിയും ജീവിക്കുന്ന സ്ത്രീ സമൂഹത്തിന് പുരുഷാധിപത്യ സമൂഹത്തിന്റെ അതിക്രമങ്ങളെ ചെറുത്തുനിൽക്കാനുള്ള ശാരീരികവും മാനസികവുമായ ശക്തി നഷ്ടപ്പെട്ടുപോയി. ആത്മബലം കൈവരിക്കുകയാണെങ്കിൽ ശാരീരികബലം തനിയേ ഉണ്ടാകും എന്ന കാര്യവും സ്ത്രീ സമൂഹം അറിയേണ്ടതുണ്ട്. വാളിന്റെ മൂർച്ചയല്ല അതു പയോഗിക്കുന്നവന്റെ മനസ്സിന്റെ കരുത്താണ് ജയം തീരുമാനിക്കുന്നത്. സ്ത്രീ ഇന്ന് കാട്ടുന്ന സഹിഷ്ണുത വാസ്തവത്തിൽ അന്തരാത്മാവിൽ അസഹിഷ്ണുതയായി നീറുകയാണ്. സ്വാഭാവികമായ അംഗീകാരം ലഭിക്കാതെ വരുമ്പോഴാണ് ഈ നീറ്റൽ വികലമായ സ്വഭാവ വിശേഷങ്ങൾ ഉടലെടുക്കാൻ കാരണമാകുന്നത്. ദിശാബോധമില്ലാത്തവർ കാട്ടിക്കൂട്ടുന്ന വൈകൃതങ്ങൾ പുരോഗമനമായി തെറ്റിദ്ധരിക്കപ്പെടുകയും ചെയ്യുന്നു. പൊതു സ്ഥലങ്ങളിൽ സ്ത്രീകൾ അനുഭവിക്കുന്ന അരക്ഷിതത്വം ഇല്ലാതാവണമെങ്കിൽ എല്ലാ രംഗങ്ങളിലും വലിയ തോതിൽ സ്ത്രീകൾ കടന്നു വരേണ്ടതുണ്ട്. മാറ്റിനിർത്തലിന്റെ ഔദാര്യമല്ല, സമത്വം വീണ്ടെടുക്കുന്നതിനുള്ള പിന്തുണയാണ് സ്ത്രീക്ക് നൽകേണ്ടത്. എല്ലാ മേഖലകളിലും സ്ത്രീ സാന്നിധ്യം പുരുഷനു സമാനമായിത്തന്നെ ഉണ്ടാകുന്ന സമൂഹത്തിൽ മാത്രമേ സ്ത്രീ ഭൗതികവും ആധ്യാത്മികവുമായ സ്വാതന്ത്ര്യം നേടുകയുള്ളു.

*(2014 സെപ്റ്റംബർ)*

# ഗാന്ധിജിയെ അറിയാൻ

മഹാത്മജിയെ വിമർശിക്കുന്നവരെ അവഗണിക്കണോ, നേരിടണോ അഥവാ അവരുമായി ആശയസംവാദത്തിനു പുറപ്പെടണമോ എന്നൊക്കെയുള്ള അഭിപ്രായ പ്രകടനങ്ങൾ കഴിഞ്ഞ കുറച്ചുനാളുകളായി പൊതുസമൂഹത്തിൽ ഉയർന്നുവരുന്നുണ്ട്. അരുന്ധതി റോയ് ഗാന്ധിജിയെ തീരെ പക്വതയില്ലാത്ത രീതിയിൽ താരതമ്യം ചെയ്യുകയും വിമർശിക്കുകയും ചെയ്തതാണ് ഏറ്റവും ഒടുവിലുണ്ടായ വിവാദങ്ങൾക്കു കാരണം. ഗാന്ധിജിയുടെ പ്രസക്തി യുദ്ധകലുഷിതമായ ലോകം അധികമധികം ബോധ്യപ്പെട്ടുകൊണ്ടിരിക്കുമ്പോഴാണ് ജന്മരാജ്യത്ത് വിവാദങ്ങൾ ചൂടുപിടിക്കുന്നത് എന്നതും കാണേണ്ടതുണ്ട്. പൊതുജനശ്രദ്ധ ആകർഷിക്കാനുള്ള വിലകുറഞ്ഞ യത്നമായി അരുന്ധതിയുടെ ബുദ്ധിപ്രകടനത്തെ കണ്ട് അവഗണിക്കുകയാണ് ഭംഗി എന്നു കരുതുന്നവർ ഒരു കാര്യം വിസ്മരിക്കുന്നു. എന്താണ് ഗാന്ധിജി എന്നു പുതുതലമുറയ്ക്ക് പറഞ്ഞുകൊടുക്കാതിരിക്കുകയും തന്മൂലം അവർ തെറ്റായ സിദ്ധാന്തങ്ങളെ താലോലിക്കുകയും ചെയ്തേക്കാമെന്ന ദുരന്തം. വിഗ്രഹഭഞ്ജകരോട് ഒരു പ്രത്യേക താത്പര്യവും ആരാധനയും നവയുവാക്കളിൽ അങ്കുരിക്കുക സ്വാഭാവികമാണ്. അത്തരക്കാരെ, വലിയ പഠനവൈഭവങ്ങളുടെ ആവരണങ്ങളണിഞ്ഞെത്തുന്നവർ സ്വാധീനിച്ചേക്കാം. ഒരു സാധാരണ മനുഷ്യജന്മം പരിണമിക്കപ്പെട്ട് വളരെ അസാധാരണ ഔന്നത്യം കൈവരിച്ചതിന് ഉദാഹരണമാണ് ഗാന്ധിജിയുടെ ജീവിതം. എല്ലാം രംഗങ്ങളിലും അതിസാധാരണക്കാരന്റെ വൈഭവമേ മോഹൻദാസ് കരംചന്ദ് ഗാന്ധിക്കുണ്ടായിരുന്നുള്ളു. പഠനകാര്യങ്ങളിൽ, ദാമ്പത്യ ജീവിതത്തിൽ, ഔദ്യോഗിക വിഷയങ്ങളിൽ എല്ലാം. എല്ലാത്തരം കാമനകൾക്കും ചീത്ത സംസർഗത്തിനും അടിമയായിരുന്നു ഗാന്ധിജി. മാനുഷികമായ തെറ്റുകുറ്റങ്ങൾക്കും അധമവാസനകൾക്കും ജാതിചിന്തയ്ക്കും ഒന്നും അതീതനല്ലാതിരുന്ന ഒരു മനുഷ്യൻ ദേവതുല്യനായി പരിണമിച്ച് സഹസ്രങ്ങൾക്ക് വെളിച്ചമായി ഭവിച്ചു എന്നതാണ് ഗാന്ധിജിയുടെ ജീവിതത്തിന്റെ സവിശേഷത. തന്നെ തെറ്റിലേക്കു നയിച്ച ഘടകങ്ങളും താൻ ജീവിതത്തിൽ അഭിമുഖീകരിച്ച പ്രശ്നങ്ങളും പിൻതിരിഞ്ഞുനോക്കി സൂക്ഷ്മാവലോകനം ചെയ്ത് കാരണങ്ങൾ കണ്ടെത്തി സംശുദ്ധി നേടുകയും

എല്ലാം ലോകത്തിനു പാഠമാകാൻ സമർപ്പിക്കുകയുമായിരുന്നു. മഹാത്മജി സത്യം കണ്ടിരുന്നത് കണ്ണുകൾകൊണ്ടു മാത്രമായിരുന്നില്ല, അദ്ദേഹത്തിന്റെ മനസ്സിനും ഹൃദയത്തിനും ആത്മാവിനും വേറെ വേറെ ദൃഷ്ടികളുണ്ടായിരുന്നു എന്നു പറയപ്പെട്ടിട്ടുണ്ട്. ഗാന്ധിജിയെ പുനർവായിക്കുമ്പോൾ, അഥവാ പക്വതയില്ലാതെ പുനർവായിക്കുമ്പോൾ ഗാന്ധിജി കടന്നുവന്ന ജീവിതഘട്ടത്തിലെ പോരായ്കകൾ ആവർത്തിക്കുകയും ഇതാണ് ഗാന്ധി എന്ന് പുതിയ തലമുറയോടു പറയുകയും ചെയ്യുന്നത് എത്രമേൽ കിരാതമാണെന്നു പറയുകവയ്യ. പിതൃഹത്യക്കു സമാനമായ പാപമാണത്. നിത്യയതി കുറിച്ചതാണ് ഓർമ്മയിൽ വരുന്നത്. 'ചീനത്തുകാർ ഇപ്പോൾ മാവോസേതൂങ്ങിനെ ഓർക്കാറില്ല, റഷ്യക്കാർ ലെനിന്റെ പ്രതിമകളും ചിത്രങ്ങളും എല്ലായിടത്തുനിന്നും എടുത്തുമാറ്റി. മഹാത്മജിയോട് ഇന്ത്യക്കാർ അത്രയും പാരുഷ്യം കാട്ടിയില്ല. ദൈവം സത്യമാണ് എന്ന തത്ത്വം മുറുകെപ്പിടിച്ച വ്യക്തിയായിരുന്നു ഗാന്ധിജി. സത്യത്തിന് അധികം നിലനിൽപ്പുള്ള ഭൂമികയല്ല രാഷ്ട്രീയത്തിന്റേത്. അതിനാൽ ഗാന്ധിജി സത്യത്തിനുവേണ്ടി ചെയ്ത തപസ്സെല്ലാം ജനഹൃദയങ്ങളിൽ വിസ്മൃതമായിപ്പോയി.'

വീണ്ടും ഒരു ഗാന്ധിജയന്തി ആഘോഷിക്കുമ്പോൾ സത്യത്തെ എവിടെയൊക്കെയാണ് നമ്മൾ ഒളിപ്പിച്ചിരിക്കുന്നതെന്നും ഗാന്ധിജിയെ എങ്ങനെയാണ് നാം നിഷേധിച്ചുകൊണ്ടിരിക്കുന്നതെന്നും വിചാരം ചെയ്ത് പശ്ചാത്തപിക്കുകയും പരിഹാരം കാണുകയുമാണ് വേണ്ടത്. ഗാന്ധിജിയുടെ വിദ്യാഭ്യാസദർശനം, മദ്യത്തോടുള്ള സമീപനം, സത്യത്തോടും അഹിംസയോടുമുള്ള വിശ്വാസം, സമുദായമൈത്രി, രാജ്യഭരണം തുടങ്ങി എല്ലാരംഗങ്ങളിലും ഗാന്ധിജിയുടെ നിലപാടുകളെ നാം നിഷേധിച്ചുകൊണ്ടിരിക്കുകയാണ്. 57 കൊല്ലത്തെ എഴുത്തുജീവിതത്തിനിടയിൽ ഗാന്ധിജി രചിച്ച ലേഖനങ്ങൾക്കും സ്വീകരിച്ച വിഷയങ്ങൾക്കും കണക്കില്ല. ആദ്യലേഖനം 1891-ൽ ലണ്ടനിൽ 'വെജിറ്റേറിയൻ' മാസികയിൽ പുറത്തുവന്നു. ഗുജറാത്തിയിലും ഹിന്ദിയിലും ഇംഗ്ലീഷിലും ഗാന്ധിജി എഴുതി. ജനങ്ങളുടെ ജീവിതപ്രശ്നങ്ങളെ തൊട്ടറിഞ്ഞ് അവരുടെ സമസ്യകൾക്ക് തനതായ, ലളിതമായ പരിഹാരം നിർദ്ദേശിക്കാൻ അദ്ദേഹം മരണത്തിന് അല്പം മുമ്പുവരെ തൂലിക ചലിപ്പിച്ചിരുന്നു. ഗാന്ധിജിയെ മനസ്സിലാക്കാൻ ചെയ്യേണ്ടത് ഗാന്ധിസാഹിത്യം വായിക്കുകയാണ്. തന്റെ ഓരോ രചനയും സത്യത്തിൽ നിന്നും സത്യത്തിലേക്കുള്ള തന്റെ വളർച്ചയുടെ ഓരോ പടവാണ് എന്ന് ഗാന്ധിജി പറഞ്ഞിരുന്നു. തെളിച്ചമുള്ള ആ പടവുകളിലൂടെ സഞ്ചരിച്ച് അനുഗ്രഹം നേടാൻ നമുക്കാകട്ടെ എന്ന പ്രാർത്ഥനയാണ് ഈ ഒക്ടോബർ 2ന് മുന്നോട്ടു വയ്ക്കാനുള്ളത്.

*(2014 ഒക്ടോബർ)*

## 'മാഗ്നിഫിസന്റ് മേരി'

'Example is not the main thing in influencing others. It is the only thing'

*- Albert Schweitzer*

പ്രചോദിപ്പിക്കുന്നതിന് ഉദാഹരണം ചൂണ്ടിക്കാണിക്കൽ പരമ പ്രധാനമായതുകൊണ്ടാണ് ഇത്തവണ ഭാരതത്തിന്റെ അഭിമാനമായ ബോക്സിങ് താരം മേരി കോമിനെക്കുറിച്ച് എഴുതാൻ ആഗ്രഹമുണ്ടായത്. അർജുനൻ, കർണ്ണൻ, ഏകലവ്യൻ തുടങ്ങിയ പുരാണ പുരുഷന്മാരുടെ ജീവിതകഥകൾ അറിയുമ്പോഴും അറിയിക്കുമ്പോഴും നാം അവരിലെ നിശ്ചയദാർഢ്യവും കഠിനാധ്വാനവും വീര്യവും ഒക്കെ ഉദാഹരിക്കുകയാണ് ചെയ്യുന്നത്. എങ്ങനെയാകണം എങ്ങനെയാകരുത് എന്ന പാഠമാണ് പുരാണകഥാപാത്രങ്ങളിലൂടെ ഉൾക്കൊള്ളുന്നത്. വാസ്തവത്തിൽ അവരോളംതന്നെ അതിസമർഥരായ വ്യക്തിത്വങ്ങൾ ആധുനിക യുഗത്തിലും വിരളമല്ല എന്ന് മേരി കോമിനെ തൊട്ടുകൊണ്ട് നിശ്ചയമായും പറയാം. മണിപ്പൂരിലെ കാൻഗാതെയ് ഗ്രാമത്തിൽ ആദിവാസി കുടുംബത്തിൽ അതിദാരിദ്ര്യത്തിൽ ജനിച്ച മേരി കോം (മാങ്ടെ ചുങ്നെയ്ജാങ് മേരി കോം) അർധപട്ടിണിയിൽ കീറിപ്പറിഞ്ഞ വസ്ത്രവുമണിഞ്ഞ് സ്പോർട്സിന്റെ പിന്നാലെ പാഞ്ഞുനടന്നത് ആദ്യമൊക്കെ ദാരിദ്ര്യം അകറ്റാനായിരുന്നു. സമരകലകളോട് അവൾക്ക് ആദ്യംതന്നെ അഭിരുചി തോന്നിയിരുന്നു. സർക്കാർ സ്കൂളുകളിൽ പഠിക്കുന്ന നിർധന വിദ്യാർഥികൾ സ്പോർട്സിൽ മികവു കാട്ടിയാൽ ഒരു ജോലി തരപ്പെടുമെന്നുള്ളതിനാലാണ് ഹോക്കിയിലും ഫുട്ബോളിലും അത്‌ലറ്റിക്സിലുമൊക്കെ മേരി കൈവച്ചത്. ഒപ്പം വയലിലും പണിയെടുത്തു. ഇക്കാലത്ത് മേരിക്കു മുന്നിൽ വിധി ഒരു ഉദാഹരണത്തെ കൊണ്ടുനിർത്തി. മണിപ്പൂരിൽ നിന്നുതന്നെയുള്ള ബോക്സർ സിങ്കോസിങ്! 1998ലെ ഏഷ്യൻ ഗെയിംസിൽ അദ്ദേഹം സ്വർണ്ണം നേടിയത് മേരിക്ക് പ്രചോദനമായി. ഇതാണെന്റെയും വഴി എന്നവൾ തിരിച്ചറിഞ്ഞു. ബോക്സിങ്ങിൽ താത്പര്യം കയറിയ മേരി മണിപ്പൂരിൽ നിന്നും ഇംഫാലിലേക്ക് താമസം മാറ്റി. സ്പോർട്സ് അഥോറിറ്റി ഓഫ് ഇന്ത്യയുടെ കോച്ചായ കൊസാന മെയ്റ്റെർയെ കണ്ട് തനിക്ക് പരിശീലനത്തിന് അവസരം തരണമെന്ന്

അപേക്ഷിച്ചു. മുഷിഞ്ഞുകീറിയ വസ്ത്രങ്ങളും ധരിച്ചെത്തിയ ആ കൗമാരക്കാരി ഇന്നും അദ്ദേഹത്തിന്റെ സ്മരണയിലുണ്ട്. മറ്റു വിദ്യാർഥികൾ നിദ്രപൂകുമ്പോൾ രാത്രിയുടെ അന്ത്യയാമങ്ങളിലും അവൾ പഞ്ച് പരിശീലിച്ചുകൊണ്ടിരുന്നു. ആ പെൺകുട്ടി തന്റെ നിസ്തന്ദ്രമായ പ്രയത്നത്താൽ ലണ്ടൻ ഒളിമ്പിക്സിന്റെ വിജയപീഠത്തിൽ കയറി മെഡലണിഞ്ഞു നിന്നപ്പോൾ വിജയിച്ചത് ലക്ഷ്യബോധവും കഠിനാധ്വാനവുമായിരുന്നു. 2014ലെ ഏഷ്യൻ അത്‌ലറ്റിക്സിൽ ബോക്സിങ്ങിൽ മേരി കോം സ്വർണ്ണം നേടുമ്പോൾ അവൾ മൂന്നു കുഞ്ഞുങ്ങളുടെ അമ്മ കൂടിയാണെന്നത് വിജയത്തിനു മാറ്റു കൂട്ടുകയാണ്. അഞ്ചുതവണ ലോക അമച്വർ ബോക്സിങ് ചാമ്പ്യൻഷിപ്പ്, ഒളിമ്പിക്സിൽ വെങ്കല മെഡൽ, പദ്മശ്രീ, പദ്മഭൂഷൺ എന്നിങ്ങനെ നിരവധി സമ്മാനങ്ങളും ബഹുമതികളും മേരി നേടിയിരിക്കുന്നു. ഒളിമ്പിക് മെഡലിന്റെ നിറം താൻ മാറ്റിയെടുക്കും എന്ന ഉറച്ച തീരുമാനത്തിലാണ് മേരി.

അസാധാരണമായ ആത്മവിശ്വാസമാണ് മേരി കോമിന്റെ ബലം. ഓരോ മാച്ചിനുമുമ്പും അവർ സ്വയം പറയും 'എനിക്കതിനുകഴിയും'. തന്നെക്കാൾ ഭാരമേറിയവരോട് പൊരുതുമ്പോൾ ഭയമുണ്ടോ എന്ന ചോദ്യത്തിന് മേരി കോം പറഞ്ഞു: ദൈവം എനിക്ക് മനോബലം നൽകിയിട്ടുണ്ട്. നല്ല പരിശീലനവും നടത്തിയാൽ ഭയമെന്തിന്? യന്ത്രപ്പക്ഷിയുടെ ദൃഷ്ടിയിൽ ഉന്നംവച്ച അർജുനന്റെ മനസ്സാണ് മേരികോമിന്. കളി തുടങ്ങിയാൽ ലക്ഷ്യം മാത്രമേ മുന്നിലുള്ളു. ഒരു നിമിഷത്തെ അശ്രദ്ധപോലും വിജയം നഷ്ടപ്പെടുത്തുന്ന കളിയാണവൾ ഏറ്റെടുത്തിരിക്കുന്നത്. മേരികോമിന്റെ മനസ്സിനെ അചഞ്ചലമാക്കി നിർത്തുന്നതിൽ ഭർത്താവ് കെ. ഓൺലർ കോമിന് വലിയ പങ്കുണ്ട്. ഒരു പുരുഷന്റെ വിജയത്തിനു പിന്നിൽ ഒരു സ്ത്രീയുണ്ട് എന്ന ചൊല്ല് ഇവിടെ മാറ്റിപ്പറയാം. മേരിയുടെ വിജയത്തിനുപിന്നിൽ അവരുടെ ഭർത്താവുണ്ട്. കുടുംബത്തിലെ ഒരു പ്രശ്നവും അദ്ദേഹം അവരെ അറിയിക്കുകയില്ല. കുട്ടികളെക്കുറിച്ച് ഓർക്കരുത്, ഞങ്ങളെ ആരെയുംകുറിച്ച് ചിന്തിക്കരുത്, നിന്റെ പരിശീലനത്തിൽ മാത്രം ശ്രദ്ധിക്കുക എന്നാണ് ഒരു നല്ല ഫുട്ബോളറായിരുന്ന അദ്ദേഹം അവളോട് മന്ത്രിക്കുക.

മേരി കോമിന്റെ അത്മകഥ 'അൺബ്രേക്കബിൾ' എന്ന ശീർഷകത്തിൽ പ്രസിദ്ധീകരിച്ചിട്ടുണ്ട് (2013) അവരുടെ ജീവിതകഥയെ അധികരിച്ച് 2014-ൽ നിർമ്മിച്ച 'മേരി കോം' എന്ന ചലച്ചിത്രത്തിൽ പ്രിയങ്ക ചോപ്രയാണ് പ്രധാനഭാഗം അഭിനിയിച്ചിരിക്കുന്നത്. ലൈംഗികാതിക്രമങ്ങൾക്കെതിരെ പൊരുതാൻ പെൺകുട്ടികളെ പരിശീലിപ്പിക്കുന്ന ഒരു സ്ഥാപനം ഇംഫാലിൽ മേരി കോം ആരംഭിച്ചിട്ടുണ്ട്. മത്സരക്കാഴ്ചകളിലൂടെ, ഗ്രന്ഥത്തിലൂടെ, സിനിമയിലൂടെ ഒരു വലിയ പ്രചോദനം നമ്മുടെ മുന്നിൽ നിറഞ്ഞുനിൽക്കുകയാണ്! മാഗ്നിഫിസന്റ് മേരി!

*(2014 നവംബർ)*

# വേണ്ടാച്ചരക്കുകൾ

കുട്ടികൾ വേണ്ടാതാകുന്ന ഒരു കാലത്തെക്കുറിച്ച് മുമ്പ് സങ്കല്പിക്കാനാവുമായിരുന്നില്ല. സന്താനഭാഗ്യം ഉണ്ടാവില്ല എന്ന വിധി മരണത്തെക്കാൾ ഭീതിജനകമായിരുന്നു. കുഞ്ഞുങ്ങളുണ്ടാകാത്ത സ്ത്രീകളെ 'മച്ചി' എന്ന് വിളിച്ച് അപമാനിച്ചിരുന്നു. സന്താനങ്ങൾ, പ്രത്യേകിച്ചും പുരുഷസന്താനങ്ങൾ ലഭിക്കാൻ വേണ്ടി രാജാക്കന്മാർ നടത്തിയിരുന്ന യാഗങ്ങളും യജ്ഞങ്ങളും തപസ്സുകളും പുരാണഗ്രന്ഥങ്ങളിൽ വലിയ വിഷയമാണ്.

കുട്ടികൾ ഇപ്പോൾ വേണ്ട, ഒരിക്കലും വേണ്ട, പെൺകുട്ടികൾ വേണ്ടേ വേണ്ട ഇങ്ങനെ പലതരം വേണ്ടായ്കകൾ വർധിച്ചുവരികയാണ്. ദാമ്പത്യത്തിലേക്ക് പ്രവേശിക്കുമ്പോൾ തത്ക്കാലം എടങ്ങേറ് വേണ്ട എന്ന് തീരുമാനിക്കുന്നവരോട് അത്ര ശുഭകരമല്ല എന്ന് ഗൈനക്കോളജിസ്റ്റുകൾ ഉപദേശിക്കാറുണ്ട്. വേണ്ട എന്ന് കട്ടായം പറയുന്നവരുടെ സമീപത്തേക്ക് മേലിൽ പോകണ്ട എന്ന് കുഞ്ഞുങ്ങൾക്കും തീരുമാനിക്കാമല്ലോ. ഗർഭവതികളോട് കൊല്ലാനോ വളർത്താനോ എന്ന് ചോദിക്കുകയും രണ്ടുതരം ക്യൂവിലേക്ക് അവരെ തിരിച്ചുവിടുകയും ചെയ്യുന്നിടത്തോളം എത്തിയിരിക്കുന്നു ആധുനിക ചികിത്സാരംഗം. കൊല്ലാൻ നടത്തുന്ന പ്രക്രിയകളിൽ ഗർഭസ്ഥശിശു അനുഭവിക്കുന്ന ഭയവും വേദനയും ചിത്രീകരിച്ച് മനുഷ്യനെ ബോധവൽക്കരിക്കാൻ നടത്തിയ ശ്രമങ്ങൾ ഒന്നും വിജയിച്ചിട്ടില്ല. പ്രസവം നീട്ടിവയ്ക്കുന്നത് പ്രലോഭിപ്പിക്കാൻ അടുത്തകാലത്ത് പുറപ്പെട്ടിരിക്കുന്നത് പാശ്ചാത്യ ബഹുരാഷ്ട്ര കമ്പനികളാണ്. ജോലിയിൽ പ്രവേശിക്കുന്ന സമർഥരായ ഉദ്യോഗസ്ഥകൾക്ക് ഗർഭം നീട്ടിവയ്ക്കാൻ അവർ 20 ലക്ഷംവരെ വാഗ്ദാനം ചെയ്യുന്നു. സ്ത്രീയുടെ അണ്ഡം ശേഖരിച്ച് പ്രത്യേക സംവിധാനത്തിൽ ലിക്വിഡ് നൈട്രജനിൽ സൂക്ഷിച്ചുവയ്ക്കാവുന്നതാണ്. ജോലിയും കൂലിയുമൊക്കെ മതിയാക്കുമ്പോൾ അണ്ഡം വീണ്ടെടുത്ത് പുഷ്കലമാക്കി ഗർഭപാത്രത്തിൽ സ്വീകരിച്ച് ഗർഭവും പ്രസവവുമൊക്കെ ആസ്വദിക്കാം. ജോലി മതിയാക്കുമ്പോഴേക്കും ആകെ തളർന്ന് തൊണ്ടായിപ്പോയെങ്കിൽ ഗർഭപാത്രം വാടകയ്ക്കെടുക്കുകയോ ഓ! ഇനി എന്തിന് കുഞ്ഞുങ്ങൾ! എന്ന് പരസ്പരം ചോദിച്ചുകഴിയുകയോ ആവാം.

ചൈനയിൽ 30 വർഷമായി ഏക സന്താനനയമാണുള്ളത്. സഹോദരങ്ങളില്ലാതെ, കളിക്കൂട്ടുകാരില്ലാതെ, വീട്ടിലടച്ചുകഴിയേണ്ടിവരുന്ന കുഞ്ഞുങ്ങൾ, അവരുടെ സമപ്രായക്കാരുമായി സംവദിക്കുന്നത് ഓൺലൈനിലൂടെയാണ്. കണ്ണും കണ്ണും നോക്കാതെ, കരം ഗ്രഹിക്കാതെ, ചുണ്ടുകൾ വിടർത്താതുള്ള പുത്തൻ സൗഹൃദം. ഇന്ത്യയിലെപ്പോലെ ചൈനയിലെ ഗ്രാമങ്ങളിലും ആൺകുട്ടികളാണ് പെൺകുട്ടികളെക്കാൾ അധികം. ഇന്ത്യയിൽ പെൺഭ്രൂണഹത്യ വളരെക്കണ്ട് വർധിക്കുകയാണ്. സ്ത്രീയില്ലെങ്കിൽ എങ്ങനെ പുരുഷൻ ജനിക്കും, നിങ്ങൾ ആരെ വിവാഹം കഴിക്കും? ഈ ദുരാചാരത്തിൽ നിന്ന് പിൻമാറണം എന്നൊക്കെ പ്രധാനമന്ത്രി നരേന്ദ്രമോദി നിരന്തരം പറയുന്നുണ്ട്. പ്രകൃതിയുടെ സ്വാഭാവിക സന്തുലന പ്രക്രിയകളെയാകെ മനുഷ്യൻ അട്ടിമറിക്കുകയാണ്. ബുദ്ധിയും സ്വാർഥതയുമുള്ള യന്ത്രങ്ങളായി മനുഷ്യൻ മാറുമ്പോൾ മാനവികത മുഖം തിരിക്കുന്നു.

ഈയിടയ്ക്ക് ഒരു സദ്‌വാർത്ത കണ്ടു. ഉറുഗ്വേ പ്രസിഡന്റ് ജോസ് മുജിക്കാ നാല്പതോളം കുട്ടികളെ ദത്തെടുത്ത് കൃഷിയും മറ്റും പഠിപ്പിച്ച് മനുഷ്യരാക്കി വളർത്താൻ തീരുമാനിച്ച വാർത്ത. പ്രസിഡന്റിന്റെ കൊട്ടാരം ഉപയോഗിക്കാതെ, അദ്ദേഹം തന്റെ ഫാംഹൗസിൽ ലളിത ജീവിതം നയിച്ചുവരുന്നു. തന്റെ ധനത്തിന്റെ ഒട്ടുമുക്കാലും ഇദ്ദേഹം സാമൂഹിക കാര്യങ്ങൾക്കാണ് ചെലവാക്കുന്നത്. തെരഞ്ഞെടുപ്പുകാലത്ത് ചേരിയിലെ കുഞ്ഞുങ്ങളുടെ കവിളിൽ ചുംബിക്കുകയും അവരെ എടുത്തുയർത്തി വാത്സല്യം നടിക്കുകയുമാണ് നമ്മുടെ ഭൂരിപക്ഷം ജനനായകന്മാരുടെയും ശൈലി. ഏറ്റവും കൂടുതൽ തെരുവുകുഞ്ഞുങ്ങൾ പുലരുന്ന രാഷ്ട്രമാണ് ഇന്ത്യ. വേണ്ടാച്ചരക്കുകളാക്കിയും തെരുവിലെറിഞ്ഞും കൊടിയ പീഡനങ്ങൾ ഏല്പിച്ചും ബാലവേല ചെയ്യിച്ചും നമ്മൾ നശിപ്പിക്കുന്നത് പ്രകൃതിയുടെ മഹത്തായ വരദാനത്തെയാണ്. മനുഷ്യനായി ജനിക്കുക എന്നത് കോടിജന്മങ്ങൾക്കുശേഷം മാത്രം ലഭിക്കുന്ന പുണ്യമാണ്. പ്രകൃതിയുടെ അദ്ഭുതസൃഷ്ടിവൈഭവത്തെ തകർത്തു തരിപ്പണമാക്കുന്നു മനുഷ്യന്റെ സ്വാർഥത.

*(2014 ഡിസംബർ)*

# വിട്ടുവീഴ്ച ചെയ്ത് ചെയ്ത്...

ഭഗവദ്ഗീത ദേശീയ ഗ്രന്ഥമായി പ്രഖ്യാപിക്കണം, സംസ്കൃതപഠനം നിർബന്ധിതമാക്കണം എന്നീ തീരുമാനങ്ങൾ ബി.ജെ.പി. സർക്കാർ പ്രഖ്യാപിക്കുമ്പോൾ അതിനെ രാഷ്ട്രീയമായി എതിർക്കാൻ പ്രതിപക്ഷ കക്ഷികൾ നിരത്തുന്ന ന്യായം ഇന്ത്യ ഒരു മതേതര രാഷ്ട്രമാണെന്നും മതേതരമെന്നാൽ ഒരു മതവിഭാഗത്തിനും പ്രത്യേക പരിഗണന നൽകരുതെന്നുമാണ്. ഭഗവദ്ഗീത ഒരു ഹിന്ദുമതഗ്രന്ഥമാണെന്നും സംസ്കൃതം ഹിന്ദുക്കളുടെ മാത്രം ഭാഷയാണെന്നും എതിർകക്ഷികൾ വിശ്വസിക്കുന്നു. ഇതുരണ്ടും സത്യമാണെങ്കിൽ അവരുടെ വാദം ശരിയാണ്; ബി.ജെ. പി. സർക്കാർ അവരുടെ ഹിന്ദുത്വ അജൻഡ പുറത്തെടുക്കുകയാണ്.

ഹിന്ദുമതത്തിന്റെ ആവിർഭാവത്തിന് എത്രയോ നൂറ്റാണ്ടുകൾക്കു മുമ്പുണ്ടായ ഉപനിഷത്തുക്കളുടെ സാരസംഗ്രഹമാണ് ഭഗവദ്ഗീത. മനുഷ്യരാശിയുടെ വികാസത്തിനും സമാധാനത്തിനും ഉതകുന്ന പ്രായോഗിക തത്ത്വങ്ങളാണ് ഗീത ഉൾക്കൊള്ളുന്നതെങ്കിലും അതുപദേശിച്ചത് ഒരു ഹിന്ദുദൈവമായതിനാൽ തത്ത്വങ്ങളും ഹിന്ദുവിന്റേതു മാത്രമാവുകയാണോ? ഭാരതത്തിൽ പിറന്ന തത്ത്വസംഹിതയാണ് ഗീത. ഭാരതം ലോകത്തിനു സംഭാവന ചെയ്ത ഏറ്റവും അമൂല്യമായ വാക്കുകൾ. വേദാന്തമാണ് ഇന്ത്യയുടെ മതം എന്ന് വിവേകാനന്ദസ്വാമികൾ പറഞ്ഞത് അതിന്റെ അദ്വൈതഭാവം ഉൾക്കൊണ്ടുകൊണ്ടാണ്. യഥാർഥ മതവിശ്വാസി സെക്കുലറാകാതെ വയ്യ. ബിംബാരാധനയും ക്ഷേത്രജീവിതവുമൊന്നുമല്ല യഥാർഥ ഭാരതീയത. അതിനൊക്കെ അപ്പുറമുള്ള ചൈതന്യത്തെക്കുറിച്ചാണ് ഉപനിഷദ്‌ഋഷീശ്വരന്മാർ പറഞ്ഞുതന്നത്. ആ തത്ത്വങ്ങൾ ഉൾക്കൊള്ളുന്ന ഭഗവദ്ഗീതയെക്കാൾ മഹത്തായ സ്ഥാനം മറ്റെന്തിനാണ് ഭാരതത്തിലുള്ളത്. ശങ്കരാചാര്യസ്വാമികൾ പറയുന്ന നിരീശ്വരതത്ത്വമാണ് വേദാന്തിയുടെത്. സ്വയം ഈശ്വരനാണെന്നറിഞ്ഞാൽ വേറെ ഈശ്വരൻ എവിടെ? ഞാനും നീയും വേറിട്ടതല്ലെന്നറിയുമ്പോൾ കലഹങ്ങൾ അവസാനിക്കുകയാണ്. പ്രപഞ്ചചൈതന്യത്തെ സ്തുതിക്കുന്ന ഗായത്രിമന്ത്രം ഹിന്ദുവിന്റേതാണെന്ന് മുദ്രകുത്തുന്നവർ അതിനെ ആഴത്തിൽ അറിയുന്നില്ല എന്നേ പറയാനാകൂ. അതുപോലെ ഗീതയേയും. നീയും ഞാനും ഒന്നാണെന്ന അദ്വൈത

ചിന്തയുടെ പ്രതീകമാണ് കൂപ്പുകൈ. ഭാരതത്തിന്റെ സ്വാഗതരീതി. അത് ഹിന്ദുവിന്റേതാണെന്നു നാളെ പറഞ്ഞുകൂടായ്കയില്ല. ക്രിസ്ത്യാനിയും മുസ്ലിമും വെവ്വേറെ സ്വാഗതശൈലികൾ ഉപയോഗിച്ച് 'ആളറിയിക്കണം' എന്നും പറഞ്ഞുകൂടായ്കയില്ല. ഇത്തരം 'മതേതരത്വം' മതഭിന്നതയ്ക്കേ വഴിവയ്ക്കൂ.

ധ്യാനം എന്ന സങ്കല്പം ഭാരതത്തിന്റേതാണ്. ചൈനാക്കാരും ജപ്പാൻകാരും ക്രൈസ്തവരും മുസ്ലിങ്ങളും ധ്യാനത്തെ ഉൾക്കൊണ്ടു. അയ്യായിരത്തിലധികം കൊല്ലം മുൻപ് ഭാരതത്തിൽ ജന്മംകൊണ്ട ധ്യാനം ഹിന്ദുവിന്റേതാണെന്ന് പറഞ്ഞ് ആരും തള്ളിക്കളഞ്ഞില്ല. ഭാരതത്തിന്റെ യോഗശാസ്ത്രം ഇന്ന് ലോകം അംഗീകരിച്ചിരിക്കുന്നു. ഭാരതീയനായ അശോക ചക്രവർത്തിയുടെ ധർമ്മനിഷ്ഠയുടെ പ്രതീകമാണ് ദേശീയ പതാകയുടെ മധ്യത്തെ അലങ്കരിക്കുന്നത്. രാഷ്ട്രത്തിന്റെ അഭിമാനമായ ഏതു പ്രതീകമെടുത്താലും അത് ഭാരതീയമായതിനാലാണ് സർവാദരണീയമാകുന്നത്. ഭാരതത്തിൽ വിരിയുന്ന പുഷ്പവും വളരുന്ന വൃക്ഷവും മൃഗവും പക്ഷിയുമാണ് ദേശീയതയുടെ പേരു പേറുന്നത്. ഇന്ത്യയുടെ ദേശീയമൃഗം ഒട്ടകമാക്കാൻ സാധിക്കുമോ? തർക്കമുണ്ടെങ്കിൽ ദേശീയമൃഗം എന്നൊരു സ്ഥാനം വേണ്ടെന്നുവയ്ക്കുമോ?

ഇന്ത്യയിൽ നിന്ന് കൊള്ളയടിച്ചുകൊണ്ടു പോയ സ്വർണവും രത്നങ്ങളുമല്ല പാശ്ചാത്യ രാജ്യങ്ങളിൽ ഭാരതത്തെ പ്രസിദ്ധമാക്കിയത്, വേദങ്ങളുടെയും ഉപനിഷത്തുക്കളുടെയും തർജ്ജമകൾ സേക്രഡ് ബുക്സ് ഓഫ് ദ ഈസ്റ്റ് എന്ന പേരിൽ പ്രചരിച്ചതുകൊണ്ടാണ്. ഈ ഗ്രന്ഥങ്ങൾ രചിക്കപ്പെട്ടത് സംസ്കൃതത്തിലാണ്. ആ ഭാഷയ്ക്ക് സ്ഥാനം നൽകുന്നതിനായി ഇന്ത്യക്കാർക്ക് ഇന്ത്യക്കാരോട് പൊരുതേണ്ടിവന്നിരിക്കുന്നു! ഇന്ത്യയിലെ രാഷ്ട്രീയനേതാക്കൾക്ക് ഭാരതീയസംസ്കാരത്തോടുള്ള പൊക്കിൾക്കൊടി ബന്ധം അറ്റുപോയിരിക്കുന്നു. സ്വാതന്ത്ര്യസമരക്കാലത്ത് ദേശീയനേതാക്കളെ ഏറ്റവും പ്രചോദിപ്പിച്ച ഗ്രന്ഥമായിരുന്നു ഭഗവദ് ഗീത. ഭാരതത്തിന്റെ മാതൃഭാഷയാണ് സംസ്കൃതം. ഭഗവദ് ഗീതയും സംസ്കൃതവും ഹിന്ദുമതത്തിന്റെ സ്വകാര്യ സ്വത്തല്ല എന്നാണ് വാദിക്കേണ്ടത്. അവ മുഴുവൻ ഭാരതീയരുടെതുമാണ്.

ഡോ. സുകുമാർ അഴീക്കോടിന്റെ വാക്കുകൾ ഓർമ്മിപ്പിക്കട്ടെ "സ്വാതന്ത്ര്യസമരകാലത്ത് നാടിനെ പ്രചോദിപ്പിച്ച ആദർശങ്ങൾ ഇന്ന് എവിടെയുണ്ട്? എല്ലാം വളഞ്ഞുപുളഞ്ഞ് വികൃതമായിപ്പോയി. കൊടുങ്കാറ്റിൽപ്പെട്ട കപ്പലിൽനിന്ന് വിലപ്പെട്ട സാധനങ്ങൾ പോലും കപ്പൽ മുങ്ങാതിരിക്കാൻ കടലിലേക്ക് വലിച്ചെറിയുകയില്ലേ? നമ്മളെത്തന്നെ രക്ഷിക്കാൻ. അതുപോലെ വിട്ടുവീഴ്ച ചെയ്ത് ചെയ്ത് ആദർശങ്ങൾ നഷ്ടമായിരിക്കുന്നു! നാം നിലനിൽക്കുന്നു എന്ന് അഭിമാനിക്കാം - എന്തിനു നിലനിൽക്കുന്നു എന്നു പറയാൻ പ്രയാസം."

*(2015 ജനുവരി)*

# അപരനും സുഖമുണ്ടാവണം

**ഒ**രു വേണ്ടാച്ചിരിയാണ് മഹാഭാരതയുദ്ധത്തിന് തീപ്പൊരിയായതെന്ന് പറയാറുണ്ട്. ഇന്ദ്രപ്രസ്ഥം കാണാനെത്തിയ ദുര്യോധനൻ സ്ഥലജല ഭ്രമത്തിൽപ്പെട്ട് വലയുന്നതുകണ്ട് പാഞ്ചാലി ചിരിച്ച ചിരി!

മേല്പറഞ്ഞ പരിഹാസച്ചിരിയും ചാക്യാർ ഉദ്ഭവിപ്പിക്കുന്ന ചിരിയും വ്യത്യസ്തമാണ്. ചാക്യാരുടേത് സാമൂഹികവിമർശനത്തിന്റെ ചിരിയാണ്. മഹാരാജാക്കന്മാർക്കുനേരെ പോലും ചാക്യാർക്ക് പരിഹാസം ചൊരിയാൻ അവകാശമുണ്ടായിരുന്നു. ഹാസസാഹിത്യകാരൻ സഞ്ജയൻ മലയാളിയെ പൊട്ടിച്ചിരിപ്പിച്ചുകൊണ്ടിരുന്നത് സാമൂഹിക നവീകരണത്തിനുവേണ്ടിയായിരുന്നു. നർമ്മത്തിന് കുളിർമ്മയുണ്ട്. അപ മാനം ഘോരമാണ്. ചിരികൾ വേർതിരിച്ചുതന്നെ ചെയ്യണം. അതല്ലെങ്കിൽ നവീകരണത്തിനുപകരം ഹത്യയാകും ഫലം. സത്യം പറയണമെന്നും അപ്രിയസത്യം പറയരുതെന്നും നിർദ്ദേശമുണ്ട്. ഇടപെടൽ പോലെ നിശ്ശബ്ദതയും അവസരത്തിനനുസരിച്ച് പ്രയോഗിക്കേണ്ടതുണ്ട്. സമൂഹ ത്തിന്റെ നന്മയ്ക്കാവുമ്പോൾ രണ്ടിനും ന്യായീകരണമുണ്ട്. തൂലിക കൊണ്ട് വളർച്ചയ്ക്ക് തടമൊരുക്കാനുമാവും, മുളമുറിക്കാനുമാവും. വാള ല്ലെൻ സമരായുധം ഝണഝണാരവം മുഴക്കാൻ ആളല്ല എന്ന് കവി പാടുമ്പോൾ തൂലിക പടവാളാക്കിയവർ എന്ന് കവികളെയും സാഹിത്യ കാരന്മാരെയും കുറിച്ച് പുകഴ്ത്താറുമുണ്ട്.

'ഹി ഡ്രൂ ഫസ്റ്റ്' (He drew first) എന്ന അടിക്കുറിപ്പോടെ ആസ്ട്രേ ലിയൻ കാർട്ടൂണിസ്റ്റ് ഡേവിഡ് പോപ്പ് വരച്ച കാർട്ടൂൺ ഒരു തരംഗമായി ലോകം മുഴുവൻ പ്രചരിക്കുമ്പോൾ തൂലികയും തോക്കും ഏറ്റുമുട്ടുക യാണ്. ചിരിയുടെ പരിണതഫലം പേടിപ്പിക്കുകയാണ്. പുകയണഞ്ഞി ട്ടില്ലാത്ത തോക്കുമായി ഒരു ഇസ്ലാം ഭീകരവാദി ഒരു ശവശരീരത്തിനു സമീപം നിൽക്കുന്നതാണ് കാർട്ടൂൺ. 'അവനാണ് ആദ്യം തുടങ്ങിയത്. അവനുള്ള മറുപടിയാണിത്' എന്ന് സുവ്യക്തം. ഫ്രാൻസിൽ നിന്നു പ്രസിദ്ധം ചെയ്യുന്ന ഷാർലി ഹെഫ്ദോ എന്ന ആക്ഷേപഹാസ്യമാസിക പ്രവാചകനബിയെ കഥാപാത്രമാക്കി നിരന്തരം പരിഹാസ കാർട്ടൂണു കൾ വരയ്ക്കുന്നു എന്ന കാരണത്താൽ ഇസ്ലാം തീവ്രവാദികൾ സർവ സന്നാഹങ്ങളുമായി മാസികയുടെ ഓഫീസിലേക്ക് പത്രാധിപസമിതി

കൂടുമ്പോൾ തന്നെ കടന്നുചെന്ന് 12 കൂർട്ടൂണിസ്റ്റുകളുടെ നേർക്ക് നിറയൊഴിക്കുകയായിരുന്നു. പ്രവാചകനുവേണ്ടി പ്രതികാരം ചെയ്യുന്നു എന്നാണവർ വിളിച്ചുപറഞ്ഞത്! ഈ സംഭവത്തോടെ രണ്ടുതരത്തിലുള്ള പ്രതിഷേധങ്ങളാണ് ലോകമാകെ തുടങ്ങിയിരിക്കുന്നത്. 'ഞാൻ ഷാർലി' എന്ന പ്ലക്കാർഡുകളും പിടിച്ച് ഒരു ലക്ഷത്തോളം പേർ മാസികയ്ക്ക് ഐക്യം പ്രഖ്യാപിച്ചുകൊണ്ടും മരിച്ചുവീണ മാധ്യമപ്രവർത്തകർക്ക് അനുശോചനം അർപ്പിച്ചുകൊണ്ടും ഫ്രാൻസിൽ അണിചേർന്നു. മാധ്യമസ്വാതന്ത്ര്യത്തിനും ആവിഷ്കാരസ്വാതന്ത്ര്യത്തിനും പൊന്നുവില കല്പിക്കുന്നവർ ലോകമെമ്പാടും ഷാർലിയോട് അനുഭാവം പ്രകടിപ്പിച്ചുകൊണ്ടിരിക്കുന്നു. എന്നാൽ മറ്റൊരു വശമുണ്ട്. മുസ്ലിങ്ങൾക്ക് ജനസംഖ്യയിൽ രണ്ടാം സ്ഥാനമുള്ള ഫ്രാൻസിൽ ഈ സംഭവം കടുത്ത അസ്വസ്ഥത സൃഷ്ടിച്ചിരിക്കുന്നു. അഫ്ഗാനിസ്ഥാനിലും റഷ്യയിലും ആഫ്രിക്കയിലും പ്രതിഷേധ - പ്രതികാരങ്ങൾ ഇരമ്പുകയാണ്. ക്രിസ്ത്യൻ പള്ളികളും വിദ്യാലയങ്ങളും അനാഥാലയങ്ങൾ പോലും അഗ്നിക്കിരയാക്കുന്നു. ലോകത്തിലെ ഏറ്റവും വലിയ രണ്ടു മതങ്ങൾ തമ്മിൽ ഏറ്റുമുട്ടുക എന്നത് എത്രയോ ദുഃഖകരം!

പ്രവാചകനബിയെ അവഹേളിക്കുന്ന തരത്തിൽ കാർട്ടൂൺ വരച്ചവർ ശരിയാണോ ചെയ്തത്? അവരുടെ ന്യായീകരണമെന്താണ്? അധികാരം കൈയാളുന്നവർക്കും ദുർവിനിയോഗം ചെയ്യുന്നവർക്കും എതിരെ ആക്ഷേപഹാസ്യം ചൊരിയുകയാണ് തങ്ങളുടെ ധർമ്മമെന്നും സാമൂഹിക ഐക്യം പ്രോത്സാഹിപ്പിച്ച് സ്വതന്ത്രവും സുതാര്യവും സഹിഷ്ണുതയുള്ളതുമായ ഒരു സമൂഹത്തെ സൃഷ്ടിക്കുന്നതിന് ഭാഗഭാക്കുകളാവുകയാണ് തങ്ങളെന്നും മാസിക അവകാശപ്പെടുന്നു. തീവ്രവാദത്തിനെതിരെ അവർ തൂലിക പടവാളാക്കിയിരിക്കുന്നു. എന്നാലിപ്പോൾ സാമൂഹിക ഐക്യം എന്ന ലക്ഷ്യം സാമൂഹികവൈരത്തിലെത്തിയിരിക്കുന്നു. സഹിഷ്ണുത പഠിപ്പിക്കുന്നത് പ്രകോപിപ്പിച്ചുകൊണ്ടാവുന്നതിന് ന്യായീകരണമില്ല. പരമസത്ത അരൂപിയാകുമ്പോൾ ദൃശ്യവൽക്കരിക്കുന്നത് യോഗ്യതയില്ലാത്ത പ്രവൃത്തിയായി ഇസ്ലാം കാണുമ്പോൾ ഏതു സ്വാതന്ത്ര്യത്തിന്റെ പേരിലായാലും അത് ആവർത്തിക്കുന്നത് ശരിയല്ല. ഷാർലി മാസിക വീണ്ടും വീണ്ടും അതാവർത്തിക്കുന്നു. ഇത് ചെയ്യുമ്പോൾ തീവ്രവാദികൾ ഒറ്റപ്പെടുകയല്ല അവർക്ക് ചില അനുഭാവരേണുക്കളെങ്കിലും ലഭിക്കുകയാണ്. ഷാർലിയുടെ ലക്ഷ്യം പാളുകയാണ്.

*'അവനവനാത്മസുഖത്തിനാചരിക്കുന്നവ*
*അപരന്നുസുഖത്തിനായ്‌വരേണം'*

എന്നതാണ് യഥാർഥ സ്വാതന്ത്ര്യം. ആ സ്വാതന്ത്ര്യത്തിലേ സമാധാനമുള്ളു.

*(2015 ഫെബ്രുവരി)*

# ആരോഗ്യമുള്ള മനസ്സ് രൂപപ്പെടണം

മനസ്സിന്റെ ആഴങ്ങളിലേക്ക് ഒരു വിശ്വാസമോ ആശയമോ നിഗൂഹനം ചെയ്യാനായാൽ മനുഷ്യന് അസ്വാഭാവികവും അസാധാരണവുമായ പല കർമ്മങ്ങളും ചെയ്യാൻ സാധിക്കും. അല്ലെങ്കിൽ മനുഷ്യരെ ഉപയോഗിച്ചു ചെയ്യിക്കാൻ കഴിയും. ഇതൊരു മനഃശാസ്ത്രപരമായ സമീപനമാണ്. സ്വർഗം തീർക്കാനും നരകം പണിയാനും മനുഷ്യനെ ഉപയോഗപ്പെടുത്താം.

ഈശ്വരൻ പൊള്ളലേല്പിക്കുകയില്ല എന്ന ഗാഢമായ വിശ്വാസം മനസ്സിലാവാഹിച്ച് സ്വയം ഹിപ്നോസിസിനു വിധേയരാകുന്നവർക്ക് കനലാട്ടം നടത്താൻ സാധിക്കുന്നു; അതിമാനുഷകർമ്മങ്ങൾ ചെയ്യാൻ കഴിയുന്നു.

ആമസോൺ ആദിവാസിസ്ത്രീ പ്രസവിക്കുമ്പോൾ വേദന അനുഭവിക്കുന്നത് അവളുടെ പുരുഷനാണത്രെ. ഒരു കട്ടിലിൽ ഭാര്യ പ്രസവിക്കുമ്പോൾ ഭർത്താവ് മറ്റൊരു കട്ടിലിൽ വേദനയാൽ വാവിട്ടു നിലവിളിക്കും. ഇതു കള്ളക്കരച്ചിലൊന്നുമല്ലെന്നും വേദന എന്ന അനുഭവം പുരുഷൻ യഥാർഥത്തിൽ അനുഭവിക്കുന്നുണ്ട് എന്നും ഡോക്ടർമാർ സ്ഥിരീകരിച്ചിട്ടുണ്ട്. ഭർത്താവ് പ്രസവവേദന ഏറ്റെടുക്കും എന്ന ഒരു ഉറപ്പ് സ്ത്രീയുടെ ജനിതകകോശങ്ങളിലെങ്ങോ മുദ്രിതമായിരിക്കുന്നു. സ്ത്രീയെ വേദനയില്ലാതെ സ്വസ്ഥമായി പ്രസവിപ്പിക്കാൻ മനഃശാസ്ത്രപരമായി നടത്തിയ ഒരു തന്ത്രമായിരിക്കാമിത്. തലമുറകളായി കൈമാറിവന്ന ഈ ഉറപ്പ് അവരുടെ ജീവിതത്തിന്റെ ഭാഗമായിരിക്കുന്നു. അതു ശരിയല്ല എന്ന് അവരെ വിശ്വസിപ്പിക്കാൻ നമുക്ക് പ്രയാസമാണ്. ആമസോൺ ആദിവാസികൾ ഉപയോഗപ്പെടുത്തിയ ഈ തന്ത്രം മറ്റൊരു തരത്തിൽ ആധുനിക ഡോക്ടർമാരും ഉപയോഗിക്കുന്നുണ്ട്; ഗർഭിണികളെ ഹിപ്നോസിസിന് വിധേയരാക്കി വേദന അറിയിക്കാതെ പ്രസവിപ്പിക്കുക. പറഞ്ഞുവരുന്നത് മനസ്സിന് ശരീരത്തെ പൂർണ്ണ വരുതിയിൽ നിർത്തുവാൻ ശക്തിയുണ്ടെന്ന കാര്യമാണ്. ഈ തന്ത്രം ഉപയോഗിച്ച് ആയിരമായിരം വിധത്തിൽ മനുഷ്യൻ മനുഷ്യനെ ചൂഷണം ചെയ്യുന്നു. ഭാര്യ ഭർത്താവിന്റെ ചിതയിൽ ചാടി സതി അനുഷ്ഠിക്കാൻ തയ്യാറായിരുന്നത് അവരുടെ മനസ്സിൽ സ്വർഗപ്രാപ്തി മുദ്രിതമായതിനാലാണ്.

അമ്മയെ വിട്ടകന്നാൽ കുഞ്ഞിന് ജീവിക്കാനാവില്ല എന്ന സന്ദേശം നിരന്തരം നൽകി വളർത്തിയെടുക്കുന്ന സന്താനങ്ങൾക്ക് വൈവാഹിക ജീവിതം പ്രശ്നങ്ങൾ സൃഷ്ടിക്കുന്നു. മാനസികമായ അടിമത്തം സൃഷ്ടിച്ചെടുക്കുന്നതിൽ വൈഭവമുള്ളവർ ജീവിതത്തിന്റെ എല്ലാ മേഖലകളിലുമുണ്ട്. സ്നേഹിച്ചോ പ്രലോഭിപ്പിച്ചോ കുറ്റപ്പെടുത്തിയോ ഭയപ്പെടുത്തിയോ ലക്ഷ്യം നേടിയെടുക്കുന്നു. ഇതൊക്കെ ഏറിയും കുറഞ്ഞും മനുഷ്യബന്ധങ്ങളിൽ നിഴലിക്കുന്നുണ്ട്. ഒരു ചരടുമില്ലാതെ സ്നേഹിക്കുന്നവർ വിരളമാണ്. പക്ഷേ, മനുഷ്യമനസ്സുകളെ തടവിലാക്കുന്നതിൽ ഇന്ന് ഏറ്റവും വിജയിക്കുന്നത് ഭീകരവാദികളാണ്. വിദ്യാസമ്പന്നരായ ലക്ഷക്കണക്കിന് ചെറുപ്പക്കാരെ തങ്ങളുടെ ശ്രേണിയിലേക്ക് എത്തിക്കാൻ അവർ മനഃശാസ്ത്രസമീപനമാണ് പയറ്റുന്നത്. മതവിദ്വേഷവും രാഷ്ട്രവിരോധവും മയക്കുമരുന്നുകളും ഉപയോഗപ്പെടുത്തി കിരാതമായ കൊല നടത്തിക്കുവാൻ ചെറുപ്പക്കാരെ സന്നദ്ധരാക്കുകയാണിവർ. ഇന്റർനെറ്റിലൂടെ ഗ്രൂപ്പുകൾ സൃഷ്ടിച്ച് വിധ്വംസകസന്ദേശങ്ങൾ നിരന്തരം പകർന്നുകൊടുത്ത് വൻതോതിൽ ചെറുപ്പക്കാരെ റിക്രൂട്ട് ചെയ്യുന്നു. സർവ രാജ്യങ്ങളിലും ഇവരുടെ വേരുകൾ ആഴ്ന്നിറങ്ങിയിട്ടുണ്ട്. അഫ്ഗാനിസ്ഥാനിലെയും പാകിസ്ഥാനിലെയും താലിബാന്റെ മാതൃക സ്വീകരിച്ച് താരതമ്യേന പുതിയ ഭീകരസംഘടനയായ ബോക്കോ ഹറാം നൈജീരിയയിൽ ഭീകരതാണ്ഡവമാടുകയാണ്. ഇവർ തങ്ങളുടെ സേനയിലേക്ക് ധാരാളമായി കുട്ടികളെ റിക്രൂട്ട് ചെയ്യുന്നു. കുട്ടികളെ മസ്തിഷ്കപ്രക്ഷാളനം ചെയ്യാനും അവരെക്കൊണ്ട് എന്തു ക്രൂരതയും പ്രവർത്തിപ്പിക്കാനും എളുപ്പമാണെന്ന് അവർക്ക് ബോധ്യമായിരിക്കുന്നു. എടുത്താൽ പൊങ്ങാത്ത എ കെ 47 തോക്കും ശരീരത്തിൽ വച്ചുകെട്ടിയ സ്ഫോടകവസ്തുക്കളുമായി കുഞ്ഞുങ്ങൾ നിസ്സംഗരായി നിൽക്കുന്ന ചിത്രങ്ങൾ മനുഷ്യമനഃസാക്ഷിയെ മരവിപ്പിക്കുകയാണ്.

ബോധത്തിൽ നിന്നും കർമ്മത്തെ വിഘടിപ്പിച്ചുകൊണ്ടാണ് കണ്ണിമ ചിമ്മാതെ അരുംകൊല നടത്തിക്കാൻ ആളുകളെ വാർത്തെടുക്കുന്നത്. ബോധത്തോടെ കർമ്മത്തിൽ ഏർപ്പെടുന്ന വ്യക്തിക്ക് തന്റെ മുന്നിലുള്ള നിരപരാധികളെ വധിക്കാൻ തുടങ്ങുമ്പോൾ ഒരു പിടി ചിന്തകൾ മനസ്സിൽ ഉറവയെടുക്കും. ധാർമ്മികമായ ചോദ്യങ്ങൾ മനഃസാക്ഷി മുന്നോട്ടുവയ്ക്കും. അതുകൊണ്ടുതന്നെ തീവ്രവാദപരിശീലനത്തിൽ ബോധത്തെ വിഘടിപ്പിക്കുന്നതിന് കൃത്യമായ ശൈലിയുണ്ട്. ഇന്റർനെറ്റിന്റെ സദുപയോഗങ്ങളെ കടത്തിവെട്ടുന്ന ദുരുപയോഗങ്ങൾ ലോകം അനുഭവിച്ചുതുടങ്ങിയിരിക്കുന്നു. ആധുനികലോകം ഏറ്റവും ആശ്രയിക്കുന്ന സാങ്കേതികത തന്നെ ഭയപ്പെടുത്തുന്ന രീതിയിൽ മനുഷ്യസമൂഹത്തെ ദുർബലപ്പെടുത്തുകയാണെന്ന് ലോകം മനസ്സിലാക്കുന്നു. അധമവാസനകൾക്കും വിധ്വംസകപ്രവർത്തകർക്കും സ്വാധീനിക്കാനാകാത്ത ആരോഗ്യമുള്ള ഒരു മനസ്സ് നേടിയെടുക്കുകയാണ് എല്ലാറ്റിനെയും അതിജീവിക്കാനുള്ള മാർഗം.

*(2015 മാർച്ച്)*

# വിലക്കുകൾ പരിഹാരമല്ല

**ഭാ**രതത്തിലെ വനിതകളുടെ അവസ്ഥയെക്കുറിച്ചു പഠിക്കാൻ നിരവധി സർവെകൾ നടന്നുവരുന്നുണ്ട്. കുടുംബത്തെക്കുറിച്ച് സ്ത്രീകൾക്കുള്ള കാഴ്ചപ്പാടുകൾ, ഭർത്താവിനോടും തന്നോടുതന്നെയുമുള്ള ഉത്തര വാദിത്വത്തെക്കുറിച്ചുള്ള വീക്ഷണങ്ങൾ, സമൂഹം സ്ത്രീകളെ എങ്ങനെ കാണുന്നു തുടങ്ങിയ പല കാര്യങ്ങളും പഠനങ്ങളിലൂടെ അറിവായിട്ടുണ്ട്.

ഇന്ത്യൻ ഗ്രാമങ്ങളിലെ സ്ത്രീകൾ പരമ്പരാഗതമായ ജീവിതശൈലി പിൻതുടരുന്നവരാണ്. ആചാരങ്ങൾ പാലിക്കുന്നവരാണ്. അവരുടെ ജീവിതം അവരുടെ നിയന്ത്രണത്തിലല്ലതാനും. പാചകം ചെയ്യൽ, വീട് വൃത്തിയാക്കൽ, വേണ്ടത്ര കുഞ്ഞുങ്ങളെ പെറ്റുവളർത്തൽ എന്നീ പ്രധാന കടമകൾ മാത്രമാണ് സ്ത്രീയെന്ന നിലയിൽ തങ്ങൾ ചെയ്യേണ്ട തെന്ന് അവർ വിശ്വസിക്കുന്നു. അതിന് എത്ര തന്നെ അധ്വാനം വേണ്ടി വന്നാലും ആ കർമ്മങ്ങളിൽ അഭിമാനിക്കാനോ പുറത്തുപോയി പണി യെടുക്കുന്നതുമായി അതിനെ താരതമ്യം ചെയ്യാനോ അവർക്കറിയില്ല. പകുതിയിൽ കൂടുതൽ സ്ത്രീകൾക്കും വീടിന് പുറത്തേക്കൊന്നു പോകാനോ കൂട്ടുകാരെ കാണാനോ ഭർത്താവിന്റെ അനുവാദം കൂടാതെ കഴിയില്ല. ഭർത്താവ് മർദ്ദിക്കുന്നത് സാധാരണമാണെന്നും അത് ഭാര്യ മാർക്ക് സ്വീകാര്യമാകേണ്ടതാണെന്നും അവർ വിശ്വസിക്കുന്നു. കുട്ടികളെ ശ്രദ്ധിക്കുന്നതിൽ പാകപ്പിഴയുണ്ടായാലോ ഭർത്താവിനെ പരിഗണിക്കാതി രുന്നാലോ അനുവാദമില്ലാതെ പുറത്തുപോയാലോ ഭക്ഷണം തയ്യാറാ ക്കുന്നതിൽ പോരായ്മയുണ്ടായാലോ ഭർത്താവ് ദേഹോപദ്രവം ഏല്പി ക്കുന്നത് സ്വാഭാവികമാണെന്നും സ്ത്രീ അത് അർഹിക്കുന്നു എന്നും ഏറെപ്പേർ വിശ്വസിക്കുന്നുണ്ട്. സ്ത്രീക്ക് ഒരു വ്യക്തിയായിരിക്കാൻ അവ കാശമുണ്ട് എന്നതിനെക്കുറിച്ച് അധികം സ്ത്രീകളും ബോധവതികളല്ല. സ്ത്രീക്ക് കൂടുതൽ വിദ്യാഭ്യാസവും അറിവും പകർന്നുകൊടുത്ത് അവരെ മെച്ചപ്പെട്ട പൗരന്മാരാക്കുക എന്നത് സമൂഹത്തിന്റെ കർത്തവ്യ മാണ്. ഇതൊക്കെ പറയുമ്പോഴും ഭർത്താവിന്റേതുൾപ്പെടെയുള്ള പുരുഷന്മാരുടെ മനോനില എന്താണെന്നു മനസ്സിലാക്കിയാലേ സ്ത്രീ എന്തുകൊണ്ടിങ്ങനെയായി എന്നതിന് ഉത്തരം ലഭിക്കുകയുള്ളു. ഭാര്യ എന്നാൽ തന്റെ ഒരു വസ്തുവകയോ മറ്റോ ആണെന്ന ധാരണ

വലിയൊരു വിഭാഗം ഇന്ത്യൻ പുരുഷന്മാർക്കുണ്ട്. സഹോദരി, ഭാര്യ, പെൺമക്കൾ എല്ലാം തന്റെ വരുതിയിൽ നിൽക്കേണ്ടവർ മാത്രമാണെന്നത് പരമ്പരാഗത ഇന്ത്യൻ പുരുഷസമൂഹത്തിന്റെ ധാരണയാണ്. ഭാര്യയെ ദേഹോപദ്രവം ഏല്പിക്കുന്നതിനും ശിക്ഷ നടപ്പാക്കുന്നതിനും തനിക്കധികാരമുണ്ടെന്നും അത് അനുസരിക്കേണ്ടവരാണ് സ്ത്രീകളെന്നും ബഹുഭൂരിപക്ഷം പുരുഷന്മാരും വിശ്വസിക്കുന്നു. ബി.ബി.സി. നിർമ്മിച്ച 'ഇന്ത്യയുടെ മകൾ' എന്ന വിവാദ ഡോക്യുമെന്ററിയിൽ ദില്ലി ബലാൽസംഗകേസിലെ പ്രതി മുകേഷ് സിങ് പറയുന്നുണ്ട് രാത്രിയിൽ ഇറങ്ങിനടക്കുന്ന സ്ത്രീ ശിക്ഷാർഹയാണെന്ന്. അവൾക്കുള്ള ശിക്ഷയാണ് അയാളും കൂട്ടരും കൂടി നടപ്പാക്കിയത്. യുവതി തങ്ങളോടു പൊരുതിനിന്നതുകൊണ്ടാണ് മാരകമായ മുറിവുകൾ അവൾക്കേല്പിച്ചു കൊടുത്തത്. ഈ ഡോക്യുമെന്ററിയിൽ മുകേഷ് സിങ്ങിന്റെ അഭിഭാഷകനും മറ്റു ചിലരും അഭിപ്രായം പറയുന്നുണ്ട്. സ്ത്രീസ്വാതന്ത്ര്യത്തെക്കുറിച്ച് വളരെ വികലമായ ധാരണകളാണ് അവർക്കുള്ളത്. ദരിദ്രനും വിദ്യാസമ്പന്നതയില്ലാത്തവനുമായ മുകേഷ് സിങ്ങും അഭ്യസ്തവിദ്യനായ അഭിഭാഷകനും ഏതാണ്ട് ഒരേ അഭിപ്രായക്കാരാണ്. ആരോ തമാശയായി മുകേഷ് സിങ്ങിനെ'ഇന്ത്യയുടെ മകൻ' എന്നു വിളിച്ചു. പുരുഷകേന്ദ്രീകൃതമായ ഒരു സമൂഹത്തിൽ സ്ത്രീയുടെ അവസ്ഥ മെച്ചപ്പെടണമെങ്കിൽ സ്ത്രീയെ തുല്യസൃഷ്ടിയായി കാണാനുള്ള വിദ്യാഭ്യാസം ആൺകുട്ടികൾക്ക് നൽകണം. മുകേഷ് സിങ് മൂന്നു വർഷമാകുന്നു ജയിലിൽ കിടക്കാൻ തുടങ്ങിയിട്ട്. അയാൾ ഡോക്യുമെന്ററിയിലൂടെ തന്റെ പ്രവൃത്തിയെക്കുറിച്ചു പറഞ്ഞത് ഒരു കൂസലുമില്ലാതെയാണ്. തന്റെ ഭാഗം ശരിവയ്ക്കുന്ന രീതിയിൽ, താൻ നടപ്പിലാക്കിയ അതിക്രൂരമായ പ്രവൃത്തികൾ അയാൾ വിവരിക്കുന്നത് അന്ധാളിപ്പോടെ മാത്രമേ കണ്ടിരിക്കാനാവൂ. ഇങ്ങനെയൊരു ഡോക്യുമെന്ററി ലോകത്തിനുമുന്നിൽ കാണിച്ചതിന് ഇന്ത്യ ബിബിസിയോട് പ്രതിഷേധിച്ചിട്ടുണ്ട്. ഇന്ത്യയിൽ ചിത്രം നിരോധിച്ചിട്ടുണ്ട്. കാഴ്ചയ്ക്കും കേൾവിക്കും വിലക്കുകൾ അസാധ്യമായ ഇൻർനെറ്റിന്റെ ലോകത്തിൽ ജീവിക്കുന്നവർക്ക് വിലക്ക് ബാധകമാകുന്നില്ലതാനും. ഇന്ത്യയിലെ പുരുഷ സമൂഹത്തിന്റെ മനസ്സാണ് മാറേണ്ടത്. ഒരു കറക്ഷൻ ഹോം കൂടിയായ ജയിലറയിൽ മൂന്നു കൊല്ലം കഴിഞ്ഞിട്ടും ഒരു ക്രിമിനലിന്റെ മനസ്സ് പരിഷ്കൃതമാകാതെ അതേപടി നിൽക്കുന്നുവെങ്കിൽ ഇവിടുത്തെ സംവിധാനങ്ങൾക്ക് തകരാറുണ്ടെന്നു മനസ്സിലാക്കണം. ഇന്ത്യൻ സ്ത്രീസമൂഹത്തെ മാനസികമായും സാമ്പത്തികമായും സ്വതന്ത്രമാക്കുന്നതിനുള്ള ക്രിയാത്മകമായ പദ്ധതികളാണ് സർക്കാർ ആവിഷ്കരിക്കേണ്ടത്. വിലക്കുകൾ ഒന്നിനും പരിഹാരമാകുന്നില്ല.

*(2015 ഏപ്രിൽ)*

# നിക്ഷേപം പോര ചെക്ക്ലീഫും വേണം

ഒരു ഹസ്തദാനത്തിന്റെ ഊഷ്മളത ഒരു രാഷ്ട്രം മുഴുവൻ ഏറ്റുവാങ്ങിയിരിക്കുന്നു. ഒരുപക്ഷേ, ലോകം മുഴുവൻ. ലോകത്ത് സമാധാനം പുലർന്നു കാണാനാഗ്രഹിക്കുന്ന മനുഷ്യരും മാധ്യമങ്ങളും ഈ ഹസ്തദാനത്തെ ഒരു വഴിത്തിരിവായിക്കണ്ട് വാഴ്ത്തിയിരിക്കുന്നു. അമേരിക്കൻ പ്രസിഡന്റ് ബറാക് ഒബാമ ക്യൂബൻ പ്രസിഡന്റ് റൗൾ കാസ്ട്രോയുടെ കരം ഗ്രഹിച്ചപ്പോൾ അതൊരു മഞ്ഞുരുകലായി. അരനൂറ്റാണ്ടിലധികം നീണ്ടുനിന്ന ശത്രുതയ്ക്കൊരവസാനം.അമേരിക്കയുടെ മേൽ എപ്പോഴും ആരോപിക്കപ്പെടുന്ന ശത്രുസംഹാരനടപടികൾക്കുപകരം ശത്രുതാസംഹാരമാണ് ഒബാമ കൈക്കൊണ്ടിരിക്കുന്നത്. പനാമയിൽ നടന്ന അമേരിക്കൻ രാഷ്ട്രങ്ങളുടെ ഉച്ചകോടിയിൽ കാസ്ട്രോയുമായുള്ള കൂടിക്കാഴ്ച ഒബാമയുടെ ഔദ്യോഗിക പരിപാടിയിലുണ്ടായിരുന്നില്ല എന്നിടത്താണ് ഒബാമയുടെ ഈ സൗഹൃദനീക്കം ശ്രദ്ധേയവും സവിശേഷവും ആകുന്നത്. ചില വ്യക്തികൾ ലോകത്തിനു പ്രിയപ്പെട്ടവരാകുന്നതിങ്ങനെയൊക്കെയാണ്. മാർട്ടിൻ ലൂഥർ കിങ്ങിന്റെയും ഗാന്ധിജിയുടെയും ആരാധകനായ ഒരു അമേരിക്കൻ പ്രസിഡന്റാണ് ബറാക് ഒബാമ എന്നത് ആശ്വാസകരമാണ്. സ്നേഹമെന്ന വലവിരിച്ച് ആത്മാക്കളെ പിടിക്കാമെന്ന് മദർ തെരേസാ പറയുമായിരുന്നു. സ്നേഹം കൊണ്ട് മായ്ക്കാൻ കഴിയാത്ത ഒരു ശത്രുതയുമില്ലെന്ന് അറിയാമെങ്കിലും അത് വച്ചുനീട്ടാൻ ലോകനേതാക്കളെപ്പോലെ സാധാരണ മനുഷ്യരും പിശുക്ക് കാണിക്കുന്നു.

അമേരിക്കയുടെ ഉപരോധങ്ങൾ കൊണ്ടും ഭീകരരാഷ്ട്രങ്ങളുടെ പട്ടികയിൽ ക്യൂബ ഉൾപ്പെടുത്തപ്പെട്ടതുകൊണ്ടും ക്യൂബൻ ജനതയ്ക്കും കരീബിയൻ ദ്വീപസമൂഹത്തിനും വലിയ സംഘർഷങ്ങൾ അനുഭവിക്കേണ്ടിവരുന്നുണ്ട്. വാസ്തവത്തിൽ ക്രിസ്റ്റഫർ കൊളംബസ് ക്യൂബ കണ്ടുപിടിച്ചതുമുതൽ തന്നെ ക്യൂബയുടെ ആത്മാവ് തടങ്കലിലായി. സ്പെയിനിന്റെ അതിക്രൂരമായ അധിനിവേശത്തിൽ അവിടത്തെ ആദിവാസി സമൂഹമായ ഇന്ത്യാക്കാർ നാമാവശേഷമായിത്തീർന്നു. അടിമകളാക്കപ്പെട്ട നീഗ്രോ വംശജരെ ക്യൂബയിൽ കുടിപാർപ്പിച്ചതോടെ ഒരു

മിശ്രസമൂഹമാണവിടെ ഉടലെടുത്തത്. അമേരിക്കയും സ്പെയിനും തമ്മിലുണ്ടായ യുദ്ധത്തെ തുടർന്ന് ക്യൂബ ഒരു സ്വതന്ത്രരാഷ്ട്രമായെങ്കിലും ബാറ്റിസ്റ്റയുടെ ഏകാധിപത്യത്തിൻകീഴിൽ നീഗ്രോജനത ദുരിതം അനുഭവിക്കുകയായിരുന്നു. ഇതിനു മാറ്റമുണ്ടായത് ചെഗ്വേരയുടെ പിൻതുണയോടെ ഫിഡൽ കാസ്ട്രോയുടെ വിപ്ലവസേന അധികാരം പിടിച്ചെടുത്ത് ഭരണം തുടർന്നതോടെയാണ്. മധ്യ അമേരിക്കയിലെ സ്വതന്ത്ര കമ്മ്യൂണിസ്റ്റ് രാഷ്ട്രമായി ക്യൂബ മാറുകയും സോവിയറ്റ് യൂണിയനോട് കൂറുപുലർത്തുകയും ചെയ്തപ്പോൾ സ്വാഭാവികമായും അമേരിക്ക ശത്രുതയിലായി. തുടർന്നാണ് ക്യൂബ കരിംപട്ടികയിൽ പെട്ടതും ഉപരോധങ്ങൾക്കു വിധേയമായതും. ഇപ്പോൾ ഒബാമയുടെ സൗഹൃദനീക്കത്തിലൂടെ കരീബിയൻ ദ്വീപസമൂഹത്തിലെ അസ്വസ്ഥതകൾ അവസാനിച്ചേക്കുമെന്ന സൂചനകളാണുണ്ടായിരിക്കുന്നത്. കമ്മ്യൂണിസത്തിന് നല്ല വേരോട്ടമുള്ള കേരളത്തിന് ക്യൂബയോടും ചെഗ്വേരയോടും ഫിഡൽ കാസ്ട്രോയോടും ഒരു പ്രത്യേക മമത എന്നും നിലനിൽക്കുന്നതിനാൽ മഞ്ഞുരുകൽ സവിശേഷ ശ്രദ്ധയാകർഷിച്ചിരിക്കുന്നു. ഉപരോധത്താൽ ഇറുകുന്ന ജനതയ്ക്ക് സ്വാതന്ത്ര്യത്തിന്റെ മധുരം അനുഭവിക്കാൻ പ്രയാസമാണല്ലോ.

ബറാക് ഒബാമയും ഇന്ത്യൻ പ്രധാനമന്ത്രി നരേന്ദ്രമോദിയും തമ്മിലുണ്ടായിരിക്കുന്ന സൗഹൃദവും ലോകശ്രദ്ധയാകർഷിച്ചിട്ടുണ്ട്. ലോകത്തെ സ്വാധീനിക്കുന്ന 100 വ്യക്തികളെക്കുറിച്ച് ടൈം മാസിക പ്രസിദ്ധം ചെയ്ത പതിപ്പിൽ നരേന്ദ്രയെക്കുറിച്ച് ഒബാമ എഴുതിയ ലേഖനത്തിൽ വലിയ സ്നേഹവും പ്രശംസയുമാണ് ചൊരിഞ്ഞിരിക്കുന്നത്. 2002-ൽ വില്ലനായി ചിത്രീകരിക്കപ്പെട്ട മോദി 2014-ൽ ഹീറോ ആയി മാറിക്കൊണ്ടിരിക്കുന്നത് അദ്ദേഹം മറ്റു രാജ്യങ്ങളോടു പുലർത്തുന്ന സൗഹൃദത്തിന്റെ ഊഷ്മളത കൊണ്ടാണ്. അധികാരത്തിലേറി ഒരു വർഷത്തിനകം മോദി 16 രാഷ്ട്രങ്ങൾ സന്ദർശിച്ചുകഴിഞ്ഞു. അയൽരാജ്യങ്ങളുമായി സൗഹൃദം പുലർത്താൻ ഒരു രാഷ്ട്രത്തലവൻ ശുഷ്കാന്തി കാണിക്കുമ്പോൾ അത് സ്വന്തം രാഷ്ട്രത്തിനും ലോകസമാധാനത്തിനും ഗുണം ചെയ്യുകയാണ്.

സ്വാർഥത വർധിക്കുന്ന ആധുനിക സമൂഹത്തിൽ പുതുതലമുറയ്ക്ക് ചൂണ്ടിക്കാണിക്കാൻ ചില നല്ല മാതൃകകളും സംഭവങ്ങളും ഉണ്ടാകുന്നത് സന്തോഷകരമാണ്.

മന്ദഹാസം നിങ്ങൾ ഉപയോഗപ്പെടുത്തുന്നില്ലയെങ്കിൽ ബാങ്കിൽ കോടികൾ നിക്ഷേപിച്ചിട്ട് ചെക്ക് ലീഫില്ലാതെ പോകുന്നതിനു തുല്യമാണ് എന്നൊരു ചൊല്ലുണ്ട്. സ്നേഹം, ഔദാര്യം, കാരുണ്യം എന്നിവയൊക്കെ നിക്ഷേപമായി മനസ്സിൽ കൊണ്ടുനടക്കുന്നതുകൊണ്ട് പ്രയോജനമില്ല. പങ്കുവയ്ക്കുമ്പോഴാണതിനു മാധുര്യം.

*(2015 മെയ്)*

# നിയമം
# ചിലന്തിവലയാകുമ്പോൾ

നീതി ആർക്കുവേണ്ടി? എന്ന ചോദ്യം അമ്പരപ്പോടെ ഉയരുകയാണ്. ധനവും ആൾസ്വാധീനവും അധികാരവും കൈയാളുന്നവർക്കുമുന്നിൽ നീതിദേവതയും തലകുനിക്കും എന്നുവരുമ്പോൾ ജനങ്ങൾക്ക് നീതി ന്യായവ്യവസ്ഥയിൽ വിശ്വാസം നഷ്ടപ്പെടുകയാണ്. അപ്പോൾ സാമാന്യ ജനങ്ങൾക്കുണ്ടാകുന്ന വികാരമാണ് അമ്പരപ്പ്. അമ്പരപ്പ് വിദ്വേഷത്തിനും പ്രതികാരമനോഭാവത്തിനും വഴിതെളിക്കുമ്പോൾ നിയമം കൈയിലെടുക്കാൻ ജനങ്ങൾ തയ്യാറായേക്കും.

മദ്യപിച്ച് വണ്ടിയോടിച്ച് ഒരാളുടെ ജീവനെടുക്കുകയും നിരവധി പേർക്ക് ഗുരുതരമായി പരിക്കേല്പിക്കുകയും ചെയ്ത സൽമാൻഖാൻ എന്ന സൂപ്പർ നായകൻ കഴിഞ്ഞ 13 വർഷമായി ജീവിതം ആസ്വദിച്ചു കഴിയുകയായിരുന്നു. 2002-ൽ അയാൾ അറസ്റ്റു ചെയ്യപ്പെട്ടുവെങ്കിലും 2015 മെയ് 7-ാം തീയതി മാത്രമാണ് കോടതിയുടെ ശിക്ഷയ്ക്കു വിധേയനായത്. കോടതി ശിക്ഷ വിധിച്ചു നിമിഷങ്ങൾക്കുള്ളിൽത്തന്നെ സൽമാൻ ഖാൻ സാൽവയെപ്പോലുള്ള പ്രശസ്ത അഭിഭാഷകരുടെ സഹായത്തോടെ ഹൈക്കോടതിയെ സമീപിച്ച് ജാമ്യം നേടുകയും ചെയ്തു. ഒരു സാധാരണ ഇന്ത്യൻ പൗരന് ഒരിക്കലും ലഭ്യമല്ലാത്ത നിയമപരിരക്ഷ. വക്കീലന്മാർ പറയുന്നു ഇതൊരു സെലിബ്രിറ്റിയുടെ കേസാണെന്ന്! ഒരു സാധാരണ മനുഷ്യനെ കീഴ്ക്കോടതിയിൽ ശിക്ഷിച്ചാൽ അടുത്തനിമിഷം ഹൈക്കോടതിയെ സമീപിക്കുവാൻ അയാൾക്ക് സാധ്യമല്ല. സമീപിച്ചാൽ പോലും ഹൈക്കോടതി അയാളുടെ കേസ് പരിഗണിക്കുകയേയില്ല. 'അഞ്ചു വർഷം തടവുശിക്ഷ അനുഭവിക്കണം' എന്ന സെഷൻസ് കോടതിവിധിയുണ്ടാകുമ്പോൾത്തന്നെ പ്രതി സാധാരണക്കാരനാണെങ്കിൽ ജയിലിനകത്താക്കപ്പെടും. അവിടെ നടയടി എന്ന റാഗിങ്ങും അനുഭവിച്ച് ജയിൽമുറിയിൽ കൂനിക്കൂടിയിരിക്കും. ഇവിടെ സെലിബ്രിറ്റികളും ധനവാന്മാരും ശിക്ഷയെ മറികടക്കുകയാണ്. 'കുറ്റാരോപിതർ' എന്ന പേരിൽ വിചാരണത്തടവുകാരായി ലക്ഷക്കണക്കിനു മനുഷ്യർ ഇന്ത്യൻ തടവറകളിൽ കിടന്ന് ജീവിതം നരകിച്ചു തീർക്കുകയാണ്. 200 രൂപ

മോഷ്ടിച്ച കേസിലെ വ്യക്തിയുടെ കേസ് 10 വർഷമായിട്ടും പരിഗണിക്കപ്പെടാതെ കിടക്കുന്ന രാജ്യത്താണ് ശിക്ഷിക്കപ്പെട്ടിട്ടും സൽമാൻഖാൻ 3 മണിക്കൂറിനുള്ളിൽ നേരെ സ്വന്തം ബംഗ്ലാവിലേക്കു പോയത്!

രണ്ടര ലക്ഷത്തിലധികം വിചാരണത്തടവുകാർ ഇന്ത്യയുടെ വിവിധ ജയിലുകളിൽ കിടക്കുമ്പോഴാണ് സൽമാന്റെ വാർത്ത കൂടുതൽ ചർച്ച ചെയ്യപ്പെടേണ്ടത്. വിചാരണത്തടവുകാരുടെ അവകാശങ്ങളെപ്പറ്റി സുപ്രീം കോടതി പലവട്ടം ഓർമ്മിപ്പിച്ചുവെങ്കിലും ജയിലുകൾ വീണ്ടും നിറയുകയാണ്. ഭൂരിപക്ഷം വിചാരണത്തടവുകാരും ഒരുപക്ഷേ തങ്ങൾക്ക് ലഭിക്കുമായിരുന്ന ശിക്ഷയേക്കാൾ കൂടുതൽ കാലം തടവ് അനുഭവിച്ചവരുമാണ്. വിചാരണത്തടവുകാരായി കഴിയാൻ ദാരിദ്ര്യം ഒരു കാരണമാകരുതെന്നു പറയുമെങ്കിലും എല്ലാ ദുരിതങ്ങളും പേറുന്നത് ദരിദ്രരാണ്. നിയമം ചിലന്തിവലയാകുമ്പോൾ അതിൽ പ്രാണികൾ മാത്രമേ കുടുങ്ങുകയുള്ളൂ.

മദ്യപിച്ച് കാറോടിച്ച് കൊല നടത്തിയ സൽമാൻഖാൻ ചെയ്തത് വലിയ കുറ്റമൊന്നുമല്ലെന്നും തെരുവിൽ കിടന്നുറങ്ങുന്നവർ അതർഹിക്കുന്നുവെന്നും പരസ്യമായി പറഞ്ഞവരുണ്ട്. നടപ്പാതയിൽ നായ്ക്കളാണ് കിടന്നുറങ്ങുന്നത്. അവിടെ കിടന്നുറങ്ങുന്ന മനുഷ്യന് നായുടെ മരണമുണ്ടായാൽ എന്താ തെറ്റ്? എന്നു പറഞ്ഞത് അഭിജിത്ത് എന്ന പ്രസിദ്ധ ഗായകനാണ്. തെരുവിൽ കിടന്ന് ഉറങ്ങുകയും ഭിക്ഷ യാചിക്കുകയും ചെയ്യുന്നവരുടെ നാടുകൂടിയാണ് ഭാരതം. അവർ ഒരു നേരത്തെ അന്നം മാറ്റിവച്ചു കിട്ടുന്ന തുകകൊണ്ട് സൽമാന്റെ ചിത്രം ആസ്വദിക്കുമ്പോൾ സൽമാന്റെ കോടികളുടെ അംശത്തിൽ അവരുടെയും വിഹിതം ഉണ്ടാവുമെന്ന് ഒരു നിമിഷം ചിന്തിച്ചിരുന്നുവെങ്കിൽ ധനത്തിന്റെ മുഷ്ക് കാണിക്കാതെ ചെയ്തുപോയ തെറ്റിന് അദ്ദേഹം മാപ്പ് അപേക്ഷിക്കുമായിരുന്നു.

*(2015 ജൂൺ)*

# ഇത്രയും ഫാസ്റ്റാകണോ

**ജീ**വിതം ഫാസ്റ്റാകുമ്പോൾ ഭക്ഷണവും ഫാസ്റ്റാകുന്നു. ഫാസ്റ്റ്ഫുഡുകൾ മനുഷ്യനെ ഫാസ്റ്റായിത്തന്നെ കാൻസറിലേക്കും പ്രമേഹത്തിലേക്കും കൊണ്ടുപോവുകയും ചെയ്യുന്നു. നമ്മുടെ അടുക്കളയിൽനിന്ന് നൂലപ്പവും കറിയും പടികടത്തി വന്നുചേർന്ന റ്റൂ മിനുറ്റ് ന്യൂഡിൽസ് എന്ന എളുപ്പ ഭക്ഷണം കൊല്ലങ്ങളായി സേവിക്കുന്നതുകൊണ്ട് ശരീരത്തിനു വന്നുപോയ ദുരിതങ്ങൾ കണ്ടുപിടിക്കാനിരിക്കുന്നതേയുള്ളൂ. ടെക്കികളും വഴിയോരത്തെ കുടുംബങ്ങളും ഒരുപോലെ ആശ്രയിക്കുന്ന നെസ്‌ലെയുടെ റ്റൂ മിനുറ്റ് ന്യൂഡിൽസ് അപകടകാരിയാണെന്നു കണ്ടെത്താൻ കാരണക്കാർ ഫുഡ് സേഫ്റ്റി ആൻഡ് സ്റ്റാൻഡേഡ്സ് അതോറിറ്റി ഓഫ് ഇന്ത്യയോ (FSSAI) മറ്റു ഭക്ഷ്യസുരക്ഷാവിഭാഗമോ ഒന്നുമല്ല എന്നതാണ് വിചിത്രം. ഗുജറാത്തിലോ മറ്റോ ഉള്ള ഒരു സാധാരണക്കാരന് മാഗി കഴിച്ചപ്പോൾ അസ്വസ്ഥതയുണ്ടാവുകയും അയാൾ കോടതിയെ സമീപിക്കുകയുമായിരുന്നു. കോടതി ഉത്തരവിനെ തുടർന്നാണ് പരിശോധനയും നാടുകടത്തലുമൊക്കെ ഉണ്ടായത്. മാഗിയിൽ അനുവദനീയമായതിന്റെ വളരെ ഇരട്ടി രാസപദാർഥങ്ങൾ അടങ്ങിയിട്ടുണ്ടെന്നു കണ്ടെത്തിയിട്ടുണ്ട്. രാജ്യാന്തര കച്ചവടക്കാരായ നെസ്‌ലെ കമ്പനിക്കാർ തത്കാലം പിൻവാങ്ങിയിരിക്കുന്നു. ഞങ്ങളുടെ ഉൽപന്നം കുറ്റമറ്റതാണെന്നു പറഞ്ഞുകൊണ്ട് നിരോധനത്തിനെതിരെ അവർ കോടതിയെ സമീപിച്ചിട്ടുണ്ട്. അഴിമതിയുടെ കാര്യത്തിൽ മികച്ച സ്ഥാനമുള്ള ഇന്ത്യയിൽ രൂപവും പേരും മാറ്റി ഇതേ ഉത്പന്നം വന്നുകൂടായ്കയില്ല.

രസനയുടെ ഇരയായിത്തീരാൻ മനുഷ്യനെ പ്രേരിപ്പിക്കുന്ന രീതിയിൽ പരസ്യങ്ങൾ ആവിഷ്കരിച്ചുകൊണ്ടാണ് ഭക്ഷ്യവിൽപനക്കാർ വിപണി കീഴടക്കുന്നത്. ഇന്ത്യൻ മനസ്സുകളിൽ ശ്രേഷ്ഠമായ സ്ഥാനമുള്ള അമിതാഭ് ബച്ചനും ശരീരസൗഷ്ഠവത്തിന്റെ മകുടോദാഹരണമായ മാധുരീ ദീക്ഷിത്തുമാണ് മാഗി കഴിക്കാൻ നമ്മോടു പറഞ്ഞത്. അമ്മ കുഞ്ഞിന്റെ വായിലും കുഞ്ഞ് അമ്മയുടെ വായിലും ന്യൂഡിൽസ് മാറിമാറി വാരിക്കൊടുക്കുന്ന ദൃശ്യങ്ങൾ അമ്മമാരെ പ്രലോഭിപ്പിച്ചിരിക്കണം. മാഗിയുടെ പരസ്യത്തിൽ പ്രത്യക്ഷപ്പെട്ട താരങ്ങൾക്ക് പിഴ വിധിച്ചിരിക്കുകയാണ്, വേണ്ടതുതന്നെ. എന്നാൽ ഭക്ഷ്യസുരക്ഷാ വിഭാഗത്തിന്റെ അശ്രദ്ധയ്ക്ക്

അതിനുമുമ്പേ ശിക്ഷ നൽകേണ്ടിയിരുന്നു. ഗുണമേന്മ ഉറപ്പാക്കാൻ 20 കോടി രൂപ മാത്രം ചെലവഴിച്ച നെസ്‌ലെ പരസ്യത്തിന് ചെലവഴിച്ചത് 500 കോടിയോളം രൂപയാണ്. പരസ്യങ്ങൾ നമ്മുടെ കണ്ണുകളെയല്ല മനസ്സിനെയാണ് സ്വാധീനിക്കുന്നത്. ടെലിവിഷന്റെ വരവോടെ പരസ്യങ്ങളുടെ സ്വാധീനത്തിന് വലിയ ശക്തിയുണ്ടായിരിക്കുന്നു. പരമ്പരകളുടെയും മറ്റും ചങ്ങലകളിൽ ബന്ധിതരായ സ്ത്രീകൾ എത്രയും പെട്ടെന്ന് ഭക്ഷണം തയ്യാറാക്കാനുള്ള എല്ലാ വഴികളും സ്വീകരിക്കുകയാണ്. നാട്ടിൻപുറങ്ങളിൽപോലും ഫാസ്റ്റ്ഫുഡുകൾ കസേരയിട്ടിരുന്നു കഴിഞ്ഞു. കപ്പ പുഴുങ്ങിയതുവരെ 'കവറടക്കം' ചെയ്തു വിൽക്കുന്നുണ്ട്. ഇത്തരം ഭക്ഷണങ്ങളിലെല്ലാം ദീർഘകാലം കേടുകൂടാതെ ഇരിക്കാനുള്ള രാസപദാർഥങ്ങൾ ചേർത്തുവരുന്നു.

തൈറോയ്ഡും പ്രമേഹവും കാൻസറും അജ്ഞാതരോഗങ്ങളും കേരളത്തിൽ വളരെക്കണ്ട് വർധിച്ചിരിക്കുന്നു. അയഡിൻ ചേർന്ന ഉപ്പ് തൈറോയ്ഡിനെ പ്രതിരോധിക്കുമെന്ന പ്രചാരണം തെറ്റാണെന്ന് വിജ്ഞരായ പല ശാസ്ത്രജ്ഞരും പറഞ്ഞുവെങ്കിലും ഉപ്പുവ്യവസായത്തിൽ നിൽക്കുന്ന ഭീമന്മാരെ പുറത്താക്കാൻ സാധ്യമല്ലാത്തതിനാൽ നാം ഉപ്പുതിന്ന് വെള്ളം കുടിച്ചുകൊണ്ടേയിരിക്കുന്നു. നോൺസ്റ്റിക് പാത്രങ്ങളുടെ അപകടങ്ങൾ അറിഞ്ഞുകൊണ്ടുതന്നെ നാം അവ ഉപയോഗിക്കുന്നു. പച്ചക്കറികളിൽ വിഷമുണ്ടെന്ന് അറിഞ്ഞുകൊണ്ടുതന്നെ അതും സ്വീകരിക്കുന്നു. മഞ്ഞളില്ലാത്ത മഞ്ഞപ്പൊടിയും ഉരുളക്കിഴങ്ങില്ലാത്ത പൊട്ടറ്റോ ചിപ്സും വിഷം കലർത്തിയ കാശ്മീരി മുളകുപൊടിയും അങ്ങനെ, അങ്ങനെ വിഷലിപ്തമായ ഒരു ഭക്ഷണലോകത്ത് അകപ്പെട്ട് കരകേറാൻ വഴിയന്വേഷിച്ചെത്തുന്നത് സൂപ്പർ സ്പെഷ്യാലിറ്റി ഹോസ്പിറ്റലുകളിലാണ്. ഈ വഴി ഒഴിവാക്കാൻ അല്പം ശ്രദ്ധയും കുറച്ചു സമയവും ഏറെ സ്നേഹവും നമ്മിൽ ഉണ്ടാവണം. നൂറുശതമാനം സുരക്ഷിതത്വം നമുക്കുറപ്പിക്കാനാവില്ലെങ്കിലും ഭീകരമായ വിപത്തുകളിൽ നിന്ന് ഒഴിഞ്ഞു നിൽക്കാനാവും.

മനുഷ്യന് ഔഷധങ്ങൾ ആവശ്യമില്ലെന്ന് ഞാൻ വിശ്വസിക്കുന്നു. തൊള്ളായിരത്തി തൊണ്ണൂറ്റൊൻപതു കാര്യങ്ങളും ക്രമീകൃതാഹാരം, ശുദ്ധജലം, ഗാർഹിക ചികിത്സാവിധികൾ ഇതുകൊണ്ടു ഭേദമാകുന്നതാണ് - ഗാന്ധിജി.

*(2015 ജൂലൈ)*

# ദാരിദ്ര്യത്തേക്കാൾ ഭീകരമാണ് സ്നേഹരാഹിത്യം

സന്ധ്യ മയങ്ങിയാൽ പക്ഷികൾ കൂടണയുന്നു. ഇരതേടലും കൂടിച്ചേരലും എല്ലാം അവസാനിക്കുമ്പോൾ സ്വസ്ഥമായി വിശ്രമിക്കാനൊരിടം എല്ലാ ജന്തുക്കൾക്കുമുണ്ട്. അത് മരക്കൊമ്പിലാവാം, മരപ്പൊത്തിലാവാം ഗുഹയിലോ മാളത്തിലോ ആവാം. ജീവജാലങ്ങൾക്കെല്ലാമുണ്ട് അഭയസ്ഥാനങ്ങൾ. എന്നാൽ മനുഷ്യക്കുഞ്ഞുങ്ങൾക്കിന്ന് വീട് അഭയസ്ഥാനമല്ലാതാകുന്നു. വീടുപേക്ഷിക്കുന്നവരുടെ കണക്ക് ഭയപ്പെടുത്തുന്ന രീതിയിൽ ഉയരുന്നു. ഈ പറിച്ചെറിയലിന് അവരെ പ്രേരിപ്പിക്കുന്ന കാരണങ്ങൾ എണ്ണിത്തിരിച്ച് മനഃശാസ്ത്രജ്ഞർ വിശകലനം നടത്തുമ്പോഴും വിട്ടുപോക്കിന്റെ എണ്ണം ഏറുകയാണ്. സ്നേഹത്തിന്റെയും കരുതലിന്റെയും ചരടുകൾ പൊട്ടിപ്പോവുന്നുവോ?

ഇക്കഴിഞ്ഞ ജൂൺ 9-ാം തീയതി കേരളത്തിലെ ഒരു ഗ്രാമപ്രദേശമായ കോന്നിയിൽനിന്നുള്ള മൂന്നു പെൺകുട്ടികൾ വീടുപേക്ഷിച്ചുപോവുകയും പിന്നീട് പായുന്ന ട്രെയിനിൽ നിന്നും സ്വയം വലിച്ചെറിയുകയുമായിരുന്നു. എല്ലാ വിഷയങ്ങൾക്കും A+ നേടിയവർ, ആരോഗ്യവും സൗന്ദര്യവുമുള്ളവർ, സനാഥർ, എന്തായിരുന്നു അവരുടെ മനസ്സുകളെ ആകെ കരിച്ചുകളഞ്ഞത്? അന്വേഷണം എവിടെയാണ് എത്തിച്ചേരുക?

ദാരിദ്ര്യം, ശാരീരികവൈഷമ്യങ്ങൾ, അനാഥത്വം, വിദ്യാഭ്യാസപരാജയങ്ങൾ ഇവയൊക്കെ ചിലരെ തളർത്തുകയും എന്നാൽ ഇതേ ഘടകങ്ങളെ മറ്റുചിലർ വെല്ലുവിളികളായി ഏറ്റെടുക്കുകയും ചെയ്യുന്നു. കേരളത്തിന്റെ പെലെ എന്നു വിശേഷിപ്പിക്കപ്പെടുന്ന ഐ.എം.വിജയൻ മുതൽ ലോകാരാധ്യനായ ബ്രസീലിയൻ ഫുട്ബോളർ റിവാൾഡോ വരെ സ്പോർട്സ് രംഗത്തുള്ള നിരവധിപേർ കഠിനദാരിദ്ര്യത്തിന്റെയോ അനാഥത്വത്തിന്റെയോ ലോകത്തെ അതിജീവിച്ചവരാണ്. ഗ്ലാമറിന്റെയും ആരാധനയുടെയും ലോകത്തു നിൽക്കുമ്പോഴും തന്റെ കാതിൽ ഭക്ഷണത്തിനുവേണ്ടി പ്രാണൻ പിടഞ്ഞുള്ള കുഞ്ഞുങ്ങളുടെ നിലവിളികൾ നിറയുന്നുവെന്ന് റിവാൾഡോ പറയുന്നു. തെരുവിലും അനാഥാലയത്തിലും ബാല്യം മുറിഞ്ഞിട്ടും നോബൽ സമ്മാനം നേടിയവരുണ്ട്.

ഉപജീവനത്തിന് ചായക്കച്ചവടം നടത്തിയിരുന്ന നരേന്ദ്രമോദി ഇന്ത്യൻ പ്രധാനമന്ത്രിയായി. ന്യൂസ് പേപ്പർ വിറ്റു നടന്ന അബ്ദുൽ കലാം ഇന്ത്യയുടെ പ്രസിഡന്റായി. പക്ഷേ, ഭൗതികമായ സർവസന്നാഹങ്ങളും ഒരുങ്ങിനിന്നിട്ടും രക്ഷപ്പെടാതെ പോയ എത്രയോ പേർ! ധനത്തിന്റെയും പദവിയുടെയും ഉത്തുംഗശൃംഗങ്ങളിൽ വാണവർ ഒരു നേരത്തെ അന്നത്തിനും തല ചായ്ക്കാനൊരിടത്തിനുമായി അലയുന്നതും നമ്മൾ കാണുന്നു. എത്ര കഠിനമായി അധ്വാനിച്ചാലും ഫലം ലഭിക്കാത്തവർ, വാർധക്യത്തിൽ മക്കൾ ഉപകാരപ്പെടാത്തവർ, ഏറ്റെടുക്കുന്ന എല്ലാ കർമ്മങ്ങളിലും പരാജയപ്പെട്ടുപോകുന്നവർ. പരാജയത്തിന്റെയും വിജയത്തിന്റെയും കഥകൾ മനസ്സിലേക്കെടുത്ത് ചിന്തിക്കുമ്പോൾ രമണ മഹർഷിയുടെ ഉപദേശസാരത്തിലെ രണ്ടു വരിയാണ് ഓർമ്മയിൽ വരുന്നത്.

*കർത്തുരാജ്ഞയാ പ്രാപ്യതേ ഫലം*
*കർമ്മകിം പരം കർമ്മതജ്ജഡം*

ആ ഒരു ആജ്ഞ, അനുഗ്രഹം, അനുമതി നേടിയില്ലെങ്കിൽ ഫലസിദ്ധി ഉണ്ടാവുകയില്ല എന്ന ശാസ്ത്രതത്ത്വം. എങ്ങനെയാണതു നേടുക എന്നതും പാരമ്പര്യമായി നമുക്കറിയുന്നതാണ്. ഏക ലക്ഷ്യത്തോടെയുള്ള പ്രാർഥന. ഉപനിഷദ് ഗ്രന്ഥങ്ങളെല്ലാംതന്നെ അത്തരം പ്രാർഥനകൾ നിറച്ചുവച്ച അമൃതകുംഭങ്ങളാണ്. 'എന്റെ അംഗങ്ങൾ പുഷ്ടിപ്പെടട്ടെ, എന്റെ കേൾവിയും കാഴ്ചയും ഭദ്രമാകട്ടെ, എന്റെ ബുദ്ധി തെളിഞ്ഞു കിട്ടട്ടെ, എനിക്കും ഗുരുവിനും തമ്മിൽ വിദ്വേഷമുണ്ടാകാതിരിക്കട്ടെ, ലോകത്തിനു നന്മയുണ്ടാവട്ടെ, ഇങ്ങനെയുള്ള സക്രിയമായ പ്രാർഥനകൾ. ആധുനിക മനഃശാസ്ത്രജ്ഞർ ഈ പുരാതന അമൃത് ഇംഗ്ലീഷ് കുപ്പിയിലടച്ച് വിതരണം ചെയ്തുവരുന്നു. നല്ലതുതന്നെ. ജീവിതവിജയത്തിനുള്ള വഴികളായി ശക്തമായ ചിന്തയെ ആശ്രയിക്കാൻ പറയുന്നു. നേടിയെടുക്കേണ്ട ലക്ഷ്യത്തിന്റെ ചിത്രം മനസ്സിൽ പ്രതിഷ്ഠിച്ച് ജാഗ്രതയോടെ അഭ്യർഥിക്കുക, നിരന്തരം ഒരു ലക്ഷ്യത്തിനായി ചിന്തിക്കുക. ധ്യാനം, യോഗ, അങ്ങനെ പോവുന്നു നിർദ്ദേശങ്ങൾ. ആധുനിക മനഃശാസ്ത്രജ്ഞർ പറയുന്നത് വളരെ സൗമ്യമായി കാരണവന്മാരും മുത്തശ്ശിമാരും മുമ്പേ പറഞ്ഞിരുന്നതാണ്. കുഞ്ഞേ! സന്ധ്യക്ക് വിളക്കു കത്തിച്ച് ഈശ്വരനാമം ജപിക്കുക, നല്ലതു വരാൻ ദൈവത്തോടു പ്രാർഥിക്കുക, ഭൂമിദേവിക്കും പ്രകൃതിക്കും ലോകത്തിനും സുഖം നേരുക! ഗായത്രിമന്ത്രം ഉരുവിടുക. ശാന്തിമന്ത്രങ്ങൾ മനസ്സിലാവാഹിക്കുക. ഇതൊക്കെയും പഴഞ്ചൻ ശൈലിയായി കണ്ട് പുതിയ തലമുറ ഇന്റർനെറ്റിനെ ഗുരുവായി സ്വീകരിച്ച്, ഫേസ്ബുക്കിൽ സൗഹൃദം സ്ഥാപിച്ച്, അജ്ഞാതരായ വ്യാജസുഹൃത്തുക്കളുമായി രമിച്ച് ഭ്രാന്തെടുക്കുന്നു. നവമാധ്യമങ്ങൾ തുറന്നിടുന്നത് അറിവിന്റെ ലോകം മാത്രമല്ല തമസ്സിന്റെയും

ലോകമാണ്. കൗമാരപ്രായക്കാർ മാത്രമല്ല, വീട്ടമ്മമാർ പോലും മൊബൈലും ഫേസ്ബുക്കും നീട്ടുന്ന വ്യാജസൗഹൃദങ്ങളിൽപ്പെട്ട് നശിക്കുന്നു. ഭാര്യക്കു ഭർത്താവിനോടും രക്ഷാകർത്താക്കൾക്ക് കുട്ടികളോടുമുള്ള സ്നേഹരാഹിത്യമാണിന്ന് ദാരിദ്ര്യത്തെക്കാൾ ഭീകരമായി മനുഷ്യനെ ശോഷിപ്പിക്കുന്നത്. നല്ല ബന്ധങ്ങളാണ് മനുഷ്യന്റെ ഏറ്റവും വലിയ സമ്പാദ്യം. ദാരിദ്ര്യവും രോഗവും പരാജയങ്ങളും എല്ലാം സഹ്യമാകുന്നത് നല്ല ബന്ധങ്ങൾ പുലരുമ്പോഴാണ്. അതോടൊപ്പം പ്രധാനമാണ് തനിക്ക് തന്നോടുള്ള ബന്ധം. ആധിവ്യാധികളെ ഒഴിവാക്കുന്ന ഈ കർക്കടകത്തിലെ പ്രാർത്ഥന ബന്ധങ്ങൾ ദൃഢവും വിശുദ്ധവുമാക്കാനുതകട്ടെ.

*(2015 ആഗസ്റ്റ്)*

ഗ്രീൻ ബുക്സ്

## മനസ്സിന്റെ ഭക്ഷണം

ഉഷ എസ്. നായർ

കരുനാഗപ്പള്ളി താലൂക്കിൽ തഴവ ഗ്രാമത്തിൽ ശാരദാലയത്തിൽ ജനനം. സ്വാതന്ത്ര്യ സമര ഭടൻ, ശ്രീനാരായണ ഗുരുവിന്റെ സന്തതസഹചാരി, ജീവചരിത്രകാരൻ എന്നീ നിലകളിൽ അറിയപ്പെടുന്ന കോട്ടുക്കോയിക്കൽ വേലായുധന്റെയും വി.ശാരദാമ്മയുടെയും ഇളയമകൾ. തിരുവനന്തപുരം വിമൻസ് കോളേജ്, കൊല്ലം എസ്.എൻ. വിമൻസ് കോളേജ് എന്നിവിടങ്ങളിൽ വിദ്യാഭ്യാസം. കേരള സംസ്ഥാന സർവിജ്ഞാനകോശത്തിന്റെ മുൻ സീനിയർ എഡിറ്റർ. രണ്ടു പതിറ്റാണ്ടിലേറെയായി കലാകൗമുദിയിൽ ടി.വി.കാഴ്ച എന്ന മാധ്യമ പംക്തി കൈകാര്യം ചെയ്യുന്നു. ഇപ്പോൾ സ്കൂൾ ഓഫ് ഭഗവദ്ഗീതയുടെ പ്രസിദ്ധീകരണമായ പിറവി മാസികയുടെ ചീഫ് എഡിറ്റർ. ടെലിവിഷനെക്കുറിച്ചുള്ള ഏറ്റവും നല്ല രചനയ്ക്കുള്ള കേരള സംസ്ഥാന അവാർഡ് രണ്ടു തവണ (1992, 1995) നേടി.